giấc mơ con sáo

Giấc Mơ Con Sáo

phan ni tấn

tập truyện

Nhân Ảnh
2025

GIẤC MƠ CON SÁO
Tập truyện Phan Ni Tấn
Bìa: Nguyễn Thị Sông Hương
Tranh bìa: Minh Tiến
Nhân Ảnh xuất bản, 2025

MỤC LỤC

Con Út Mót

(người kể chuyện)

Hồi nhỏ con Út Mót rất thích ăn bánh dẻo Nội mần. Cái bánh dẻo nhưn dừa, nhưn khoai môn, nhưn hột sen hay nhưn đậu xanh tròn tròn, vuông vuông, mềm mềm, dẻo dẻo, qua tay Nội đều có màu trắng tinh hoặc trắng ngà, mùi thơm nức nở bay khắp làng khắp xóm. Mỗi năm tới Tết Trung Thu là Nội lui cui dưới bếp mần bánh dẻo cho cả nhà cùng ăn. Ngay cả ngày Ta ngày Tết, cái bánh dẻo của nội cũng nở nang, chễm chệ trên bàn thờ làm mờ đi truyền thống của cái bánh chưng vuông vức, cái bánh dày tròn trịa, bánh tét dài sọc, kể cả cái kẹo, cái mứt và trà Thiết Quan Âm. Tóm lại, cả nhà ai cũng thích ăn bánh dẻo hảo hạng của Nội. Riêng con Mót thuộc diện... *Út mót* nên được nhường phần nhiều hơn.

Gọi Út Mót vì nó là đứa con gái duy nhất trong gia đình, sau hàng chục năm trời sanh con đẻ cái, ba má tôi mới... "mót" được con Mót này. Chuyện là vầy:

Ông via bà via tôi sanh tất cả mười ba người con, gồm mười hai trai, môt gái (nếu kể luôn bốn lần hư thai, vị chi 17). Thật ra, khi sanh ra đứa thứ chín, vẫn là con trai, má tôi coi bộ đuối nhưng ba tôi vẫn còn sung. Ông ra sức vỗ về, năn nỉ, ỉ ôi: "Mình ráng sanh cho tui một đứa con gái là xong". Xong tức là thôi, là ba tôi không thèm... dụ má tôi đẻ nữa. Ấy vậy mà đứa thứ mười vẫn là thằng cu. Tới đây thì má tôi rã rời lắm rồi. Bà hụt hơi đâm ra bực. Không đợi ba tôi được quyền đặt tên con cái như chín lần trước, má tôi tự ý gọi nó là thằng Út. Út là chót bẹt, là chấm hết, là tuyệt đối thôi, không thèm đẻ nữa.

Thời gian cứ thế lặng lẽ trôi đi, song cũng nhiều phen thời gian lại ồn ào, náo nhiệt trôi về. Tôi không hiểu, chỉ có ông trời mới hiểu thời gian "trôi đi, trôi về" kia đã âm thầm xúi ông via bà via tôi rù rì rục rịch, xục xà xục xịch tài tình ra làm sao lại tọt ra thêm thằng thứ mười một, gọi là thằng Út Thôi. Mà tưởng thôi là thôi được sao. Rột rà rột rẹt ông bà via lại tẹt ra thêm một thằng cu nữa, lần này họ tỏn tẻn gọi nó là Út Nữa.

Tới mức này thì... hình như ông trời cũng tè trước sự kiên trì, sức dẻo dai, lòng quả cảm chịu đẻ của má tôi. Lúc đó ổng, tức ông trời mới lom khom hé mắt dòm xuống trần ai hóa phép cho con Út ra đời, ngo ngoe khóc cười ba tiếng cho ba má tôi vui. Con Út Mót ra đời theo kiểu "mót" như vậy đó.

Lần này thì cả làng trên lẫn xóm dưới mới nhẹ nhõm thở ra một cái phào. Té ra lâu nay, tuy không nói ra, nhưng bà con chòm xóm vẫn âm thầm theo dõi "cuộc đẻ" vô tiền khoán hậu của đại gia đình ba má tôi, không thua gì người vợ đảm đương của nhà thơ Trần Tế Xương "Vợ quen dạ đẻ cách năm đôi". Rồi ông trưởng làng cùng bà con hoan hỉ mang quà cáp tới góp vui, mừng đại gia đình chúng tôi "mót" được con Út Mót.

Mà hình như trời sanh con Út Mót ra để mang lại niềm vui cho cả nhà nên càng lớn nó càng dễ thương tuy có chút quê quit của dân miền núi. Lạ một cái là chẳng thấy nó... bệnh bao giờ; còn về đường ăn uống thì nó được liệt vào loại "đệ nhất hạm". Nhất là ba cái bánh dẻo Nội mần. Thấy nó thích ăn bánh dẻo, có lần Nội nói chung chung cho cả nhà nghe, đại khái bánh làm từ bột nếp tinh khiết, vừa mềm vừa dẻo vừa thơm, tượng trưng cho sự sống bền bỉ, dẻo dai của một gia đình sum họp, hạnh phúc, đoàn viên.

Thú thực, hồi đó nghe Nội nói tôi chẳng hiểu gì mấy. Tuy nhiên, cái ý gia đình sum họp thì tôi mang máng hiểu. Vì lâu nay quanh buổi cơm chiều, từ bà nội tới ba má, anh em tôi có ai vắng mặt lần nào đâu. Còn cái bánh ngọt lịm cắt nhỏ chui vào lỗ miệng vốn tham ăn của con Mót thơm lên tới tận óc thì tôi hiểu rõ ràng ràng. Tôi cũng hiểu rằng bánh dẻo nó có "phép lạ" dụ được con Mót chăm chỉ học hành mà nó vốn lười biếng chảy thây, chỉ thích đi chơi.

Mỗi lần thấy con Út Mót ngồi trước sân nhà có cây đa to, miệng nhai nhóm nhém miếng bánh dẻo thơm phức là lũ nít nhỏ hàng xóm đồng trang lứa cà rà kề rề bu lại hít hà. Xưa nay thấy con Út Mót hiền... như con gái nên tụi nó hay dụ khị nhe răng cắn miếng cho đã thèm. Có lần, một thằng nhóc ba trợn đã giựt bánh chạy còn xô con nhỏ té nhủi đầu giãy nảy khóc bù non bù nước. Tôi dỗ khan họng suốt cả buổi chiều nó mới chịu nín.

Trong nhà, con Út Mót biết tôi nâng niu, chiều chuộng nó, thường cõng nó đi chơi sau giờ tôi kèm nó học, nhất là hay nhường miếng bánh dẻo cho nó ăn nên suốt ngày nó chỉ biết nhõng nhẽo với tôi.

Rồi thời gian trôi đi, lạnh lùng xòe móng vuốt ra tước bỏnhững gì gọi là yên vui, đầm ấm, hạnh phúc của bàn dân thiên hạ. Luật đời cũng vậy, không để cho bất cứ gia đình hoàn hảo nào mà không có ngày chia cách.

Nội mất vì tuổi già. Ba mất vì tai nạn giao thông. Những lần tôi ở ngoài mặt trận về là những lần tôi như bị sét đánh ngang tai. Nhìn lên bàn thờ khói nhang nghi ngút tôi thấy anh Ba tôi, rồi thằng

Năm, thằng Bảy, thằng Tám lần lượt vì nước hy sinh. Anh Hai làm tỉnh trưởng tỉnh Phú Bổn đèo heo hút gió, mấy khi về thăm nhà. Thằng Sáu, giảng viên đại học Nông Lâm Súc Sài Gòn, chẳng hề thấy mặt nó. Riêng thằng Chín và thằng Út Mười may mắn hơn, sống cùng vợ con ở nước ngoài. Ngôi nhà hạnh phúc ngày xưa đầy nắng và gió, chan hòa những tiếng cười nói ồn ào, vui sống, giờ như gió lọt nhà trống, chỉ còn má và con Út Mót hằng ngày buôn bán trong nhà lồng chợ, chiều mới về.

Tôi nhớ hoài ngày tôi xếp bút nghiêng theo việc kiếm cung, dĩa bánh dẻo của Nội tiễn tôi lên đường, ai cũng bịn rịn, con Út Mót thì khóc mướt. Những lần lao mình trong hòn tên mũi đạn làm gì có mùi bánh dẻo thơm điếc mũi ngoài mùi thuốc súng và mùi tử thi. Tội nghiệp những thằng bạn học thời thơ ấu lớn lên đi vào lính đều lần lượt ngã xuống, mấy miếng bánh dẻo tụi nó dụ tôi để được ăn hồi nhỏ cũng theo nhau… ngã xuống. Riêng tôi, hình như nhờ… bánh dẻo của Nội che chở, đỡ đạn cho tôi sống sót qua cuộc chiến cho tới ngày đất nước ngã xuống. Khi tôi xơ rơ xác rác vác thây về tới quê nhà, tôi bị liệt ngay vào phần tử "có nợ máu với nhân dân", bị bắt đi tù Cộng sản mút chỉ cà tha.

Ấy vậy mà suốt những năm đày ải, lần nào má tôi và con Mót cũng lặn lội đi thăm nuôi tôi, tay xách nách mang lủ khủ đồ ăn không thiếu món gì, kể cả mấy cái bánh dẻo con Mót mần. Má tôi, người phụ nữ miền Trung đôn hậu trông già yếu đến tội nghiệp. Còn con Út Mót, chồng chết sớm lại không con, vì đời đã nhuộm ít nhiều mưa nắng, phong sương.

* * *

Bây giờ ở tuổi về chiều, biết tôi thích ăn bánh dẻo, mùa Trung thu năm nào vợ tôi cũng lui cui mần bánh dẻo cho tôi ăn. Bánh dẻo của vợ tôi không khác gì cái bánh ngày xưa Nội mần truyền cho má, má truyền cho con Mót, toàn nhưn ngọt, ròng một màu trắng như là ngà và hệch hạc mỗi một cái tên "bánh dẻo", vậy thôi. Bà xã tôi gốc người miền Tây, cả đời chân chỉ hạt bột ra làm sao thì hình ảnh lũ bánh dẻo bả mần nó giản dị, mộc mạc ra làm vậy.

Bánh dẻo ngày xưa hoàn toàn khác với ngày nay. Ngày nay nó biến hình biến dạng dưới nhiều chiêu thức và nhiều tên gọi: Bánh dẻo chay, bánh dẻo lạnh, bánh dẻo nhưn cốm, bánh dẻo nhưn thập cẩm, bánh dẻo trung thu, bánh dẻo vành khuyên, bánh dẻo kinh v.v..., thôi thì đủ màu đủ sắc, đủ kiểu đủ cách.

Tôi nay tuy đã già đầu, râu tóc mỗi ngày một bạc phau phau, nhưng trời thương không mắc phải bệnh chi nên tha hồ ăn dọng. Nhất là ba ngày Tết mấy cái bánh dẻo trắng trẻo, mềm mại, thơm tho nằm phơi bụng trên dĩa bằng sứ xúi tôi ăn chóp chép không ngừng. Dòm tôi ăn ngon miệng vợ cười nói "Ăn gì mà miệng không kịp kéo da non".

Sống đời còn gì sướng hơn ăn. Cứ tới Trung Thu, lại kéo thêm ba ngày Tết là vợ tôi mần bánh dẻo cho tôi ăn, tôi dọng, tôi tộng, tôi nuốt một hơi ba, bốn cái bánh dẻo ngon thấy mụ nội mà ớn cũng thấy mụ nội.

Nhưng mà chính cái bánh mang tên dẻo nẹo dân dã kia lại thường có mặt trên bàn thờ gia tiên của vợ chồng tôi. Cái bàn thờ luôn luôn phả hương thơm theo làn khói ẩn hiện hình ảnh gần như phai mờ theo năm tháng của ông bà nội tôi, ba má tôi và mấy anh em tôi. Mỗi lần thắp nhang, tôi hay chăm chú nhìn những người thân yêu của tôi. Nhất là con Út Mót, tôi nhìn thật lâu vào cặp mắt nó, cặp mắt hí rị pha lẫn chút trầm tư của con Mót lúc nào nhìn xuống tôi, cũng thật buồn.

Cầu Ngang

Thập niên 1940, nhà cửa trên phố núi Bản Thuột còn đơn sơ lắm, hầu hết đều nhà tôn vách ván và nhà tranh vách đất nhiều hơn nhà gạch, nhà lầu.

Nhà ba má thằng Na là nhà tôn vách ván gồm ba ngăn, không có trần nhà. Phòng khách, bàn thờ ở ngăn trước, phòng ngủ, nhà bếp ngăn sau, nhà cầu ngăn giữa.

Nhà cầu còn gọi là cầu ngang là nhà kho dùng để chứa đồ đạc, hàng hóa, hàng chạp phô của má thằng Na hằng ngày buôn bán trong nhà lồng chợ. Nhà cầu cũng là nơi thằng Na hay chạy nhảy chơi đùa, mệt thì nằm võng đu đưa rồi ngủ khì. Thích thú nhất là thỉnh thoảng thấy rắn rồng uốn éo trườn trên xà nhà thằng Na tỉnh bơ nằm coi thiệt vui mắt. Nhớ lần đầu thấy rắn bò vô nhà thằng Na nhảy dựng khóc thét, tè cả ra quần. Nội dỗ, nói rắn rồng thích ở trong nhà bắt chuột để ăn, rắn hiền khô, không cắn ai. Thấy rắn riết rồi quen, nó hết sợ.

Hồi đó trên phố núi, quanh nhà ba má thằng Na thiếu gì hang rắn, thường là rắn rồng và rắn trun. Người lớn thích chơi ác, hay un khói quạt vào hang cho rắn ngộp bò ra giết chơi. Đã vậy còn lấy dây bố cột cổ hoặc lấy dây kẽm xiên qua miệng rắn xúi con nít kéo rắn reo hò chạy quanh xóm cho vui.

Rắn rồng thường to bằng cườm tay, dài cả thước, lưng màu xám nâu, có hai viền đen chạy từ cổ xuống gần đuôi. Rắn rồng hiền khô, không độc, nhưng ở ngoài đồng thì rắn rồng biến tính thành rắn hổ ngựa, thấy người là phóng như ngựa rượt theo cắn chết ai nấy chịu.

Hồi đó, thiệt tình có thấy nhà nào biết ăn rắn, ngoài gà vịt, heo bò hoặc thịt rừng do ba thằng Na đi săn về chia cho bà con chòm xóm hỉ hả ăn lấy thảo.

Như đã nói nhà cầu hồi nhỏ thằng Na hay ngủ trưa trên võng sau này nó mới biết ý nghĩa nhà cầu là nhịp cầu nối liền nhà trước và nhà sau, còn gọi là ngăn cầu ngang. Có điều không hiểu sao nó lại trùng tên với nhà cầu ở phía sau hè, còn gọi nhà xí hay cầu tiêu ruồi nhặng bay vù vù. Thanh tao hơn và văn minh hơn thì gọi là nhà vệ sinh, WC, Toilet, Restroom, Washroom…

Nhà cầu, tức cầu xí thường nhỏ xíu, vuông vức nhưng khá cao, lợp bằng tôn, gỗ hoặc mái tranh vách đất. Mắc tiêu mắc tiểu ta cứ chui vô nhà cầu khép cửa lại ngồi chồm hỗm trên hai miếng ván hoặc hai cục gạch, bịt mũi, nín thở mà tống xú uế qua lỗ cầu lọt xuống hầm sâu, là giang sơn của dòi bọ trắng hếu, lúc nha lúc nhúch hàng tỷ tỷ con.

Thập niên 1940, nhà ba má thằng Na cùng dãy nhà mặt tiền nằm trên đường Tôn Thất Thuyết. Dãy nhà trên đường này nối với dãy nhà đường Quang Trung, Nguyễn Thái Học và Ama Trang Long, tạo thành một vùng đất vuông chứa hàng ngàn, hàng vạn căn nhà.

Cuộc sống dân tình phố núi tọa lạc trên mảnh đất trăm dặm vuông kể trên vốn hiền hòa, nhà yên cửa ấm. Vậy mà

– thằng Na còn nhớ - năm 1959, bà hỏa hứng chí ghé thăm dẫn lửa theo đốt sạch sành sanh nhà cửa từ nửa đêm đến tờ mờ sáng không chừa bất cứ căn nào. Mà ngộ nghe. Hễ cháy nhà hay cháy rừng là gió hùa theo nổi lên ào ào giúp bà hỏa hả hê đốt nhà, đốt rừng. Gió lửa ác liệt. Người lớn, hoặc cùng thế hệ với thằng Na, chắc còn nhớ trận cháy nhà lịch sử này, một trong những biến cố kinh hoàng nhất của thị trấn Bản Thuột.

Cho tới ngày vào lính thằng Na ngày xưa vẫn không sao quên được ngày mình đứng ngơ ngác trước đám cháy mà tiếc hùi hụi căn nhà xưa, nhất là ngăn cầu ngang Na thường hay chơi đùa, ngủ trưa trên võng. Và Na cũng không quên cái nhà cầu nhỏ xíu ở sau hè nhà.

Với anh chàng Na, nhà cầu của thập niên 1940 tức nhà xí là một "kỳ quan" tuyệt vời nhất thế giới. Nó vô cùng xấu xí và hôi hám, nhưng không bao giờ biết giận hờn hay phiền hà gì ai, ngược lại nó luôn luôn… ra ơn giúp loài người giải quyết chuyện tiêu tiểu một cách dễ dàng, thoải mái.

Đồng Văn

Mấy năm trước, tình cờ đọc bài viết Cầu Ngang của tác giả Đồng Văn đăng trong facebook của một người bạn ở Pháp, Quách Thuận ngạc nhiên và thích thú. Hỏi thì bạn nói "lượm trên net". Quách Thuận biết Đồng Văn tên thật là Đồng Văn Na từ hồi học trung học đệ nhất cấp, nhà đối diện với vũ trường Màu Hồng của Cô Ba Rô-Nét trên đường Tôn Thất Thuyết, cạnh nhà chú thím của Quách Thuận. Na trạc tuổi Thuận, bổn tánh hiền lành, ít nói, rụt rè như con gái miền cao. Vậy mà khi lên trung học, Đồng Văn Na sớm bộc lộ khiếu văn chương trên bích báo nhà trường ký bút hiệu Đồng Văn, với giọng văn gãy gọn, cách hành văn mạch lạc, rõ ràng gây nhiều chú ý của thầy cô và bạn học.

Năm 1959, tất cả nhà cửa, tiệm buôn, quán xá tọa lạc trên một vùng đất vuông trong thị xã hoàn toàn bị bà hỏa thiêu rụi, dĩ nhiên, gia đình Na và chú của Thuận thuộc trong số nạn nhân của hỏa hoạn. Khi trở lại trường Quách Thuận mới biết Đồng Văn Na theo gia đình dọn về miền Tây sinh sống.

Thời gian cứ thế trôi đi. Khi Quách Thuận đậu tú tài toàn phần thì chiến cuộc giữa hai miền Nam Bắc ngày càng leo thang. Thay vì thi vô Đại học, Thuận tình nguyện lên đường nhập ngũ tòng chinh. Mãn khóa trường Bộ Binh Thủ Đức về phục vụ Tiểu Đoàn 4 Thủy Quân Lục Chiến đóng ở Vũng Tàu bất ngờ chuẩn úy Quách Thuận gặp lại người bạn cũ Đồng Văn Na. Thì ra Na đã có mặt ở binh chủng này trước chuẩn úy Thuận trên ba năm. Hạ sĩ Đồng Văn Na nổi tiếng gan lì trong tổ Viễn Thám của Tiểu Đoàn, từng vào sinh ra tử trong những cuộc hành quân ở rừng Sác , rừng U Minh và dọc theo biên giới miền Tây. Một Đồng Văn Na dạn dày sương gió trong bộ đồ rằn ri hoàn toàn khác biệt với thư sinh Đồng Văn Na của những ngày xa xưa trên phố núi.

Chuẩn úy Quách Thuận vẫn nhớ hoài mặt trận Bình Giã. Trận Bình Giã là trận đánh xảy ra giữa Quân lực Việt Nam Cộng Hòa và quân Cộng Sản Bắc Việt vào cuối tháng 12 năm 1964 trong Chiến tranh Việt Nam tại làng Bình Giã, tỉnh Phước Tuy. Bình Giã tọa lạc hai bên trục lộ trải đá nối liền giữa hai tỉnh Bà-Rịa và Long Khánh.

Cuối tháng 12/1964, Tiểu Đoàn 4 Kình Ngư thuộc Lữ Đoàn Thủy Quân Lục Chiến được lệnh đưa quân vào đồn điền cao su Quảng Giao để tìm chiếc trực thăng của Mỹ bị bắn hạ cách Bình Giã thuộc Tiểu khu Phước Tuy khoảng 4km. Đúng lúc đó, Tiểu Đoàn 4 bị lọt vào ổ phục kích của địch thuộc Trung đoàn 27. Địch quân bao vây bốn phía, chúng dùng chiến thuật biển người tấn công dữ dội. Mặc dù Tiểu đoàn 4 Thủy Quân Lục Chiến chống trả quyết liệt và chặn đứng nhiều đợt xung phong, song đây là một ngày đen tối, Tiểu Đoàn chịu thiệt hại nặng gây nhiều thương vong. Lúc Tiểu đoàn trưởng và Tiểu đoàn phó bị tử thương, Trung úy Toản, Trung đội trưởng nắm quyền chỉ huy điều động Tiểu đoàn cố thủ trên ngọn đồi cao su Quảng Giao. Trận đánh vẫn diễn ra khốc liệt cho đến khi trung úy Toàn bị thương, đã cùng chuẩn úy Quách Thuận và các quân nhân còn sống sót của Đại đội 1 và 3 mở đường máu xông phá vòng vây chạy thoát về tới Bình Giã.

Trận này Tiểu đoàn 4 Kình Ngư gồm 112 quân nhân kể cả 22 sĩ quan của Tiểu đoàn đã tử trận, 71 bị thương, một số cố vấn Mỹ bị bắt làm tù binh.

Trận Bình Giã cũng là nơ hạ sĩ Thủy Quân Lục Chiến Đồng Văn Na giã từ vũ khí, vĩnh viễn nằm xuống giữa rừng cao su Quảng Giao, tỉnh Phước Tuy, cách Sài Gòn 67km.

Năm ngoái, từ Canada tôi về nước tình cờ gặp Quách Thuận, người bạn học cũ, trước cửa phi trường Phụng Dực, Banmêthuột. Tuy cách xa nhau đã nhiều năm, gặp lại Quách Thuận tôi nhận ran gay vì bên má trái của Thuận có một cái bớt son tròn như trứng gà. Tôi không biết Quách Thuận đón ai, nhưng gặp tôi Thuận cũng ngớ ra, chỉ vào tôi Thuận nhanh nhẩu: "Tư phải không?"

Quách Thuận và tôi là bạn học thời thơ ấu, nay về chiếu nhưng trông bạn vẫn còn khá nhanh nhẹn. Chiều hôm sau hẹn gặp nhau ở quán cà phê Bâng Khuâng, Thuận hỏi tôi chuyện du học xong bạn kể về cuộc đời mình từng trải qua trong chiến tranh.

Khi Quách Thuận cho biết "Hạ sĩ Na chết rồi" tôi lớ ngớ buột miệng hỏi Na nào. Thuận nhìn tôi khẽ lắc sống sót sau những trận đánh như thế nào, nhất là trận đánh ác liệt giữa đồn điền cao su Quảng Giao năm 1964, nơi hạ sĩ Đồng

Văn Na hy sinh.

Thuận, Na và tôi là bạn học từ tiểu học. Khi lên trung học tôi xuất ngoại du học từ đó bạn bè không còn gặp nhau, ngót bảy mươi năm rồi.

Trở lại Canada, nhớ lại những gì Quách Thuận kể tôi viết thành truyện ngắn Đồng Văn. Cốt truyện này, tôi muốn đề tang người lính cảm tử Đồng Văn Na, bạn tôi, cũng để tiếc nhớ Quách Thuận, không chết trận mà nghe nói chết vì bị rắn độc cắn ở quê bạn, làng Mường cổ Hòa Bình.

Vạn vật trong bể dâu không bao giờ ngừng biến đổi. Đời người cũng vậy, luôn ẩn chứa những điều bất ngờ mà không ai có thể lường trước được. Nhà Phật có câu "Sinh, lão, bệnh, tử", nhưng có rất nhiều bào thai chưa kịp sinh ra đã chết trong bụng mẹ, cũng có rất nhiều người mất trước tuổi già hoặc không đợi bệnh. Đời người thường xuyên giáp mặt với cái chết nên có người bi quan cho rằng làm người đã là điều bất hạnh.

Uy Viễn tướng công Nguyễn Công Trứ nói thật hay:

Kiếp sau xin chớ làm người
Làm cây thông đứng giữa trời mà reo.

Cú Đá Trời Sập

Hồi nhỏ ông Phan Văn Tôi đã sớm xa nhà thì em của ông, thằng Lộc, mới chừng 3, 4 tuổi. Tưởng mình đi rồi về ai dè một đi không trở lại. Tới khi hai anh em gặp lại nhau nơi xứ người thì thằng Lộc đã có gia đình con cái đùm đề. Điều ngạc nhiên là nó cũng võ nghệ dàn trời như ông thời trai tráng. Có điều so với nó thì hồi xưa ông chỉ là võ sĩ hạng ruồi muỗi; còn thằng Lộc, thằng Phan Văn Lộc với cú đá thôi, cũng đủ liệt nó vào hạng cao thủ.

Khi biết hồi xưa ông anh mình lẹt quẹt ba ngón võ ruồi võ muỗi, thằng Lộc cười cười chìa ra tấm hình kèm theo cái video clip biểu diễn cú đá thần sầu quỷ khóc (quỷ khốc thần hào) của nó. Phải nói cú đá ác liệt của thằng Phan Văn Lộc, không riêng gì cột gẫy, tường xiêu, mà lỡ nó có đá trúng... Trời thì Trời cũng sập.

Thằng Lộc làm cho ông Tôi nhớ lại ba bốn chục năm trước, cái thời dụng võ của Phan Văn Tôi, tên cha sanh mẹ đẻ đặt cho ông.

Hồi đó, dưới thời Pháp thuộc, Phan Văn Tôi đã có nghề. Hỏi nghề gì? Tôi thưa, nghề văn và nghề võ. Nghề văn thì chẳng ăn nhậu gì ở đây, ngoài võ nghệ.

Chuyện như vầy:

Võ sư Mười Đẹt, bà con bên ngoại của Phan Văn Tôi, một ông thầy võ Bình Định lang thang vô Nam thấy Tôi có căn cơ con nhà võ bèn lôi cổ ra dạy công phu quyền cước. Hồi đó Tôi thấy người ta võ nghệ trùm thiên hạ; còn võ như Tôi học cho có. Ngặt một nỗi tiếng tăm võ sư Mười Đẹt nổi như cồn nên môn đồ Phan Văn Tôi bị vạ lây. Vạ đây là cái vạ trời ơi đất hỡi. Nghĩa là bị võ sinh các lò võ từ Sài Gòn, Chợ Lớn lan ra tới Phan Thiết, Quy Nhơn, Bình Định đều ra chiếu thư khiêu chiến. (Sau này mới biết sư phụ Mười Đẹt chơi khăm lập kế khích tướng võ lâm quần hào thách đấu với môn đồ của ông).

Không biết Phan Văn Tôi sinh ra để thành võ sĩ tay ngang hay chàng họ Phan gặp hên đánh đâu thắng đó. Thật ra chàng võ sĩ bá vơ này chỉ thắng mười một trận, thủ huề một trận, còn thua thì cho tới ngày nay đầu bạc, răng long, mắt mờ, thân mỏi, võ sĩ họ Phan về già vẫn cứ nhớ hoài, nhớ mãi, nhớ đời.

Một buổi trưa hè, chàng thanh niên lực lưỡng Phan Văn Tôi đang loay hoay sửa tấm vách ván nhà bị đối thủ đá sập trong một trận thách đấu thì một cô gái lạ mặt xuất hiện ngoài cổng, cao tiếng: "Ông Tôi! Ông Tôi có nhà không?". Nghe giọng lảnh lót, lấc xấc mà nẫu nẹt, Tôi đoán là người ngoài Trung vô. Lúc này võ sư Mười Đẹt đã trở về Bình Định.

Ngạc nhiên Tôi ra mở cổng thì thấy một cô gái đôi mươi, xinh xắn trong chiếc áo dài lụa trắng chìa cho Tôi một phong bì rồi chẳng nói chẳng rằng quay lưng bỏ đi ngay. Cầm bì thư mà chàng Phan cứ ngẩn ngơ ra mặt. Đời Tôi chưa từng thấy con nhà võ nào xinh đẹp mà phong độ đến vậy. Trên gương mặt trái xoan sáng như trăng rằm, vắt ngang cặp chân mày rậm rịt, mi thanh phủ xuống đôi mắt đen lay láy, to, dài, đầy tự tin và sáng đến lạnh người.

Vô nhà mở thư ra đúng như Tôi đoán, lại là thư thách đấu. Tuy nhiên, từ ngày dụng võ, võ sĩ Phan Văn Tôi chưa từng đấu với bất cứ nữ đối thủ nào. Xưa nay chàng họ Phan không có lệ thượng cẳng tay hạ cẳng chưn với đờn bà, con gái. Đây là lần đầu tiên trong đời Phan Văn Tôi bị phái yếu khiêu chiến đã tỏ ra lúng túng, tiến thoái lưỡng nan. Tiến thì không biết phải vận dụng bao nhiêu thành công lực để ăn thua; còn thoái thì suốt đời sẽ bị thiên hạ cười chê, mang tiếng hèn nhát.

Cuối cùng, Phan Văn Tôi quyết định tới điểm hẹn đúng ngày giờ với lá thư thách đấu để trong túi. Năm giờ sáng, trời còn mờ hơi sương, Tôi lặng lẽ dắt xe đạp ra khỏi cổng, đạp từ từ hướng về huyện Bình Chánh ở ven đô. Đã lâu rồi Tôi mới có dịp trở về miền xuôi thở hít không khí trong lành khiến chàng võ sĩ cảm thấy phấn chấn tinh thần.

Tôi đạp xe dọc theo sông Chợ Đệm tới chỗ có hai ngã rẽ một xuôi về kinh Đôi, một tới cầu kinh A. Dừng xe đạp trên đầu cầu kinh A, theo trong thư chỉ dẫn, Tôi nhìn về phía trái thấy xa xa giữa cánh đồng lau sậy có một cây bần đơn độc nhô lên. Đó là điểm hẹn của nữ đối thủ. Đảo mắt nhìn quanh, Tôi nhíu mày thầm nghĩ có lẽ cô gái vô Nam sống ở vùng quê này đã lâu nên cô mới biết rõ địa hình địa vật ở đây. Khẽ lắc đầu, Tôi nhắm ngọn cây bần men theo lối mòn đi lần tới mà lòng không vui cũng không buồn, không lo lắng cũng chẳng toan tính gì. Băng qua vùng đất thấp, Tôi vừa tới điểm hẹn thì trời lất phất mưa.

Đảo mắt nhìn quanh họ Phan chợt cười thầm. Nữ đối thủ của Tôi quả là khéo chọn địa điểm lý tưởng nằm khuất giữa đầm cỏ lau trắng phếu, có la hét, cầu cứu cách mấy cũng không ai lai vãng mà nghe. Đặc biệt, bông bần trắng đầu hè điểm sắc tím đỏ rưng rưng trên ngọn cây vô tình trở thành "nhân chứng thầm lặng" cho trận quyết đấu.

Trong tiếng mưa rơi rả rích, sau gốc bần già một cô gái lặng lẽ bước ra. Đó là nữ đối thủ của chàng võ sĩ họ Phan.

Lần này cô mặc nguyên bộ đồ võ màu đen, tóc chít khăn nhiễu lam, lưng thắt đai trắng viền đỏ của võ phái Bình Định. Lặng nhìn đối thủ, Tôi nhận thấy ngoài vẻ đẹp thần tiên, tuy phong thái khoan hòa song lộ rõ thần uy, vẻ chững chạc chính tông con nhà võ.

Đang ngẩn ngơ trước vẻ đẹp thoát trần của cô gái lạ mặt, Tôi chợt giựt mình khi nghe cô cất tiếng trong trẻo, ấm mà chắc nịch:

- Chào ông Tôi.

Tôi ấp úng:

- Chào cô.

- Cám ơn ông đã không lỡ hẹn.

- Dà. Không có gì.

Rõ ràng cô gái không muốn nhiều lời, Tôi vừa dứt tiếng cô lạnh lùng tiến tới một cách thận trọng. Có lẽ nữ đối thủ biết Tôi cũng không phải tay vừa nên cô không tỏ ra hấp tấp. Hơn nữa cả hai đều xuất thân cùng môn phái võ thuật Bình Định nên chẳng lạ gì nhau. Tuy nhiên, khi tôi ra đòn thì cô gái hóa giải dễ dàng. Ngược lại Tôi không cản được những chiêu thức linh hoạt, thần tốc của đối thủ nên Tôi thường phải hứng chịu những đòn thế gây sây sát và loạng choạng mấy phen.

Nhận thấy dùng quyền cước Bình Định trước một võ sĩ Bình Định không mang lại kết quả nên Tôi chuyển qua quyền thái Muay Thái, là môn võ thuật cổ truyền của Thái Lan. Muay Thái tập trung tấn công bằng những cú đá, cùi chỏ, lên gối, nắm đấm nên bộ giò luôn xoay chuyển.

Nhận thấy từ lúc xáp trận, cô gái thường né tránh không cho địch thủ áp sát nên lần này Tôi tìm cách sát cận. Vừa di chuyển vòng tròn Tôi vừa thu hẹp khoảng cách. Khi cách cô gái vừa tầm, Tôi bất thần xoay mình 360 độ đánh tạt ngang vào bả vai nhưng không ngờ lại đánh trúng ngực

khiến cô gái loạng choạng lùi lại. Bàn tay không hề cố ý của Phan Văn Tôi vừa chạm phải một vật vừa mềm vừa phập phồng săn chắc khiến Tôi hốt hoảng nhảy dựng lên, thoái bộ năm bước liền.

Nhìn xuống ngực thấy một vết nham nhở vấy bẩn trên áo, sắc mặt cô gái đỏ bừng. Trợn mắt nhìn Tôi, cô khẽ rít lên: "Ông dám…" Nói đoạn cô thủ bộ, vận sức vào tay, không chần chừ, thân hình linh hoạt chớp một cái đã vọt lên, lao tới. Khi cách đối phương khoảng hơn một thước, từ trên không, cô dùng thế liên hoàn cước xoay mình đá thốc vào ngực Tôi, cùng lúc tạt thêm một cú vào mặt như trời giáng. Bị trúng một lúc hai đòn hiểm Tôi hự lên một tiếng, sặc máu mũi, ôm mặt lảo đảo té ngửa trên mặt đất bùn. Không đợi địch thủ kịp đứng lên, cô gái sấn tới, dận đầu gối vào bọng đái, cùi chỏ chấn ngang cổ họng địch thủ, móng vuốt giơ cao sẵn sàng chụp xuống mặt nếu Tôi vùng vẫy chống cự.

Nằm thúc thủ dưới đầu gối của cặp đùi săn chắc mà thon dài, Phan Văn Tôi muốn nghẹt thở, song chàng võ sĩ họ Phan vừa đưa mắt nhìn lên đã thất thần trước đôi mắt vời vợi trùng dương từ một sinh thể thiên thần phả xuống khiến Tôi đờ đẫn hết đường cựa quậy.

Kể như địch thủ bị đo ván, nữ võ sĩ Bình Định chớp mắt, lặng lẽ đứng lên phủi áo xoay lưng rời khỏi đấu trường. Nhưng đi chưa được chục bước cô nghe sau lưng mình có tiếng tằng hắng. Ngó lại thì thấy võ sĩ Tôi, mặt mày méo xệch nhưng vẫn đứng ở thế thủ, sẵn sàng tiếp chiến.

Lúc đó, không khí bỗng trở nên yên lặng kỳ lạ. Yên lặng đến nghe cả tiếng thở nặng nề của hai đối thủ và cả tiếng gió thoảng qua. Nghĩ lại ban đầu Tôi có ý nhân nhượng trước đối thủ thuộc phái yếu, nhưng sau những lần thất thế trước uy dũng của đối phương buộc Tôi thay đổi chiến thuật. Nghệ thuật của chiến thuật là ép đối thủ đánh theo ý của mình.

Tuy nhiên, võ sĩ Tôi gặp phải một địch thủ quá lợi hại, dầy dạn chiến đấu, thừa khôn ngoan nên khi tới vừa tầm, Tôi đá tạt ngang đã để hở phần dưới. Chỉ chờ có thế, cô gái ngồi thụp xuống, nhanh nhẹn thọc một cú đấm vào hạ bộ địch thủ. Bị đấm trúng ngay chỗ hiểm Tôi thấy mắt nổ đom đóm, u ớ rên lên, hai tay bụm hạ bộ đau đớn ngã vật xuống đất oằn oại một lúc rồi nhắm nghiền mắt, nằm bất động.

Không biết nằm co quắp dưới đất bao lâu, nhưng khi võ sĩ Phan Văn Tôi tỉnh dậy thì mưa đã tạnh và thấy lờ mờ hình bóng cô gái khoác chiếc áo măng-tô (manteau) trắng chấm gót, đứng cách đó không xa. Thì ra trong lúc võ sĩ Tôi nằm bất động trên cỏ, lòng nhân của cô không nỡ bỏ đi vì lỡ địch thủ có mệnh hệ gì cô sẽ ân hận cả đời. Chờ Tôi chống tay ngồi dậy, cô mới yên tâm quay lưng bỏ đi ngay.

Thời gian vẫn thản nhiên trôi như nước qua cầu. Mái đầu xanh của võ sĩ Phan Văn Tôi nay đã ngả màu, chòm râu đen cũng luốm nhuốm bạc. Thân hình vạm vỡ, bắp thịt săn chắc, gân guốc cuồn cuộn ngày nào nay đã rùn xuống, mềm đi, lụi dần theo tuế nguyệt. Coi lại cái video clip với cú đá trời sập của thằng em, thằng Phan Văn Lộc, ông Tôi lại khẽ thở dài.

Nhướng cặp mắt lờ mờ nhìn sắc thu vàng hoe ngoài cửa sổ, ông Phan Văn Tôi lại nhớ quê nhà xa cách đã hơn nửa đời người. Rồi ông lại nhớ sư phụ Mười Đẹt, nhớ những trận đấu võ năm xưa, nhớ nữ đối thủ thiên thần, không những đã đánh bại ông bằng võ nghệ mà còn bằng cả đôi mắt thăm thẳm màu xanh núi, biêng biếc màu trùng dương. Cứ mỗi lần nhớ ông lại thấm thía mấy câu ca dao đến nao lòng:

Bần gie, bần ngã, bần quỳ
Cảm thương thân phận chia ly thêm buồn
Bần gie đóm đậu tối hù
Thương nhau đừng để oán thù cho nhau.

Thách Đấu

Năm 1960, giữa niên khóa lớp đệ nhị trường trung học Pleiku tôi bắt đầu học võ Bình Định. Tôi không học trường lớp võ nghệ nào ngoài ông thầy võ bất đắc dĩ của tôi là anh Bốn. Vậy thôi. Mà cũng tại cái giọng Bình Định nghe "nẫu nẹt" lạ tai nên người ta gọi anh là Bốn Nẫu. Anh là lính trơn, từ tiểu khu Bình Định chuyển về phố bụi Pleiku ở trọ cạnh nhà cô Tư tôi trên đường Tăng Bạt Hổ thuộc khu chợ mới.

Hằng ngày Bốn Nẫu thấy tôi hay tập tạ có vẻ có "căn cơ con nhà võ" nên chiều chiều ở đơn vị về anh hay lôi tôi ra sau hè dạy võ. Nẫu nẹt vậy nhưng võ nghệ rất cao cường và là đệ tử của Lưu Linh, cái thùng rượu không đáy.

Lúc đầu tôi tưởng học võ cho vui, cho thân thể khoẻ mạnh, tâm hồn thơ thới chớ không nghĩ đến gì khác. Nhưng càng học tôi càng phấn chấn vì thấy rõ nét ưu việt của loại võ cổ truyền Bình Định này. Biết tôi có chí cầu tiến, Bốn Nẫu ra sức truyền thụ các thế võ đi liền với khẩu quyết. Sau gần một năm thấy tôi chăm chỉ luyện sức, luyện công, làu thông các bài thiệu, Bốn Nẫu hài lòng ra mặt. Để giúp tôi quen với quyền cước, rút kinh nghiệm khi lâm trận, hai thầy trò thường xuyên tỉ thí không nhân nhượng. Mỗi lần thấy tôi nhanh nhẹn tránh đòn hoặc hóa giải những chiêu thức phức tạp Bốn Nẫu luôn buột miệng khen, "Thân pháp nhanh nhẹn, bình tĩnh ứng phó mọi tình huống là thế thượng phong trước đối thủ", anh nói vậy. Có lần tôi tò mò hỏi Bốn Nẫu về vũ khí Bình Định, anh lắc đầu giải thích: "Đây không phải là trường lớp nên roi, côn, kiếm không nhất thiết dụng tới, nhất là các loại độc khí, ám khí là món gia bảo chỉ đươc lưu truyền trong nội tộc mà không được quyền truyền bá ra bên ngoài".

Ở Pleiku vào thời kỳ này, thỉnh thoảng các võ sư vẫn âm thầm tổ chức có giới hạn các buổi thi đấu giao hữu giữa những lò võ cho các đệ tử của mình. Tôi là một võ sinh coi như mới nhập môn liệt vào thành phần "trừ bị" nên chỉ được ngồi coi để rút kinh nghiệm thượng đài sau này.

Một hôm, sau khi ôn lại bốn thế võ căn bản: cường thân, tự vệ, tỉ thí và chiến đấu, đột nhiên Bốn Nẫu vỗ vai tôi vừa cười vừa nói có người thách đấu, tháng tới sẽ dắt tôi xuống chợ cũ so tài. Đây là lần đầu tiên tôi "thượng đài" nên Bốn Nẫu bắt tôi ra sức luyện tập ngày đêm bất kể nắng mưa.

Địa điểm đấu võ là một căn nhà nhỏ nằm sâu trong một con hẻm khúc khuỷu, quanh co, chằng chịt, tum húm ở cuối xóm lao động. Căn nhà lợp tranh, vách ván ọp ẹp như cái kho. Ánh đèn dầu leo lét vừa đủ hắt ra chung quanh, tỏa xuống nền đất một thứ ánh sáng tù mù, im ỉm, trông thật buồn thảm. Giường chõng, bàn ghế trước đó đã dồn hết vô một góc bếp nhường chỗ cho nền đất thâm đen tương đối phẳng làm sàn đấu. Anh Bốn kéo tôi tới chào chú Mười Đẹt, chủ nhân căn nhà, bạn đồng môn ngày xưa với anh rồi giới thiệu Công Chột, học trò đắc ý của chú Mười, đối thủ của tôi.

Tôi hơi ngạc nhiên: đó là một thanh niên trạc tuổi tôi, hơi thấp, trông nặng nề, cục mịch. Từ lúc thầy trò tôi bước chân vô nhà anh ta chỉ khẽ cúi đầu chào thầy Bốn mà chẳng thèm liếc mắt dòm tôi một cái. Lạnh lùng, ù lì, ụt lịt, im ỉm như tượng. Đặc biệt anh ta chột mắt trái nên có hỗn danh Công Chột. Anh Bốn cho biết Công Chột nổi tiếng về đòn "hầu quyền", cảnh giác tôi nên đề phòng.

Để hâm nóng trận đấu, thầy võ Mười Đẹt mời Bốn Nẫu ra sân trao đổi những đường quyền Bình Định trông thật uyển chuyển, đẹp mắt mà chắc nịch. Ở cái tuổi mấp mé "nghi bất hoặc", cả hai bậc võ sư lúc ra chiêu tuy mềm mại nhưng hết sức linh hoạt, xoay chuyển một cách biến ảo, mau lẹ và mãnh liệt như hổ báo. Ánh mắt của họ sáng quắc như xuyên thấu tâm can đối thủ. Những đòn Tảo địa cước, Ngọa hổ phục lâm, Ngọc trản quyền, Lão mai quyền, Hùng kê quyền... được đôi bên thi triển triệt để.

Võ sư Mười Đẹt tên thật Võ Đợt vốn hấp thụ võ gia truyền nên từ nhỏ đã sớm vang danh. Học hành ba chữ cho có, chí cốt Đợt chỉ thích học võ, đánh côn, đi quyền. Võ Đợt giỏi nhất là môn múa roi, trong đó có lần anh được dân làng biểu dương vì dùng roi đánh tan tác tám tên cướp biển dưới thời Đệ Nhất Cộng Hòa. Võ Đợt là con thứ mười trong gia đình, khổ người lẹt đẹt nên - thay vì gọi là Đợt - người nhà gọi trại ra thành "Đẹt" riết rồi chết danh Mười Đẹt. Tuy nhỏ con, người đen thùi đen thũi, nhưng nhờ tập tạ và thường xuyên luyện võ nên bắp thịt trên thân hình Võ Đợt nổi lên cuồn cuộn.

Bốn Nẫu, ngược lại, cao lớn dềnh dàng, tay dài như vượn, tóc tai bù xù, da thịt rắn chắc như gỗ lim. Thuở nhỏ, sống với cha mẹ ở Hoài Ân, Bốn đã nổi tiếng nghịch ngợm, phá phách. Lại thích kết bè kết đảng với bọn chơi bời, lêu lỏng, sớm bỏ nhà đi hoang. Không biết học võ hồi nào mà một lần thượng đài gặp Mười Đẹt, kẻ tám cân, người nửa lạng, không ai thắng ai. Từ đó họ nảy sinh tình bạn, giang hồ tứ chiến, cuối cùng lại gặp nhau ở phố bụi Pleiku.

Sau khi hai võ sư lui về an vị trên ghế đẩu, Công Chột và tôi ra sân. Sau vài hiệp giao hữu để dò xét thực lực đối phương, chúng tôi trở nên dè dặt từng bước chân, chéo qua, rụt lại, ập tới ăn miếng trả miếng. Ngay từ lúc nhập trận Công Chột đã tỏ ra nôn nóng muốn sớm kết thúc trận đấu nên anh ta ra đòn rất hiểm, liên tục tung những đòn tầm thấp chí mạng. Những cú đấm, cú móc, cú vồ, cú quét là những đòn ác liệt của Công Chột buộc tôi phải áp dụng thân pháp nhanh lẹ và biến hóa để tránh né. Nhưng Công Chột là một địch thủ đáng gườm có lúc lừa miếng đã thúc vào ngực, quét vào lưng tôi mấy cái đau điếng. Có điều khi tấn công, đối thủ thường để hở sườn hở bụng; lợi dụng cơ hội này tôi chớp nhoáng thọc mạnh vào bụng trả miếng khiến Công Chột loạng choạng thối lui. Lúc ra sân anh ta có vẻ khinh địch nhưng dấn dứ hoài vẫn không tạo được thượng phong, ngược lại lắm lúc bị tôi phản đòn Công Chột đâm ra nổi quạu.

Cuối cùng - như Bốn Nẫu từng cảnh giác - vừa thấy đối thủ của tôi bắt đầu dùng độc chiêu tối hậu, tôi vội lùi lại hai bước, đảo mắt tìm điểm tựa rồi nhanh nhẹn lắc mình ra đòn thủ thế. Lúc đó trước mắt tôi, vóc dáng, tướng mạo Công Chột đột nhiên hiện lên hình thù của một tên trùm phỉ hiếu chiến, dầy dạn chiến trận. Cái gương mặt gẫy gập ở sóng mũi như cố tình đẩy chiếc cằm bạnh ra hẳn phía trước, phần còn lại của gương mặt đều lọt thõm vào đám râu tóc rậm rịt, bù xù, trông bậm trợn như một thứ hung thần bạo liệt.

Nhứ một đòn hư chiêu buộc tôi phải thối lui xuống tấn thủ thế, Công Chột vội chấm chân xuống đất bật nhảy lùi ba bước liền gần sát vách. Đứng thẳng người anh ta hít vào một hơi thật sâu, cổ bành ra, đầu ngẩng cao, mắt trợn trừng quan sát đối thủ trong một thoáng xong khòm người xuống như con hầu tinh, hai bàn tay sàng qua sàng lại vỗ bành bạch trên nền đất tới lần thứ tư anh ta mới đứng bật dậy. Bằng tất cả sức mạnh mãnh thú cực kỳ hung hãn, Công Chột gầm lên một tiếng, hầm hập lao tới như cơn cuồng phong quyết tâm hạ độc thủ,

"Rầm!" Toàn thân tôi dội ngược vào vách nhà, nghe thật nặng. Dù đau điếng vì cú húc trời giáng tôi vẫn nhanh nhẹn áp sát vách nhà gượng người bước tới xuống tấn, hai tay cung lại thủ thế nghe tim đập loạn. Trong khi đó Công Chột bị cú phản đòn của tôi giơ cao giò đá thẳng vào mặt "bốp" một tiếng nổ đóm đóm khiến anh ta xiểng niểng mất quân bình ngã huych xuống nền đất, nhưng nhanh như cắt khỉ độc đã đứng phắt dậy, lảo đảo dựt lùi vào góc nhà, tay bưng mặt, gườm gườm nhìn tôi, đứng thở dốc.

Sau trận đấu sanh tử lửa kẻ nửa cân người tám lạng tôi không còn có dịp trở lại căn nhà kho đó lần nào. Bốn Nẫu cho biết thầy trò Mười Đẹt đã qui hồi cố hương Bình Định, nghe đâu họ mở trường dạy võ ở các huyện Phù Cát, An Lão, Hoài Nhơn đào tạo nhiều võ sinh đạt được nhiều thành tích đáng kể.

Phần tôi vừa xong tú tài toàn phần tôi cũng rời Pleiku về Sài Gòn ghi danh vào trường Đại học Khoa Học. Từ đó thầy trò chúng tôi không còn gặp lại nhau. Nghe nói về sau Bốn Nẫu theo đơn vị ra vùng tác chiến biệt tăm biệt tích.

Vô Ảnh Cước

Hồi trẻ sôi nổi bao nhiêu về già Võ Đề trầm lặng bấy nhiêu. Đầu tháng Giêng năm nay ông bước vào tuổi bảy mươi hai. Râu tóc tuy đã bạc phơ, nhưng sức vóc vẫn còn tráng kiện, vẫn phong độ qua mỗi đường quyền, nhất là ngón cước pháp.

Khi râu bắp sau vườn nhà Võ Đề trổ màu vàng hung ông đều hái... bằng chân. Võ Đề chỉ dùng tay bẻ bắp khi cây bắp bị ông đá gập đầu xuống đất. Cây bắp thường cao từ 2.50m tới 3m, mỗi lần ra vườn hái trái ông đều dùng đầu ngón chân cái đá thóc vào gốc bắp, hoặc - cũng bằng đầu ngón chân cái, - ông đá tạt ngang vào giữa thân cây. Đó là chiêu "Vô Ảnh Cước" lợi hại nhất của Võ Đề, nổi danh một thời ở Pleiku.

Thập niên 1960, làng võ Pleiku có một tay võ nghệ lừng danh tên Công Chột, rất giỏi về môn "hầu quyền". Chỉ cần vận dụng chiêu thức cực kỳ lợi hại này, Công Chột chưa từng bại trước một đối thủ nào nên giới võ lâm phong anh ta là "Hầu vương Độc cô cầu bại". Cho đến khi Võ Đề, họ Võ tên Trấn Đề, người lấn biển đến từ một hòn đảo ngoài khơi vịnh Rạch Giá, là người duy nhất thủ huề với Hầu vương bằng một cú đá như trời giáng vào mặt đối thủ nên làng võ gọi trại họ Võ thành Vô, tức Vô Ảnh Cước. Từ đó,

Vô Ảnh Cước thường nhận được thư thách đấu từ các lò võ, nhất là vào những mùa võ hội. Không những thư gởi từ Pleiku, Kontum, Phú Yên, Bình Định còn có cả Sài Gòn. Cũng như Công Chột trước kia, gặp phải đối thủ lợi hại Võ Đề mới sử dụng chiêu vô ảnh cước để dứt điểm trận đấu. Là một tay võ nghệ chân truyền từ ông thầy võ lang thang, Vô Ảnh Cước đánh đâu thắng đó. Cho tới một hôm, dính vào một trận đấu ngoài ý muốn khiến cả đời Võ Đề chẳng thể nào quên.

Trước tuần lễ rửa tay từ biệt Phố Bụi về quê ở ẩn, bất ngờ Vô Ảnh Cước nhận được một phong thư màu nâu bầm, do một em bé đánh giày đem dúi tận tay xong bỏ chạy ngay. Thư niêm phong bằng một loại keo đặc quẹo, thoảng mùi giấy điều còn mới. Vô nhà mở thư ra xem Võ Đề mới biết đó là thư thách đấu của một người tự xưng là Băng Tâm Song Cước Nữ Bạch Y đời thứ ba, đến từ Thốc Lốc, Bình Định.

Đây là điều mà Võ Đề không thể ngờ được từ trước tới nay. Anh chưa từng nghe danh hiệu nữ nhân này, cũng chưa hề chạm trán với bất cứ nữ đấu thủ nào. Ngạc nhiên hơn là địa điểm thách đấu lại nằm trong đầm lau sậy sau lưng trường Trung học Pleime, cách nhà Võ Đề ở Chợ Mới không xa. Thập niên 1960, quanh trường Pleime chưa có nhà dân, hiếm thấy bóng người lai vãng ngoài những dẫy đồi đất đỏ, những thung lũng cỏ hoang và gió. Phía sau lưng trường, giữa đầm lau bạt ngàn có một cây hoè trơ trụi mọc lên. Đó là điểm hẹn giao đấu.

Buổi sáng hôm sau trời còn mờ sương, gió vi vu thổi

luồn vào đám lau sậy ngả nghiêng tạo thành tiếng hu hu ma quái. Khi Võ Đề vừa bước vào đầm lau anh đột ngột khựng lại, ngạc nhiên thấy một người con gái toàn thân mặc bộ đồ trắng khoanh tay đứng trấn trước cây hoè từ lúc nào.

Võ Đề không thể ngờ đối thủ lại là một cô gái đôi mươi, bất giác anh động tính hiếu kỳ chú mục vào thiếu nữ lạ mặt. Toàn thân cô sức sống toát ra một vẻ đẹp trang nghiêm lộng lẫy mà khó có cô gái nào sánh nổi: nước da trắng mịn, ngấn cổ kiêu kỳ, mớ tóc đen tuyền buộc bằng một giải lụa hồng đào phất phơ trong gió. Vẻ đẹp thiên thần đó làm Võ Đề ngẩn ngơ. Nhưng có một điều kỳ lạ là trên gương mặt vô cùng thanh tú đó, đằng sau đôi mắt u buồn kia lại hắt ra một tia nhìn cực kỳ lạnh lẽo. Đó chính là Băng Tâm Song Cước Nữ Bạch Y.

Không đợi Vô Ảnh Cước lên tiếng, Nữ Bạch Y lẳng lặng khua tay một vòng trên không lấy đà nhún mình lao tới. Trước sức tấn công bất ngờ của đối thủ khiến Võ Đề giựt mình tỉnh ngộ. Anh chớp mắt vội lùi lại một bước, rùn người xuống kịp thời tránh được luồng cương khí vừa đánh bạt qua đầu. Nhận thấy thủ pháp của Nữ Bạch Y quả là lợi hại, Võ Đề lấy lại bình tĩnh đứng thẳng người lên, hai cánh tay vung ra, nhanh nhẹn phản kích.

Nhưng Vô Ảnh Cước nhanh, Nữ Bạch Y còn nhanh hơn. Khi tay phải nữ nhân đánh trượt qua đầu đối phương, chớp mắt cô xoay mình dùng thế Hùng kê quyền xoè móng vuốt nhọn lễu quạt vào mặt Vô Ảnh Cước xước một lằn dài rướm máu.

Xưa kia, ông thầy già dạy võ cho Võ Đề là một võ sư lang bạt kỳ hồ đến từ Tam Quan, Bình Định. Lúc nhập môn, tối nào sư phụ cũng bắt Võ Đề tập đứng tấn, tập tiến thoái, tập nhào lộn, tập phi thân. Vừa đi quyền vừa đọc thiệu. Nhất là tập đá. Sư phụ quan niệm cước pháp luôn luôn tạo cho toàn thân chuyển động ở thế công, hơi thở sâu, khí huyết chảy mạnh. Lúc đầu Võ Đề đá bao cát, sau đá thân cây chuối, cuối cùng là đá cây tre lồ ô. Bị bong gân, trầy da tróc vẫy chảy máu là chuyện thường. Hơnnữa, người luyện võ ngoài tính nhân bản họ còn đươc huấn luyện thành những người gan dạ xem thắng bại là chuyên thường tình, nhất là xem cái chết nhẹ tợ lông hồng, huống hồ là ba giọt máu.

Liếm ngón tay trỏ dính máu trên má, Vô Ảnh Cước thay vì phản kích lại đứng lặng thở dài. Nhận thấy đối thủ có thái độ tiêu cực, Nữ Bạch Y tỏ ra nôn nóng. muốn chinh phục Võ Đề thật nhanh. Cô "hừ" một tiếng, lạnh lùng hươi quyền xông tới, đúng lúc trong đầu Vô Ảnh Cước lóe ra một tia sáng. Vừa chống đở, Vô Ảnh Cước vừa nhanh chân lùi về phía cây hoè. Độ chừng còn ba thước, đột ngột anh xoay mình chạy thật nhanh đến cây hoè, phi thân đạp vào thân cây búng mình ngược ra sau lưng Nữ Bạch Y vừa rượt nà tới vô tình để hở toàn diện phía sau cô. Đáng lẽ Võ Đề điểm vào yếu huyệt sau gáy Nữ Bạch Y để kết thúc trận đấu, nhưng vì thương tình, nên nhân lúc nữ nhân đang bối rối, Võ Đề vỗ nhẹ vào vai cô xong uốn mình lộn ngược hai vòng trên không nhẹ nhàng hạ mình xuống đất.

Dưới ánh nắng rụt rè của buổi hừng đông, sắc mặt Nữ

Bạch Y đỏ bừng, đầy cuồng nộ. Nghĩ đối thủ có ý khinh thường mình. nữ nhân giận dữ vận công xuất chiêu, dùng trảo công trong thế "song thủ ngũ hành" đánh ụp xuống đầu, cùng lúc tay kia chúm lại thọc vào mạng sườn đối thủ. Nhưng đó chỉ là hư chiêu nhử Vô Ảnh Cước lo chống đở không chú ý để hở bụng. Chớp ngay cơ hội Nữ Bạch Y lao cả hai chân đá thốc vào hạ bộ của Vô Ảnh Cước. Ai dính miếng ác hiểm này, không vong mạng cũng bị tàn phế một đời.

Hối hả lùi lại ba bước liền, gương mặt Võ Đề chợt tái đikhông ngờ Nữ Bạch Y lại có lối đánh hiểm hóc phi thường như thế. Trông mảnh mai như hoa xuân vừa hé nhưng thân pháp và nội lực của nữ nhân quả là có hỏa hầu đáng nể.

Gió vẫn thổi mang theo cái tinh khiết của buổi sớm mai. Lúc này cả hai người như hai pho tượng đứng lặng giữa đồng lau. Họ đang ở tư thế cầm cự, đảo mắt tìm chỗ sơ hở của đối thủ. Lúc ngọn gió vô tình quẹt ngọn lau bạc đầu vào mắt Võ Đề, đúng lúc Nữ Bạch Y xuất chiêu. Không may cho Võ Đề, lúc anh hấp tấp lùi lại, đưa tay dụi mắt, gót chân vướng phải đám sậy khô nằm ngổn ngang trên mặt đất làm anh mất thăng bằng. Cái thế hạ phong của một võ sĩ là loạng choạng. Chỉ chờ có thế, Nữ Bạch Y, với ý chí quyết thắng vụt lao tới dùng thế chiến lược liên hoàn đánh tới tấp vào ngực Vô Ảnh Cước, bồi thêm cú đấm vào bụng, xong lẹ làng chuyển mình xoay ngang thúc cùi chỏ vào thái dương, cuối cùng cô phóng lên song phi vào mạng sườn. Dính liên tiếp mấy đòn ác liệt, Võ Đề say xẩm mặt mày, loạng choạng gập mình xuống. Không để đối thủ kịp đứng vững, Nữ Bạch

Y liền lùi lại hai bước, hét lên một tiếng thị oai phóng tới, bay lên kẹp cổ quật Vô Ảnh Cước ngã sóng soài trên mặt đất. Để kết thúc trận đấu, nữ nhân lẹ làng chồm lên ngồi đè lên ngực Vô Ảnh Cước, một tay chấn ngay ức, năm ngón tay vuốt nhọn kia sẵn sàng thọc sâu vào yết hầu, nếu Vô Ảnh Cước vùng vẫy kháng cự.

Ngót 40 năm đằng đẵng trôi qua, Võ Đề không làm sao quên được trận đấu để đời. Những buổi chiều hôm trên biển, Võ Đề thường ngồi trước biển để nhớ những năm tháng tuổi trẻ ông đã có những khoảnh khắc đáng nhớ khi bại dưới tay một nữ quyền vương Bình Định.

Đến nay, Băng Tâm Song Cước Nữ Bạch Y vẫn bặt vô âm tín. Nhưng vết sẹo lưu lại một lằn mờ trên má trái của ông vẫn mãi mãi là một kỷ niệm. Võ Đề nhớ nhất vẫn là đôi mắt với sức hút ghê gớm của người thiếu nữ. Từ ánh mắt đổ lửa phóng thẳng xuống mặt kẻ chiến bại chuyển dần qua ánh mắt xanh thẳm sáng dịu dàng làm Vô Ảnh Cước phải sững sờ.

Nhiều đêm giựt mình thức giấc, Võ Đề vẫn ngơ ngác như thấy giải lụa hồng đào và mái tóc đen láy vẫn phất phơ bay trong đời ông. Và với đường cong mỹ miều mà trời đất ban tặng riêng cho Nữ Bạch Y vẫn mãi mãi ngồi đè lên hồn đời của Vô Ảnh Cước.

Của Heo Và Mèo

Tôi tên Mèo, một cái tên hiền lành, dân dã đứng hàng thứ tư trong mười hai con giáp Việt Nam. Thật ra khi sinh ra ở Vịnh Ba Tư tên tôi là Scherherazade, trùng tên của một kỳ nữ nổi tiếng trong truyện cổ tích "Một Ngàn Lẻ Một Đêm". Rạch Gầm là người chính thức mua tôi trong một lễ hội mùa hè ở Canada với giá 5,000 Gia kim vị chi là 3,630.50 Mỹ kim (tính theo hối đoái năm 2020) xong đem về Mỹ nuôi.

Một sinh linh đẻ rơi như tôi bên bờ Vịnh Ba Tư lớn lên bị đưa qua Canada làm mẫu trình diễn thời trang như để quảng bá một loại tác phẩm nghệ thuật thẩm mỹ để rồi được một người gốc Châu Á ở tuốt luốt đâu bên kia địa cầu mua về nuôi. Thay vì phải trẹo mồm trẹo miệng với cái tên Ả Rập dài sọc Scherherazade, Rạch Gầm đã đặt cho tôi một cái tên mới gọn lỏn rất Việt Nam, vừa dễ gọi vừa dễ thương hết biết: MÈO, Nguyễn Thị Mèo, họ của ông chủ Rạch Gầm.

Nguyễn Rạch Gầm là một người đàn ông kỳ lạ, có cá tính mạnh mẽ, rất độc đoán, luôn độc hành độc bộ và chỉ thích mèo, cho đến chết.

Chung chạ lâu ngày chầy tháng với ông chủ Rạch Gầm tôi mới biết Rạch Gầm cũng là tên một con sông nổi tiếng trong lịch sử nước Việt thuộc địa phận tỉnh Mỹ Tho. Tháng Giêng năm 1785, quân Tây Sơn do Long Nhương Tướng quân Nguyễn Huệ chỉ huy đã đánh tan hai vạn thủy quân Xiêm La trên sông Rạch Gầm. Mang dòng máu ba đời của Tây Sơn Tam Kiệt, lớn lên Rạch Gầm trở thành một trong những chiến sĩ gan dạ của Liên Đoàn 4 Biệt Động Quân. Sau nhiều trận đánh vào sinh ra tử, năm 1974 nhằm giải tỏa Quốc lộ 1 Bắc Bình Định, Tiểu đoàn 43 Liên Đoàn 4 Biệt Động Quân giao tranh với Sư đoàn 3 Sao Vàng Cộng sản Bắc Việt trên đèo Bình Đê, hạ sĩ nhất Rạch Gầm bị thương nặng, vĩnh viễn bị loại ra khỏi vòng chiến. 30 tháng 4, 1975, Sài Gòn thất thủ, từ Mỹ Tho Rạch Gầm xuống Rạch Giá ra ghe lớn vượt biển đến Thái Lan, sau định cư tại Quận Cam, Hoa Kỳ đến giữa năm 2019.

Cũng như con người có hẹn ước từ kiếp nào, tôi và Rạch Gầm gặp nhau tại Canada như thiên duyên tiền định. Số là hằng năm vào đầu tháng 7, lễ hội Stampede được tổ chức tại thành phố Calgary là một trong những lễ hội cao bồi lớn nhất thế giới, với trên hai triệu người tham dự, mùa hè năm 2003, có Rạch Gầm từ Mỹ bay qua.

Thành phố Calgary còn có tên gọi thân mật là thành phố Bò (Cowtown). Vào ngày lễ hội kéo dài 10 ngày, ngoài các hoạt động như diễn hành ngoài trời, đua ngựa, đua xe ngựa, đấu bò, vật bò trói gô, còn có biểu diễn ca nhạc, triển lãm công nghiệp, hội chợ…

Tôi không biết và chắc cũng không ai biết, khi đối diện với kẻ thù ngoài mặt trận hạ sĩ nhất BĐQ Rạch Gầm đã vận dụng súng ống như thế nào để sống sót, nhưng ở đây, giữa hội chợ đầy bụi, nắng và gió với nhiều gian hàng, đặc biệt là các gian hàng có trò chơi bắn súng, Rạch Gầm bắn đâu trúng đó. Bắn được bao nhiêu phần thưởng bằng thú nhồi bông, ông cho hết tụi nhỏ bu quanh, trừ con mèo vá vác vai. Rạch Gầm vốn thích mèo từ hồi nhỏ.

Suốt một ngày đội nón cao bồi rảo quanh khu hội chợcchán, cuối cùng Rạch Gầm mới khám phá ra gian hang triển lãm bán đủ các loại mèo trên thế giới. Đang háo hức ngắm nghía hết những chú mèo này tới thím meo khác, bất ngờ Rạch Gầm chạm phải cặp mắt mèo xanh biếc của tôi lập tức anh khách lạ bị tôi hút hồn đến hết đường cựa quậy. Kết quả, bằng mọi giá Rạch Gầm quyết mua tôi đem về Mỹ mới thỏa lòng mong ước bấy lâu.

Khi qua Mỹ, tôi được ông chủ Rạch Gầm chạy thủ tục giấy tờ cầu chứng tại tòa xong đi khám bác sĩ, đi viện thẩm mỹ, đi sắm quần áo, giày dép, cuối cùng biến Nguyễn Thị Mèo tôi thành một công dân mang quốc tịch Mỹ hách-xì-xằng.

Từ đó hầu như lúc nào Rạch Gầm cũng nâng niu, chìu chuộng tôi như nâng trứng hứng hoa. Thích vác tôi trên vai cười đùa giỡn hớt chạy quanh nhà. Coi TV ông cũng ôm tôi kè kè một bên. Mắt theo dõi tin tức chiến sự, tay vuốt ve tôi. Chốc chốc ông lại cúi nhìn tôi, mỉm cười rồi âu yếm hôn tôi. Ngủ thì ngủ chung đã đành, nhưng Rạch Gầm có một cái tật mà tôi, dù tôn trọng sở thích của ông, nhưng nhiều lúc cũng khiến tôi bực mình. Khi cặm cụi viết văn trên máy điện toán thì thôi rồi, Rạch Gầm của tôi say sưa đến nỗi quên cả giờ giấc ăn uống, giải lao. Khi đói bụng, khát nước hay muốn tiêu tiểu tôi phải kêu lên ông chủ đáng yêu của tôi mới sực tỉnh hồn.

Nhưng mà nghĩ cho cùng, Rạch Gầm đâu có phải là chủ nhân ông của tôi, ngược lại tôi mới thực sự là cô chủ xinh đẹp của ngài Rạch Gầm mới đúng. Bởi vì hầu như lúc nào ông cũng hầu hạ tôi như... một vệ sĩ trung thành cung cúc bên cạnh vị nữ hoàng nhan sắc Nguyễn Thị Mèo tôi. Từ ăn uống, chải chuốt, vuốt ve, ân cần ru ngủ cho tới ngay cả dọn vệ sinh hàng ngày cho cô bạn Mèo đài các, xinh đẹp cũng một tay ông cáng đáng.

Vậy mà... Thưa Quí bạn đọc. Mặc dù trong những lần hành quân sống sót trở về, Rạch Gầm là thằng đệ tử vác máy truyền tin theo sát cạnh tôi nhưng lại là bạn nhậu hợp ý của tôi, dù hắn nhỏ hơn tôi đến cả chục tuổi. Lần nào cũng vậy, cả hai thầy trò đâu biết ngày mai sống chết ra sao, ngồi vào bàn nhậu là nhậu tới bến đến quắc cần câu. Giữa đống xôi thịt, ngổn ngang bia rượu, thầy trò tụi tôi trở thành mầy tao chi tớ đua nhau nốc rượu đến ói ra mật xanh mật vàng mới thôi. Cho tới ngày Rạch Gầm bị loại ra khỏi cuộc chiến.

Nhìn chung, từ ngày Rạch Gầm giã từ vũ khí đến khi bình phục đi đâu, làm gì, đụng tới bất cứ việc gì hắn cũng được ông thần May Mắn âm thầm phò trợ cho ăn nên làm ra. Rạch Gầm bỗng chốc trở thành chủ vựa trái cây, chỉ huy phân phối sầu riêng, vú sữa Lò Rèn, bưởi Năm Roi, xoài cát Hòa Lộc, cam sành, mật mía Tây Sơn... đi khắp Nam Kỳ Lục Tỉnh, kể cả Sài thành.

Con người ta khi tới ngày giờ "linh" sinh nhằm cung May Mắn làm gì cũng suôn sẻ như thể biết trước có sự tình.

Nội cái ngày 30 tháng 4/1975 Sài Gòn vừa sụp đổ, hắn đã có mặt ở Rạch Giá. Nghĩa là Rạch Gầm nhà ta đã mau mắn gom góp tất cả sản nghiệp quí giá vừa tròn một bọc ứ nhựa xong nhanh chân xuống thuyền vượt thoát qua xứ người, còn lù đù như tôi thì vất súng đi tù "cải tạo" mút chỉ cà tha từ Nam ra Bắc. Cho tới ngày tôi đi H.O qua Mỹ gặp lại Rạch Gầm thì hắn đã là chủ hai ba nhà hàng sang trọng ở Quận Cam cũng là lúc tôi đang ở tuổi về chiều.

Ngồi đối diện với thằng đàn em ngày xưa chuyên vác máy truyền tin cho tôi ngoài mặt trận nay là một thương gia giàu có, ít nói, trầm tĩnh ra vẻ già giặn hơn. Cái tính liều lĩnh, ào ạt, láu táu, nói năng bạt mạng được thay bằng sự thận trọng, dò xét, suy tính, so đo. Trán đã có vết nhăn, râu lún phún, đôi mắt suy tư có chút gì lo lắng. Hình như bước vào tuổi chín chắn chủ nhân ông Rạch Gầm bỗng trở nên hết "linh".

Bẵng đi một thời gian lâu không gặp mặt đến giữa năm 2019, tôi được tin cảnh sát Quận Cam phát hiện Rạch Gầm nằm chết tại nhà nghỉ mát của hắn, trong căn phòng khóa kín nồng nặc mùi hoa huệ. Hắn nằm đó, gương mặt thật bình thản, miệng ngậm hờ cuống hoa trắng còn tươi, cánh hoa như phảng phất nụ cười. Không có thư tuyệt mệnh. Chính sự có mặt thầm lặng chết người của hoa huệ đã chẳng nói lên tất cả đó sao. Nghĩ cái thằng cũng thông minh đáo để.

Huệ là hoa nở về đêm, có sức tỏa hương ngào ngạt vào ban đêm còn gọi là dạ lai hương (thơm ban đêm), là biểu tượng của sự tinh khiết và lòng trung thành. Có điều hương thơm ngào ngạt như hương trầm của hoa huệ có sức quyến rũ khó cưỡng thường dẫn con người đến chỗ tử vong. Đó là lý do tại sao người ta thích dùng hoa huệ để tự tử.

Có một điều lạ là từ lúc Rạch Gầm tự tử chết tới lúc hạ huyệt đều không có mặt Nguyễn Thị Mèo. Không ai thấy cô ở đâu, không biết cô đã đi đâu. Riêng tôi ngờ rằng chỉ có hồn ma quỷ linh thiêng của Rạch Gầm ở trên trời vén mây chổng khu nhìn xuống mới biết chắc cô Nguyễn Thị Mèo yêu quí của hắn đang ở đâu, làm gì, chạy theo ai, ở với ai. Meo có còn nhớ đến người chủ của cô không, có còn thủ thỉ bên tai ông câu nói dễ thương, quen thuộc như ngày nào: Meo yêu Heo?

Ngờ chỉ để là ngờ cho có chớ thật ra ông thần Rạch Gầm biết tỏng, dù tình nghĩa chủ tớ ngày xưa không còn tồn tại trên mặt đất nhưng tận đáy lòng Meo của hắn vẫn còn yêu hắn. Nghĩ vậy tôi bỗng thương quá chừng quá đỗi cái thằng tiền bạc thì giàu sụ mà tình yêu thì nghèo kiết xác.

meoyeuheo@email.com

Năm Kỷ Hợi gợi tôi nhớ tới người tình mang tên Heo của tôi.

Gina chiến đấu rất kiên cường. Cô quyết liệt bảo vệ tôi bằng mọi giá. Nhưng vì thế cô, khi Gina bị sáu tên côn đồ đánh ngã, chúng vội vàng bịt miệng tôi lôi lên xe Van của chúng. Đúng lúc đó thình lình một người lao tới dùng cây golf sắt (iron) đập bể đèn xe rồi chỉa súng vào bọn côn đồ khiến chúng bỏ chạy.

Lúc đó tôi mới hoàn hồn chạy tới đỡ Gina dậy, dựa vào gốc cây, lau vết máu trên miệng cô xong ngoảnh lại định cám ơn vị cứu tinh thì anh đã biến mất. Trong lúc bối rối tôi không kịp nhìn rõ mặt anh, chỉ nhớ đó là một người tầm thước, khỏe mạnh, tóc bù xù, râu quai nón, dáng vẻ phong trần, đặc biệt đôi mắt sáng lạnh đến độ ai nhìn thấy cũng dễ bị lung lạc, khó quên. Tôi cũng không ngờ khu đánh golf ngày nào cũng đông khách, hôm thứ hai đầu tuần lại vắng vẻ, chỉ có tôi và Gina đang trong dịp nghỉ hè.

Gina là nữ võ sĩ nhị đẳng huyền đai Karaté, mang hai dòng máu Mỹ - Ghana, dềnh dàng, to lớn như con gấu ngựa. Gina được bố tôi, nhà tài phiệt địa ốc ở New York thuê để bảo vệ tôi. Đây là lần đầu tiên chúng tôi bị bọn côn đồ tấn công và được người lạ mặt cứu thoát. Tôi không rõ vị ân nhân này là *security guard* của sân *golf* hay không, nhưng khi tôi hỏi viên quản lý *Golf Club* thì được biết người tôi miêu tả là một "ranger" của nguyên vùng này, nay là ngày làm việc cuối cùng của anh, tên anh là Mustan. Ngoài ra, Mustan còn là cựu Trung úy Thủy Quân Lục Chiến Hoa Kỳ (U.S. Marine Corps), từng chiến đấu trên hai chiến trường Iraq và Afghanistan, bị thương tật phải giải ngũ.

Sau biến cố xẩy ra, về nhà tôi ở lì luôn trong phòng. Lúc đó bố mẹ tôi đang du hành bên Âu châu, dĩ nhiên không hay biết cục cưng thông minh, sắc sảo của họ suýt tàn một đời hoa. Cũng may Gina luôn an ủi tôi những lúc tôi buồn. Suốt mấy ngày qua tôi cảm thấy bất an, cứ nhớ lại cơn "chết hụt" của mình và nghĩ đến Mustan, tôi không tài nào ngủ được. Thuốc ngủ trở nên vô hiệu càng khiến thân thể tôi mệt mỏi đến rã rời. Giữa một thế giới xô bồ, hỗn độn, hừng hực đến ngợp thở của New York City làm sao tôi tìm ra Mustan. Cứ thế, thời gian như ngựa chạy vụt qua, bỏ mặc sự tìm kiếm Mustan của tôi gần như vô vọng.

Ấy vậy mà chính tôi, dĩ nhiên cả Gina, cũng không thể ngờ trời cao khéo đẩy đưa Mustan, bất ngờ từ một cõi xa xăm nào đó hiện ra trước mặt tôi như một phép lạ, để rồi trở thành người yêu của tôi, một người mà chúng tôi tìm kiếm hơn một năm trời. Định mệnh thật khéo trêu ngươi.

Đời tôi yêu cũng nhiều rồi, nhưng tôi chưa từng yêu ai bằng yêu Mustan. Khác hẳn với những anh bạn tình bảnh chọe thích săn đón, chiều chuộng, o bế tôi hết mực, Mustan lại thờ ơ, giữ kẽ. Kiếp sống bụi đời khiến anh cảm thấy anh và tôi là hai thế giới khác biệt, không xứng đôi (sau này

Mustan mới biết). Nhưng anh đã lầm, và tôi bất chấp. Vì trong tim tôi đã có anh, hơn nữa, anh là vị cứu tinh, là ân nhân, là vị thần của tôi

Hàng ngày Gina vẫn lái xe đưa tôi tới công ty địa ốc của bố tôi làm việc. Sáng đưa đi, chiều đón về. Giờ nghỉ tôi hay xuống nhà hàng Moxie ăn trưa. Tôi thích ngồi ngoài balcon tầng một trồng nhiều cây cảnh, vừa ăn vừa thưởng thức tiếng đàn guitar tuyệt vời của anh chàng nhạc sĩ bụi đời, ngay trên quảng trường Tompkins Square, trước cửa tiệm. Nhìn chàng nhạc sĩ gầy gò, tóc râu bù rối say sưa chơi đàn, không riêng gì tôi mà hầu hết khách qua đường đều ưa thích ngón đàn điệu nghệ của anh.

Anh thường chơi đàn ở những ngã tư phố Manhattan, đông người qua kẻ lại. Lúc thì ở Wall, Spring, lúc ở Bronx, SoHo, Watts và nhiều nơi khác. Những lúc vắng tiếng đàn của chàng nghệ sĩ nghèo lòng tôi như thiếu một niềm vui. Có lần nghe tôi hết lòng khen ngón đàn tài hoa của anh chàng nhạc sĩ, Gina nheo mắt nhìn tôi một cách hóm hỉnh, cô châm chọc nói sao tiểu thư không đi hát với chàng để tạo "hiện tượng cặp đôi đường phố" khiến tôi và Gina cùng cười sảng khoái.

Vậy mà một hôm trong phòng khách, tôi đang chăm chú xem phim Les Misérables (Những Kẻ Khốn Cùng) do Tom Hooper đạo diễn, dựa trên tác phẩm nổi tiếng của nhà văn Pháp Victor Hugo, thình lình tôi nghe tiếng chân sầm sập của Gina hấp tấp chạy lên thang lầu, vừa chạy vừa la. Như một mũi tên, cô lao vào phòng khách, nhào tới trước mặt tôi, hốt hoảng: "Mustan! Mus…Mustan!". Một Gina thường ngày luôn luôn trầm tĩnh, bỗng trở nên lắp bắp nói không ra lời làm tôi cũng phát hoảng đứng bật dậy, gắt: " Cái gì Mustan? Mustan nào? Mà Mustan là ai?. Rồi sao?". Lúc đó Gina mới vuốt ngực, mắt thao láo, nói qua hơi thở gấp: "Mustan… nhạc sĩ đường phố". Tôi nhíu mày chẳng hiểu Gina muốn nói gì định nổi giận thì cũng từ cửa miệng Gina phun ra cái tên "Ranger! Mustan ranger!" khiến trực giác tôi nghĩ ngay tới vị cứu tinh tên Mustan làm tôi sững sờ, tim đập mạnh, mắt mở trừng trừng nhìn Gina.

Thì ra người chúng tôi tìm kiếm lâu nay, hàng ngày vẫn ở trước mắt mà chúng tôi không hề hay biết. Gina là con nhà võ, tuy cô không hứng thú với âm nhạc, nhưng nghe tôi luôn miệng khen phong cách chơi đàn của anh chàng nhạc sĩ đường phố, cô đâm ra tò mò, nhờ vậy mà bất ngờ Gina khám phá ra "chàng hiệp sĩ bí ẩn" của lòng tôi.

Dưới bóng mát của dẫy building cao ngất tỏa xuống, tôi chen vào đám đông, ngắm nghía Mustan biểu diễn tây ban cầm. Anh chơi rất nhiều thể loại, từ nhạc Rock, Disco, Chekco đến Ballade, Soul, Blue, Jazz…, kể cả nhạc cổ điển soạn riêng cho tây ban cầm. Với những ngón tay thần kỳ lướt trên dây đàn, Mustan không ngớt được mọi người vỗ tay tán thưởng vang trời, cổ võ bằng những tiếng reo hò dậy đất "Bravo! Mustan! Bravo!".

Một nhạc sĩ lang thang, bụi đời mà tài ba như thế, với ánh mắt sắc lạnh đến mê hoặc như thế, lại mang tên Mustan thì chỉ có Gina mới phát hiện ra "người hùng" mà thôi. Gina còn tinh mắt để ý thấy trong ba-lô để dưới chân anh ngồi đàn có cả cái laptop màu đen, đã cũ. Nhưng mấy ai ngờ rằng Mustan của tôi đã từng anh dũng chiến đấu chống khủng bố bên Trung Đông đầy máu lửa, hận thù và chết chóc.

Tôi luôn luôn biết ơn và cảm phục những sứ mạng, sự phục vụ, lòng dũng cảm của binh sĩ vì đất nước mình. Người hùng Mustan trước mắt tôi gợi tôi nhớ lại hình ảnh oai hùng của người lính Mỹ trong chiến tranh Việt Nam. Thập niên 1960, chiến tranh đã mang họ đến một đất nước xa lạ có tên gọi là Việt Nam để chiến đấu bảo vệ lý tưởng tự do cho người dân nơi đó. Có người đã hy sinh hoặc mất tích, có người trở thành thương phế binh, có người sống sót trở về. Đa số đều ở tuổi đôi mươi. Sau khi kết thúc chiến tranh ở Đông Nam Á, chiến cuộc như lửa vẫn tràn đi khắp mặt địa cầu.

Giữa chiến tranh và hòa bình tôi thấy rõ cánh chim câu chưa từng xuất hiện ở các quốc gia bị thống trị bởi những Giáo sĩ Hồi giáo với những tín điều cực đoan hoặc những nhà độc tài hiếu động. Chính vì thế mà tôi cảm thông với Mustan, cũng như với những người lính trẻ đầy nhiệt huyết, vì độc lập, tự do đã phải hướng mũi súng về phía các quốc gia Hồi giáo đầy máu lửa hận thù. Giờ đây Mustan sống bằng nghề nhạc sĩ lang thang, nhưng cho dù trong bất cứ hoàn cảnh nào, trong mắt tôi người hùng Mustan của tôi vẫn là một Veteran trong chiến tranh Trung Đông.

Từ đó, tôi tìm cách gần gũi Mustan để làm quen. Tôi cho rằng khách qua đường thảy tiền vào thùng đàn của các nhạc sĩ đường phố là một nghĩa cử cao đẹp phát xuất từ tấm lòng rộng mở. Nghĩ vậy tôi đã thả vào thùng đàn của Mustan, lúc anh chơi đàn, một phong thư nhỏ trong đó ghi vỏn vẹn một câu "Cám ơn ân nhân", ký tên MEO, kèm theo địa chỉ email của tôi và một tờ $5 *.

Đúng năm ngày sau tôi nhận được một email lạ. Mới nhìn tôi tưởng hacker, nhưng nhìn kỹ lại mới biết đích xác là của Mustan, do anh đã cố tình đảo ngược hai con thú cưng từ địa chỉ email của tôi: meoyeuheo@email.com thành heoyeumeo@email.com của anh.

Nghịch ngợm đáo để thế nhưng email đầu tiên anh chỉ hỏi gọn lỏn một câu "Bạn là ai?" rồi thôi, làm tôi bật cười. Khi tôi nhắc lại biến cố xảy ra vào mùa hè năm ngoái tại bãi đậu xe của sân golf Bronx, Mustan nói anh không nhớ rõ mặt chúng tôi nhưng anh cho biết không riêng gì ranger mà bất cứ ai thấy người bị nạn cũng ra tay cứu giúp, vậy thôi. Mustan còn ân cần hỏi thăm tôi và Gina.

Từ đó qua email tôi và Mustan trở thành bạn bè. Có điều, không hấp tấp, vồn vã, ham muốn như những anh bạn tình của tôi trước kia, Mustan không hề đả động tới đời tư của tôi, cũng không háo hức đòi gặp mặt coi tôi tròn méo, xấu đẹp ra sao. Tôi có cảm tưởng như cuộc sống bấp bênh của anh đã khiến anh trầm tĩnh hơn, xa cách và khép kín hơn. Điều này làm tôi càng cảm mến anh, tôi chọn anh là đúng, nhất là tôi rất thích địa chỉ email của Mustan. Tuy anh tỏ ý chọc ghẹo tôi bằng cách đảo ngược email "*meoyeuheo*" của tôi thành email "*heoyeumeo*" của anh ,nhưng dù Mustan vô tình hay hữu ý tôi vẫn coi như… anh đã có tình ý với tôi. Từ đó qua email tôi luôn luôn vui vẻ,cười đùa thoải mái để Mustan tự nhiên hơn, gần gũi tôi hơn. Cũng nhờ hai cái tên dễ thương Meo-Heo, chúng tôi tự xưng qua email dần dà đưa Mustan và tôi xích lại gần nhau như tôi mong muốn.

Một hôm Gina mời tôi và Mustan đi ăn phở đêm ở Chinatown làm tôi khá bối rối. Thoạt đầu tôi có hơi bất ngờ trước lời mời này, nhưng Mustan trả lời email cho tôi biết anh OK khiến tôi cũng đồng tình luôn. Thì ra lâu nay Gina thấy Mustan và tôi cứ dây dưa, nấn ná chưa có ý gặp mặt nhau nên cô tự ý bày ra trò này.

Dĩ nhiên tôi không đến với Mustan bằng dáng dấp của một tiểu thư đài các hay một cô giám đốc uy quyền mà đến dưới hình thù một cô gái binh thường, ăn mặc giản dị, thậm chí còn ra vẻ xình xoàng, cột tóc đuôi gà, trang điểm sơ sịa cốt ý để hòa mình vào thế giới bình dân của Mustan. Ấy vậy mà khi đối diện với tôi trước quán phở An Choi, Mustan đã khựng lại. Anh lúng túng không nhận ra ai là tôi, ai là Gina, nhưng rồi anh nhanh chóng chỉ vào tôi, hỏi: "Meo?", tôi đáp lẹ: "Yes, Heo!" khiến cả ba cùng cười vang. Lúc đó ánh đèn trên bản hiệu quán phở An Choi hắt xuống như đồng tình với niềm vui của ba con người. Đã vậy, khi chúng tôi vừa bước vào quán ăn, lập tức mùi hương sực nức ùa ra mời gọi.

Sau lần gặp gỡ đó, chàng Heo và nàng Meo càng khắng khít nhau hơn. Cái thế giới thi ca nhỏ bé của tôi từ lâu đã ngủ yên lại thức dậy, nở ra những vần thơ riêng tặng Mustan, ký tên "meoyeuheo" kèm theo hình trái tim màu đỏ mũm mĩm, no tròn. Mustan không phải là thi sĩ để họa lại nhưng là nhạc sĩ, anh mau mắn phổ thơ tôi thành những ca khúc, dưới bản nhạc anh ký tên "heoyeumeo" cũng kèm theo hình trái tim làm tôi vô cùng hứng khởi. Cây đàn im hơi treo trên vách lại được tôi lấy xuống khều khào, đàn hát xôn xao. Ngoài thi ca và âm nhạc, chúng tôi còn hăng hái thảo luận về các nhận định tôn giáo của Gandhi, Dalai Dama, Hermann Hess, Rabindranath Tagore. Nhưng những câu chuyện thực tế về đời thường, đời trần gian nhốn nháo ngoài kia lại là đề tài sôi nổi nhất mà chúng tôi "lời qua tiếng lại" vô cùng hăng say.

Mustan và tôi bắt đầu hẹn hò. Khi đi dạo ngoài công viên Mustan hay quàng tay ôm eo tôi rất tình tứ. Nhưng khi đứng trên bãi biển vắng người, anh lại thích ôm tôi từ phía sau để tìm mùi hương trên tóc tôi. Chúng tôi hoàn toàn im lặng, đón nhận không khí có vị mặn của biển, lắng nghe tiếng sóng rì rào của biển thay cho lời tình tự của cặp tình nhân.

Có một điều lạ làm tôi băn khoăn mãi. Mỗi lần gặp nhau hay lúc chia tay ra về, Mustan chỉ hôn phớt lên môi tôi, còn thì luôn luôn hôn lên má tôi, ngấn cổ tôi, nhất là hôn lên trán tôi, thật lâu. Cái cử chỉ âu yếm này giống như người cha ban bố tình thương cho con gái rượu của mình (Mustan hơn tôi những 20 tuổi mà).

Không như những anh bạn tình trước kia từng vồ vập tôi, Mustan không hề ham hố hôn môi tôi khiến tôi bị chạm tự ái. Đôi môi quyến rũ như trái chín của tôi bỗng như bị sức hút của trái đất làm cho trề ra. trĩu nặng và méo đi. Nhưng rồi tất cả những ấm ức hay bất mãn từ tôi đều tan biến dưới ánh mắt của Mustan. Tôi công nhận ánh mắt sắc lạnh của

Mustan như có thần, có sức mê hoặc những người phụ nữ a tầm phù ham yêu người yêu đời như tôi.

Một hôm, đang tung tăng bơi lội trong niềm vui , đột nhiên - như trời sập - tôi bị hất văng ra khỏi cơn hạnh phúc ngập tràn. Mustan biến mất. Anh im hơi lặng tiếng biến khỏi email của tôi không một lời giải thích. Tôi email cả chục lần vẫn không thấy Mustan trả lời. Mustan cũng không có cellphone. Suốt hơn một tuần lễ, nửa tháng cũng không thấy anh chơi đàn trên quảng trường Tompkins Square như thường lệ. Tôi lo lắng, nóng ruột giục Gina xách xe chở tôi tìm đến những ngã tư phố Manhattan cũng không thấy anh đâu.

Sự mất tích kỳ lạ của Mustan khiến tôi rũ xuống xanh mướt như tàu lá. Nhớ anh tôi thường ra công viên gọi tên anh mà khóc. Cuối cùng tôi ngã bệnh.

Trong cơn đau tôi mơ thấy con số 5 hiện ra, trôi bồng bềnh về phía tôi càng lúc càng lớn rồi bất thần đổ ụp xuống đầu tôi khiến tôi hét lên, giựt mình tỉnh giấc.

Chao ôi! Lại là con số 5! Trong các con số toán học tôi chỉ thích số 5. Không biết từ bao giờ số 5 luôn luôn mang lại cho tôi nhiều điều may mắn. Chữ "NGŨ" (5) trong nhà Phật thật là vi diệu*.

Nhưng mà lần này con số 5 vi diệu kia đã không còn linh ứng nữa. Số 5 bỗng trở nên lạnh lùng như Mustan, bỏ tôi mà đi. Sau năm ngày, năm tuần, năm tháng, ngày tháng cứ trôi qua bỏ mặc tôi hao mòn vì sự chờ đợi Heo của tôi quay về, nhưng anh vẫn bặt vô âm tín.

Lúc cho tôi uống thuốc, lần nào Gina cũng lúng túng làm đổ cả thuốc ra giường, mắt thì lấm la lấm lét, tim đập thình thịch làm tôi sinh nghi. Đang dưỡng bệnh tôi cũng chồm lên thộp cổ Gina khiến cô nàng quýnh quáng, quỵ xuống chắp tay thú nhận và xin tôi tha thứ. Trời ơi! Thì ra Gina tài khôn khua môi múa mép khoe với Mustan về gia thế và chức vụ của tôi khiến anh mặc cảm, nghĩ mình bị lừa nên bỏ đi biệt dạng.

Gina, nữ vệ sĩ của tôi kiêm chức thầy đời dạy tôi yêu người yêu mình, sống trong niềm vui của mình, làm những gì mình muốn, bởi vì ngày mai qua đi rất nhanh vân vân và vân vân. Quan niệm về cuộc sống của Gina thật giản dị mà thiết thực vô cùng. Nhưng chính Gina là người đã đưa Mustan tới với tôi mà cũng chính Gina là kẻ vô tình đẩy Mustan ra khỏi cuộc đời tôi.

New York, cái thành phố nhốn nháo đông dân nhất nước Mỹ, như con tàu không bao giờ ngừng cứ lao vun vút trên con đường phát triển kinh tế, văn minh nhân loại, nó kéo tôi xa dần tình yêu, hạnh phúc, kể cả khổ đau.

New York không còn Mustan, không còn âm nhạc, không có email, không có cellphone, không cả hơi ấm vòng tay của anh, chỉ có gió mùa đông từ hồ Hudson thổi về làm tôi co rúm lại. Dù lạnh nhưng cuối tuần này tôi cóhai việc phải làm:

Sáng thứ bảy tôi theo bố mẹ tới hội quán võ thuật Karaté ủng hộ tinh thần Gina thi đấu lên đai.

Sáng chủ nhật hôm sau tôi đi lễ nhà thờ và làm việc thiện. Từ ngày vuột mất Mustan, tôi tìm được niềm vui khác trong các công tác xã hội, cùng Gina tiếp tay với các seour săn sóc trẻ mồ côi, trẻ dị tật, giúp người nghèo khổ, những *homeless* lang thang trên đường phố. Ngoài ra, tôi cùng nhóm bạn tổ chức các show ca vũ nhạc gây quỹ giúp các bệnh viện thành phố.

Dịp này tôi mở riêng một account mới. Mỗi lần ký cheque gây quỹ cho các cơ quan từ thiện tôi luôn luôn ký dưới tên *"meoyeuheo"* trong ngoặc kép hoặc ký tắt *"myh"* cũng trong ngoặc kép.

Ngoài công việc hàng ngày ở sở làm, cuối tuần lao vào các công tác từ thiện cũng như giao tiếp xã hội giúp tôi tìm lại được nụ cười, nhất là cảm nhận được sự hiện hữu của mình trong cuộc đời làm người.

*- Ngũ uẩn của nhà Phật là 5 yếu tố tạo thành con người: Sắc, Thọ, Tưởng, Hình, Thức.

- Ngũ dục tức phục ngũ căn là 5 sự ham muốn của chúng sinh: Tài dục, Sắc dục, Danh dục, Thực dục, Thúy dục; còn gọi là Sắc, Thanh, Hương, Vị, Xúc.

- Ngũ giới là 5 điều răn Phât tử tại gia sau khi quy y Tam bảo phải giữ 5 giới cấm: Sát sanh, Trộm cắp, Tà dâm, Nói dối, Uống rượu.

- Ngũ nhãn là 5 thứ mắt: Nhục nhãn, Thiên nhãn, Tuệ nhãn, Pháp nhãn, Phật nhãn v.v…

Anh Chàng Mông Cổ

Ba mẹ tôi sinh năm người con, tất cả đều là gái, tôi là út trong nhà. Bốn bà chị của tôi vốn hiền lành, chân chỉ hạt bột nhưng mệ nào cũng ồn ào, vui tính. Hồi mẹ mang thai tôi, mấy mệ lao nhao kể lại, ba mẹ đều mong lần này sanh con trai nên tuần nào cũng lên chùa thắp nhang khấn vái. Ấy vậy mà bưng đầu ra tôi vẫn là gái khiến cả nhà đều lắc đầu thở dài sườn sượt.

Tuy nhiên, thay vì ghét bỏ, tôi lại được cưng chiều nhất nhà. Chẳng là cha mẹ sanh con trời sanh tánh mà. Mang phận gái mà tánh tình tôi không khác gì thằng con trai. Từ cách ăn mặc, cho tới điệu bộ đi đứng, tóc húi cua, cười rổn rảng, nói năng văng mạng, nhất nhất không chút gì "thể hiện" cái gọi là yểu điệu thục nữ của sông Hương núi Ngự. Càng lớn lên thân thể tôi càng dài ngoẳng, suông đuột như cây tre miễu, cặp vú tuy mơn mởn hồng nhưng xẹp lép xẹp lơ, không nảy nổi một đường cong gợi cảm. Nhớ hồi học tiểu học tôi ngồi chung bàn, chơi chung với đám con trai, thậm chí vật lộn với tụi nó mà có thằng nào biết tôi là con gái đâu.

Còn nữa. Bất cứ thứ gì trong nhà, một tay tôi thầu hết. Từ cái búa đóng đinh, cái rìu chẻ củi, lót gạch, xây tường, quét vôi, dựng cổng cho tới sửa điện, thay ống nước, đổi ổ khóa...

tôi làm tuốt. Có điều tay làm thì hàm phải nhai nên mỗi lần xề vô mâm cơm tôi dộng một hơi bảy tám chén cơm chan canh tràn miệng là chuyện thường tình. Trời sanh "nữ thực như hổ" nên tôi to con lớn xác, khỏe như văm, mấy bà chị bà nào cũng đứng dưới vai tôi. Mỗi lần tôi vô ý sớ rớ trước TV lập tức bốn "cái loa" đồng thanh léo nhéo: "Ốt dột cáy o ô dề xịt bột ni. Xê ra cho bọn tau chộ cáy."

Tới năm đầu trung học đệ nhất cấp ba mẹ tôi và cả bốn bà chị tự dưng đổi ý không muốn tôi giả trai nữa mà nhất loạt khuyến khích tôi trở thành con gái mặc áo dài đi học như người ta. Nhưng tôi lắc đầu nguầy nguậy nhắc lúc thi vô trường công, sau đó ghi danh học võ Judo tôi đều… lỡ đội lốt con trai nên cả nhà đành lắc đầu chịu phép. Nội cái tên tôi thôi, ba mẹ đặt cho đã là "định mệnh" rồi: Võ Túc Nam. Hơn nữa, thời 45 – 54 loạn lạc, di cư lạn đả, ngay cả gia đình gốc Huế chúng tôi bỏ xứ vô Nam cũng đâu có lận theo giấy tờ tùy thân chứng minh tuổi tác hay giới tính chi. Cho nên tôi tha hồ "giả trai cho đáng nên trai", chẳng những không phiền hà chi ai mà thứ gì cũng trót lọt.

Thời gian cứ thế êm ả trôi theo tôi qua từng năm học song hành với hệ thống đai và đẳng cấp Judo. Đã vậy tôi còn đèo bồng học thêm mấy ngón võ Tàu, nhất là cách điểm huyệt. Khi tôi đậu tú tài toàn phần cũng là lúc tôi thi lên đai đen Nhu Đạo. Dĩ nhiên lúc xướng danh Võ Túc Nam ra sàn đấu cả võ đường ai cũng chỉ biết tôi là đấng mày râu nhẵn nhụi. Nhờ dầy công luyện tập bất kể ngày đêm, mưa hay nắng, từ nhập môn đai trắng thi lên đai nâu,rồi đai đen, tôi luôn luôn thắng điểm trước các đối thủ.

Đến kỳ thi đấu võ tự do lên đẳng cấp cao, võ sĩ phải thi đấu trước một hội đồng võ sư uy tín, có quy định quốc tế trong việc thăng đẳng cấp. Lần này tôi thi lên đai đen Nhu Đạo đẳng cấp 1, vạch trắng, đối thủ của tôi là một anh chàng đại dũng sĩ Mông Cổ lai Pháp cao 1.90m trong khi tôi chỉ cao 1.85m. Tên anh ta là Khatu de Lavigne. Vừa liếc qua tôi thấy tay Judo này quả là dềnh dàng, dữ tướng như con gấu. Mắt xếch, lông mày lưỡi mác, râu ria xồm xoàm, lông ngực rậm rì rậm rịt. Trước một đối thủ nặng ký, vai u thịt bắp, dù tôi có cố gắng trụ hình cách mấy cũng bị anh ta quật ngã, lúc thì đè ngửa, lúc thì đè nằm sấp mặt.

Qua hiệp nhì, thừa thắng anh ta bừng bừng xông tới khiến tôi phải khéo léo, uyển chuyển áp dụng một loạt kỹ pháp ngáng chân, khoèo cẳng, kẹp cổ, khóa tay nhằm khống chế mọi cử động của đối thủ, khó khăn lắm tôi mới quật được anh ta.

Tới hiệp cuối, biết sức nhau, chúng tôi gườm nhau, chờn vờn thủ thế rồi xông vào áp sát, bá tay, túm ngực áo, thộp cổ, nắm lấy vai nhau tìm thế vật. Giữa hiệp, xuất kỳ bất ý, thấy tôi loạng choạng, anh ta liền chụp lấy hai tay tôi khóa chéo, kéo qua vai, nhanh nhẹn áp sát lưng vào người tôi cố quật tôi xuống. Trong cơn nguy cấp, một thoáng ý nghĩ chợt lóe lên trong đầu, tôi vội trì người xuống, vừa rụt tay phải ra được nhanh như chớp tôi chộp lấy cánh tay anh ta, trổ công phu Thiếu Lâm dùng ngón cái bấm thật mạnh vào huyệt nội quan gần cổ tay đối phương. Nhói một cái, anh chàng hộ pháp rướn lên như bị điện giựt. Cái ngông nghênh khinh địch trong cặp mắt có lửa gắn trên gương mặt râu ria dữ tợn chợt mờ đi. Chớp ngay lấy cơ hội, lập tức tôi ngáng chân kê vai dùng sức nhấc chân anh ta lên quật mạnh xuống sàn, mạnh đến nỗi anh chàng lọi khuỷu tay, kết thúc trận đấu.

Sau hai trận đại hỉ: đậu tú tài toàn phần và thắt đai đen đẳng cấp 1, tôi mới chịu lột xác trở về cội nguồn con gái. Ba mẹ tôi mừng đã đành, còn bốn bà chị lần đầu tiên thấy tôi mặc váy đầm màu hoàng kim kết bông tử đinh hương đứng ỏng a ỏng ẹo sượng ngắt trước gương, bốn mệ bụm miệng cười hi hí đến vô duyên òm. Mà đã hết đâu. Biết chắc tôi "cải nam hoàn nữ" cả bốn mệ mừng như mở cờ trong bụng, hăm hở gom sạch sẽ áo quần, giày, vớ, găng tay, mũ phớt nam hàng hiệu, cả bộ veston ca-rô đàn ông đắt tiền, cà-vạt sặc sỡ đủ kiểu... đem cho từ thiện không chừa một món. Dĩ nhiên, trừ... quần sịp. Hihi. Đã đành lâu nay bề ngoài tôi ăn mặc hoa hoè ngỗ ngáo kiểu con trai, nhưng "thâm cung" tôi luôn được bao bọc bằng loại quần xì hảo hạng, đủ màu, đủ kiểu.

Tánh tình tôi lâu nay vốn ương ngạnh, không hề tin có thánh thần, ma quỷ cũng chẳng mê tín dị đoan chi. Cho đến khi lăn lộn vào đời, u đầu sứt trán tôi mới ngộ ra ông trời đã dọn sẵn cho tôi một con đường dù muốn hay không tôi cũng phải thủ vai đi tới.

Thật vậy. Một hôm tôi đang ngồi giặt mớ quần áo sau hè nhà, chợt bốn bà chị với bốn gương mặt vừa hí hửng, hồi hộp, vừa nhăn nhó, tái xanh, lật đật chạy ùa tới, tranh nhau chải bải:

- Nam! Có thằng Tây mô tìm mi tề

- Hình như thằng Tây râu xồm?

- Hắn có râu mô mà xồm!

- Thì thằng Tây bị con Nam đẩn bữa tê tề.

- Con Nam đẩn cho bổ nghiêng bổ ngửa mà hắn còn dám vác mặt tới là răng?

- Mà răng 'thằng Tây' ni hắn biết nhà mình mô mà tới? Đứa mô chỉ rứa, bây hè!?

Trời đất! Mấy mệ bả lả rứa ai biết "thằng Tây" là... thằng nào. Mà xưa nay mình có quen biết "thằng Tây" nào đâu. Bực mình tôi nhóm đít đứng dậy, chùi lạch phạch hai tay vô ống quần, quên mất mình là con gái, tôi hùng hổ ra coi "thằng Tây là thằng nào".

Đang sửng cồ, vừa sấn ra trước cửa nhác thấy "thằng Tây" tôi liền nghẹn họng. Con mắt tôi đã tròn xoe mà cặp mắt "thằng Tây" càng mở lớn, xoe tròn. Không biết hắn có phát giác ra tôi là "*féminin*" (giống cái) hay không mà vừa chạm mặt hắn đã lúng ta lúng túng, chỉ chỉ ngón tay vào mé mé ngực tôi, ú ớ: *"Toi!? Toi!?..."* Bốn bà chị với tám con mắt hiếu kỳ ùa ra đổ dồn lên anh chàng hộ pháp cao ngòng, bối rối ra mặt. Họ nhìn hắn rồi nhìn tôi như dò xét coi phản ứng của tôi ra sao.

Đúng là Khatu, anh chàng Mông Cổ lai Pháp bị tôi hạ tuần rồi, đang đứng chình ình trước mặt tôi. Hắn như mới vừa... lột xác mày râu nhẵn nhụi, áo quần bảnh bao, hoàn toàn trái ngược với điệu bộ nghênh ngang của tay võ sĩ bặm trợn lên đài. Nhưng sao anh ta biết nhà tôi mà tới? Tới tìm ai? Để làm gì? Hay tới lộn nhà?

Đúng lúc đó nghe lào xào ngoài cửa, ba tôi bước ra thấy khách Tây lạ mặt, ông lịch sự hỏi: *"Qui êtes vous? Que pourvons-nous faire pour vous? (Ông là ai? Chúng tôi có thể giúp gì cho ông?)"*. Được trớn, tôi mở to mắt, hấp hàm ý nói "nhà ngươi muốn gì?" thì hắn ấp úng lên tiếng, giọng lơ lớ làm cả nhà chới với:

- *Chào on bà. Chao... cac cô. Toi là Khatu, vui lòn cho toi gạp on... Vo Tut Nàm.*

Ôn mệ ơi! Cái tên cha sanh mẹ đẻ đặt cho tôi là Võ Túc Nam hùng hồn như rứa bỗng chốc bị anh chàng vô duyên này "vọc" cho trụi cả dấu, "nhai" cho sượng cả tên. Tên Nam dễ thương dàn trời chẳng những bị hắn phết cho cái dấu huyền lại còn giở giọng trì xuống kéo dài ra thành NÀM..., ai nghe mà không mắc cười. Ngay cả tôi cũng phải phì cười.

Có điều, ở đời có những cái trời ơi đất hỡi không ai ngờ tới được. Nếu lúc đó tôi cố làm mặt lạnh thì đâu có chuyện động trời xảy ra. Thực tình cả nhà chúng tôi, kể cả anh chàng Khatu cũng không ngờ tiếng phì cười vô hậu của tôi sau này lại là gạch nối giữa Khatu và tôi tạo thành một cặp "song thủ hổ bác", thể hiện âm dương đối cực trong võ thuật.

Khi biết "on Vo Tut Nàm" tôi là con gái, anh chàng Mông Cổ, từ sửng sốt chuyển qua bối rối rồi kinh ngạc, cuối cùng là hồn nhiên cười xòa. Là một đối thủ nặng ký bị tôi quật ngã trên sàn đấu,

Khatu không ngờ có ngày anh lại ngã vào đời tôi. Từ đó, anh đến với tôi bằng tình yêu thương vừa bao dung, vừa độ lượng lại vừa biết ơn vô hạn. Còn tôi, mỗi khi vùi đầu vào bô ngực vạm vỡ của Khatu, cái cảm giác giả trai của tôi hoàn toàn biến mất từ hồi nào, nhường chỗ cho vẻ rụt rè, yếu đuối kiểu cô dâu mới về nhà chồng là tôi: Võ Túc Nam.

Nhưng mà cuộc sống không như là mơ, vốn ngắn ngủi và buồn. Ba năm sau tôi vừa có triệu chứng thụ thai thì cũng vừa được tin Khatu bị tai nạn mất trong một cuộc hành hương ở xứ sở Mông Cổ xa xôi của anh. Lấy anh, tôi mới biết anh gốc người Tsaatan, một dân tộc du mục chăn nuôi gia súc dọc theo vùng lãnh nguyên phía bắc Mông Cổ. Cha anh là con cháu mười đời của Hốt Tất Liệt, con của Đà Lôi và là cháu nội của Thành Cát Tư Hãn. Mẹ người Pháp tháp tùng cùng phái đoàn Bắc Âu sang thăm viếng vùng sa mạc Mông Cổ.

Khatu ra đi tôi không có gì để kêu ca hay phàn nàn, ngược lại còn cảm ơn đời đã cho mình chút kỷ niệm với anh.

Tuy nhiên, là võ sĩ, chúng tôi không có nhiều kỷ niệm mộng mơ, ngoài những pha ồn ào ôn lại võ nghệ với nhau. Đã đành võ thuật Nhật Bản nhằm ứng dụng vào việc tự vệ bản thân, rèn luyện thân thể, mang tinh thần thể thao hơn là võ chiến đấu như Jujitsu hoặc Karaté, nhưng bản tính con trai tôi vẫn thích... ồn ào mỗi lần ra đòn Thiếu Lâm trong khi sở trường của Khatu là Nhu Đạo.

Thật ra kỷ niệm đáng nhớ nhất vẫn là ngày đầu tiênKhatu đến nhà ba mẹ tôi xin gặp *"on Vo Tut Nàm"*. Cái giọng Việt lơ lớ đó của Khatu đã bám theo tôi suốt cả cuộc đời này.

Có Hai Người Lính Ở Buôn Cô Thôn

So với Buôn Cô Thôn ngày xưa có một vẻ đẹp hoang sơ, vắng lặng, nghèo, bụi bặm, buồn hiu hắt thì ngày nay Buôn Cô Thôn đẹp như một tiên nữ rừng xanh được đô thị hóa bởi chính quyền địa phương nhằm phát triển ngành du lịch thu hút đông đảo khách thập phương.

Buôn Cô Thôn cách Banmêthuột khoảng 2km ở phía Tây Bắc tỉnh Darlac. Tiếng Ê Dê gọi Buôn Cô Thôn là Akô Dhong. Akô nghĩa là đầu nguồn, Dhong là lũng. Đây là nơi bắt nguồn của nhiều con suối chảy qua thị trấn Banmêthuột.

Đứng trước nền văn minh hiện đại, giá trị truyền thống độc đáo của dân tộc Ê Đê gần như biến dạng khiến tôi bồi hồi nhớ lại những ngày tháng xa xưa với nhiều kỷ niệm buồn vui, nay chỉ còn trong hồi ức.

Hồi đó…

Sau những lần hành quân trở về trung úy Y Klu thường hay hú thiếu úy Tiến vô Buôn Cô Thôn của ông ăn mừng "sống sót". Lần đầu, chàng thiếu úy Tiến phong trần của tôi vô buôn một mình. Lần đó không biết chàng hào hứng ăn nhậu ra làm sao mà bét mắt ra sáng hôm sau mới tả tơi bưng đầu về làm tôi phát hoảng.

Sau này cô bạn Hà Ly, em gái của trung úy Y Klu, cũng là bạn học của tôi thời hoa mộng, kể cho tôi nghe sau cuộc nhậu sanh tử lửa với trai tráng buôn làng, chàng thiếu úy của tôi xỉn tới bến. Cản cách mấy chàng cũng... "dứt áo" phóng lên yên xe đạp lạng quạng đạp về. Thế là dọc đường chàng lưu linh té nhào đầu xuống đất nằm xụi đơ. May nhờ người làng trên nương chiều về nhận mặt nên hè nhau "cáng" chàng và chiếc xe đạp sút sên, quẹo vành đem trả lại cho trung úy Y Klu.

Từ đó, mỗi lần sống sót trở về, ông trung úy buôn Cô Thôn "hú" anh bạn đồng dội chịu chơi vô buôn nhậu là tôi đều đi theo. Lúc đi, chàng tỉnh táo chở tôi đi. Lúc về, tôi chở "cái hủ hèm" về. Vậy là chắc ăn như bắp, chàng có say xỉn cách mấy cũng hết bày đặt bắt chước nữ sĩ Hồ Xuân Hương "xoạc cẳng đo xem đất vắn dài".

Hồi đó, khi các ông xáp vào hút rượu cần, ăn thịt trâu, hào hứng kể toàn chuyện đánh giặc thì tôi và Hà Ly, đi dạo quanh buôn làng. Hà Ly, hồi còn đi học cho tới sau này, vẫn hiền lành, xinh đẹp như đóa hoa rừng. Cô hát rất hay, tiếng hát cao vút như chim sơn ca trên rừng núi. Ngay cả khi hồn nhiên kể chuyện về anh chàng bụi bặm của tôi xỉn rượu tới té nhào đầu dọc đường, giọng nói của cô cũng líu lo như chim hót.

Rút kinh nghiệm mỗi lần đi nhậu tôi cẩn thận đem theo sợi dây nịt nhà binh tôi chế biến đủ dài để sau cơn say mù trời đất tôi ngồi lên yên xe Honda Dame xong nhờ anh em bạn nhậu nai nịt chàng thật chặt vào lưng tôi đâu vào đó là tôi chạy ù về. Cái mà tôi thích nhất là người lính bét nhèyêu quí của tôi ngồi dính chặt sau lưng khiến tôi cảm thấy ngồ ngộ, hay hay, nhất là cái chất ấm trên thân thể chàng thấm vào lưng tôi khiến tôi cảm thấy ấm lòng.

Tôi còn nhớ trước ngày ra mặt trận hay sau những trận đánh trở về chàng đều đứng đằng sau lưng tôi âu yếm vòng tay ôm lấy tôi thì thầm lời ngon tiếng ngọt đến xiêu lòng. Lần nào cũng vậy, tôi đều nũng nịu áp má vào tay chàng tha hồ cho nước mắt của mình lặng lẽ tuôn ra. Đời chiến binh biết sống chết lúc nào, người vợ của lính không thương cảm cho đức ông chồng thì còn ai cảm thương giùm.

Những chiến binh anh hùng trở về, ngoài thân nhân, gia đình vợ con thì ba giọt rượu với bạn bè là chất gây men thần thánh. Trong chiến tranh, tôi từng chứng kiến nhiều người vợ lính cùng xóm vật vã, đau đớn lăn lộn bên chiếc hòm kẽm phủ cờ của người chồng vì nước hy sinh. Cho nên nhìn chồng mình trở về trong bộ đồ trận bụi bặm, nhầu nát tôi hãnh diện nhưng xót xa thương cảm biết chừng nào.

Bởi vậy cho nên sau những trận đánh sống mái ngoài mặt trận trở về, tuy ngại sự rủ rê của ông trung úy Ê Đê thật thà, chất phác song tôi lại nóng ruột dỏng tai lên chờ nghe "tiếng hú" của ông.

Chính những ngày tháng lao mình trong hòn tên mũi đạn, vắng "tiếng hú" vui tai kia tôi lại nôn nao nhớ, nôn nóng chờ. Tuy mệt, mà thiệt mệt với cái thói quen chết tiệt này song ngẫm nghĩ lại thấy mình buồn cười, thấy vui vui trong bụng.

Nhưng mà đời đã ngắn lại lắm rủi ro. Ngày chàng chiến sĩ anh hùng của tôi từ mặt trận mệt mỏi trở về thì "tiếng hú" hiền lành, thân mến kia vĩnh viễn nằm lại ngoài chiến địa.

Đầu năm 1972, trung úy Y Klu hy sinh trong một trận đánh đẫm máu dưới chân núi Chư Prong thuộc huyện ly Pleikli, nằm ở phía Tây Nam tỉnh Gia Lai - Kontum. Chàng của tôi nói ông Y Klu chết, anh không kịp vuốt mắt đã được toán cứu thương đưa anh về bộ chỉ huy hậu cứ băng bó thương tích đầy mình. Qua màn lệ ướt đẫm tôi run rẩy hôn lên những vết sẹo và những vết thương bị đạn cày chưa kịp lành trên người chàng.

Rồi người hùng của tôi lại ra đi. Vòng tay ân tình dành cho người vợ thương yêu cũng theo chàng ra mặt trận bỏ lại tôi một mình trong căn nhà lạnh lẽo.

Thời gian như dòng sông vẫn chảy, cứ thế trôi qua nhiều biến cố mang tính lịch sử trong đó có một biến động thời thế khiến hàng triệu người phải bỏ nước ra đi.

Sau ba mươi ba năm ở hải ngoại tôi mới có dịp trở về thăm lại quê nhà. Và tôi hết sức ngạc nhiên thấy mình lạc lõng trước sự đổi mới hoàn toàn của đất nước. Dọc đường từ Sài Gòn ngang qua Định Quán, về Phan thiết, Ba Ngòi, Nha Trang, Ninh Hòa lên tới cao nguyên Darlac... nhà cửa, cảnh vật không còn như xưa. Nhất là đứng trước sự hào nhoáng của buôn Cô Thôn làm tôi choáng ngợp. Tôi đã hoài công cố tìm lại chút hình ảnh kỷ niệm trước cănnhà sàn với tuổi đời trên ba mươi năm của trung úy Y Klu chỉ để nghe tiếng mình thở dài. Tôi lại lớ ngớ hỏi thì không ai biết cô bạn học Hà Ly của tôi là ai.

Người xưa đã không còn, những dấu tích truyền thống cổ xưa thảy đều tân trang. Tất cả đều đổi thay đến tận gốc rễ. Cây bứa trăm năm đơn độc bị bứng mất và thay bằngquán cà phê là những căn chòi nhỏ lợp bằng tranh dựng sát bên hồ nước trong xanh.

Khi từ biệt buôn Cô Thôn, nhìn bóng mình đổ dài trên mặt đất tôi cảm thấy lẻ loi, cô độc xiết bao. Hà Ly, trung úy Y Klu và người hùng muôn thuở của tôi nay ở đâu rồi?

Trung úy Y Klu tử trận ở Chư Prong đầu năm 1972, xác còn được đưa về hậu cứ; còn chàng thiếu úy Tiến yêu dấu của tôi kém may cả một giọt máu hồng. Thời gian đã xóa sạch mọi dấu vết trả lại bình yên cho bầu trời và mặt đất.

Một cơn gió núi mang theo hơi lạnh ùa vào mặt làm tôi ớn lạnh. Ngơ ngác nhìn quanh không hiểu sao tôi lại nhớ bài thơ Ông Đồ của Vũ Đình Liên mà lòng bồi hồi khôn tả:

"Những người muôn năm cũ
Hồn ở đâu bây giờ"

Giáng Sinh Của Nhà Sư

Mùa hè năm 2001 ở Calgary có tuyết rơi. Có người cho rằng khối lượng lớn của tinh thể tuyết còn sót lại trong đêm Giáng sinh năm 2000 khiến cho cư dân địa phương bất ngờ hưởng một cái tuyết hiếm có giữa mùa hè năm 2001.

Người ta còn nhớ Giáng Sinh 2000 tuyết trùm trắng cả vùng trời đô thị Calgary, một thành phố lớn phía nam tỉnh bang Alberta, Canada. Ở phía Tây Bắc cách Calgary 219km tuyết cũng lặng lẽ rơi, tuyết rơi phủ kín căn nhà nhỏ, đơn độc trong cánh rừng thông gần hồ Emerald ở công viên quốc gia Yoho, Calgary. Trong căn nhà gỗ nhỏ đơn sơ đó, bên cạnh lò lửa, sư Tâm Đăng thường ngủ ngồi, an nhiên áp má, gối đầu lên bộ kinh Pháp Hoa.

Bốn năm trước, vì muốn ngắm trăng trên hồ Emerald, sư Tâm Đăng chèo thuyền ra giữa hồ thưởng trăng. Trăng lung linh trên cao và trăng long lanh dưới nước khiến nhà sư có cảm tưởng cả thân tâm sư như đang gội bằng ánh trăng sáng lòa. Ánh trăng huyền diệu đó như nghiệp duyên đã dẫn tâm linh nhà sư đi vào lãnh thổ của bộ lạc Sioux.

Mùa hè năm 1996, sư Tâm Đăng thường một mình đi *hiking* trong công viên quốc gia Yoho. Mục đích của nhà sư là tìm nơi tĩnh tu. Tháng bảy đi trong rừng thông bạt ngàn, nghe thông reo vi vu trong gió, ngắm bình minh trên chóp núi, thần thái nhà sư như hòa vào trong không gian trong trẻo, yên bình. Nhà sư thong dong đi qua thác nước Takakkaw dọc theo sườn phía tây của dãy Rocky Mountains với thần thái an nhiên. Khi băng ngang một khu rừng hoang vu rậm rạp, sư Tâm Đăng thoáng thấy một căn nhà đơn độc, lẻ loi ẩn kín giữa rừng cây bạch dương (poplar) chen lẫn những cội thông già sừng sững vươn lên chống trời. Với cái nhìn của Bát Nhã, nhà sư nhận thức được đây là chủng tử thiện duyên của đất Phật mà du tăng đang tìm kiếm.

Đúng lúc đó, một người thợ săn dềnh dàng như con gấu trong hẻm núi đi ra, tay cầm súng trường, vai vác con hươu đuôi trắng vừa bị bắn hạ, đi về phía nhà sư. Đang bỡ ngỡ trước khách lạ, sư Tâm Đăng chưa kịp lên tiếng chào hỏi thì anh thợ săn chợt khựng lại, trố mắt nhìn nhà sư không chớp rồi đột nhiên y hú lên một tiếng dài, tay xoa đầu reo lên (bằng tiếng Pháp):

- Eh! Dan! Tu es Danton!? Moi: Joel Flying Arrow, son ancient élève! (Ê Dan! Ông là Danton ha!? Tôi: Joel Mũi Tên Bay, học trò cũ của ông nè!)

Thì ra anh thợ săn là học trò của sư Tâm Đăng thời học high school ở Calgary. Thập niên 1990, ngoài việc dạy Pháp văn, sư Tâm Đăng còn phụ giảng môn Khoa học Xã hội và Nhân văn (bằng tiếng Anh) tại một trường tư thục của thành phố này. Nhà trường và học sinh thuở đó gọi sư Tâm Đăng là Professor Danton.

Mặc dù cách nhau đã nhiều năm, nhưng Joel, anh học trò cũ dễ dàng nhận ra vị giáo sư hiền lành trong tấm áo nâu sòng và cái đầu không tóc, một hình ảnh bất biến của bậc tu hành.

Joel Flying Arrow là thổ dân Sioux, từng chịu ơn thầy Danton dạy anh cách lý luận mang tính khoa học về kiến thức và khả năng lãnh đạo. Joel cho biết anh là con cháu của tù trưởng Crow (Ưng Bay). Mảnh đất sư đang đứng thuộc lãnh thổ của người Sioux.

Ngồi trên gộp đá cạnh dòng suối nhỏ, Joel nhận thấy giáo sư Danton già đi nhiều, nhưng trên gương mặt rắn rỏi của nhà sư vẫn ung dung, thư thái; riêng sự bén nhạy của tư tưởng lúc nói chuyện với Joel vẫn linh hoạt cố hữu của một nhà mô phạm. Nhìn đốm nắng vờn trên vầng trán cao vọi của người thầy cũ, Joel ôn tồn hỏi:

- Thưa, Giáo sư còn đi dạy chứ?

- Không - Nhà sư khẽ lắc đầu - Tôi nghỉ hưu hơn năm năm rồi.

Joel cúi xuống rồi ngước lên nhìn giáo sư, cười chất phác:

- Giáo sư đi *hiking*?

- Phải - Nhà sư gật đầu mà gần như lắc đầu - Thật ra, tôi đang tìm một nơi để tĩnh cư.

Khi nghe giáo sư Danton nói, tự nhiên Joel nhìn về phía căn nhà gỗ nhỏ với một ý nghĩ lóe lên trong đầu.

Một tháng sau.

Đường lên dốc núi dẫn vào công viên quốc gia Yoho, mặt đất vẫn còn ướt. Sau cơn mưa, ánh nắng xuyên qua kẽ

lá rải những vệt sáng dài theo lối đi. Thở hít thật sâu mùi thơm của nhựa thông tỏa ra từ những rặng cây, sư Tâm Đăng nhận thức rõ sự tồn tại của thiên nhiên tràn đầy sức sống mãnh liệt. Nhà sư cũng biết mình đang bước đi trên con đường bắt đầu dẫn tới một cuộc sống khác ở một thế giới khác. Ở đó thu hẹp và tàng ẩn một không gian vĩnh hằng.

Vượt qua khỏi lằn ranh công viên Yoho, nhà sư lại đặt chân lên lãnh địa của người Sioux để đi lần đến căn nhà gỗ ẩn kín trong lửa kê bằng ba hòn đá nám đen, một cái bàn gỗ thông đặt cạnh chân giường vẫn còn váng vất mùi khói than. Đồ đạc chỉ có vậy, nhưng với cái nhìn của bậc tu hành, sư Tâm Đăng khẽ mỉm cười trước khung cảnh bình yên không chút ồn ào, vội vã. Đó là niềm an ủi sau một thời gian bềnh bồng tìm kiếm nơi tĩnh cư. Trước kia, căn nhà gỗ lẻ loi, đơn độc là dấu hiệu của sự buồn thảm, một nơi gần như không có liên quan tới bất cứ sự sống nào, nay được dịu dàng chiếu rọi bởi ánh nắng và sự có mặt của một nhà sư.

Lòng tốt của người học trò cũ, tức tù trưởng Joel Flying Arrow chẳng phải là đức hạnh của cứu cánh niết bàn ba la mật đó sao.

Ngày tháng vẫn lặng lẽ trôi qua.

Đêm mênh mông và câm lặng trùm lên căn nhà gỗ nhỏ. Ngày thênh thang và trong lành cũng phủ lên căn nhà gỗ nhỏ. Cứ thế, thời gian như một dải sương mù trôi qua thật mau trên căn nhà gỗ nhỏ lẻ loi, đơn độc.

1997. Mưa xuân rả rích rơi trên mái nhà còn thơm mùi gỗ thông. Mùi thơm của hoa rừng cùng đàn bướm khoe sắc hòa mình trong tiếng chim hót. Đằng kia là lùm cây hạt dẻ chen chúc những chồi non cạnh cây sồi khô trụi lá.

1998. Gió hè vi vu thổi qua những cội thông già. Cái trong trẻo của bình minh rải nắng lốm đốm trên thảm lá phong tạo nên một bức tranh sống động vào hè.

1999. Sắc thu nhuộm vàng cả rừng cây bạch dương. Mái nhà gỗ đơn độc cũng trải vàng thảm lá.

Mùa đông 2000 rất buốt và nhiều gió. Núi rừng, muôn thú và căn nhà gỗ nhỏ tất cả đều như biến hình, trắng toát bởi tuyết giá. Tuyết sáng loáng, dịu dàng bay lượn trong không gian ánh lên thứ ánh sáng tĩnh lặng và sâu thẳm. Ban đêm thứ ánh sáng đó tỏa sáng tạo nên cảnh tượng đẹp tới sắc lạnh xuyên qua ánh lửa bập bùng trong căn nhà gỗ nhỏ.

Bốn mùa xuân hạ thu đông tuần tự đến rồi đi rồi lại đến trên căn nhà gỗ nhỏ như đưa thoi.

Đặc biệt, mỗi năm trước mùa lễ Giáng Sinh đúng một tháng, khắp nơi trên thế giới vang lời ca đón mừng, sư Tâm Đăng vẫn không quên thân hành xuống phố mua thiệp Giáng Sinh gởi về cho mẹ ở bên nhà. Tấm thiệp đơn sơ, nhỏ nhắn thôi, trong đó sư vấn an sức khỏe của mẹ, kể về cuộc sống tĩnh cư, về tù trưởng Joel Flying Arrow và những người bạn Da Đỏ, thỉnh thoảng đến thăm viếng hỏi han sự tình.

Cả núi rừng hùng vĩ và huyền bí, nơi có căn nhà gỗ nhỏ lẻ loi, đơn độc, tất cả theo dòng đời chớp mắt đã bốn

mùa trôi qua. Hằng ngày sư Tâm Đăng vẫn thiền hành khắp núi rừng và hành thiền đơn độc trong căn nhà gỗ với ý thức không hiện tại và không cả tương lai. Ở đây, ít có tiếng động, hầu như không cả sự hiện diện của dấu vết con người khiến nhà sư có thể nghe được tiếng thở của trời đất, của tiếng gió, tiếng thác và sức sống kỳ diệu trong âm thanh của tiếng chim hót, tiếng sóc kêu trên cội thông già.

Mùa đông năm 2000 tuyết rơi. Trong căn nhà gỗ nhỏ, sư Tâm Đăng đặt viết xuống bàn gỗ thông sần sùi. Nghe tiếng nổ lách tách của củi lửa, cơn buồn ngủ lại kéo đến, nhà sư lại an nhiên áp má, gối đầu trên cuốn kinh Pháp Hoa. Lần này cuốn kinh mở ra trang kinh nói về Bồ Tát Trì Địa(*).

(*) *Bồ Tát Trì Địa: Trì là giữ gìn, Địa là đất, nghĩa là gìn giữ đất tâm. Bồ Tát Trì Địa tu công hạnh thường đi đến chỗ nào đất lồi lõm thì Ngài bang, sửa cho bằng phẳng, cầu gẫy thì Ngài nối lại nhịp cầu. Ngầm nhắc mọi người phải soi về đất tâm của mình, hễ tâm bình thì thế giới bình. Soi lại tâm mình để rõ được chỗ chân thật thì thấy rõ mình với mọi người đều có lẽ thật đó. Sống trở về tự tâm, thì đâu cũng là cửa Phổ Môn tự tại.*

Săn Cọp

Bập bập một hơi lá thuốc cuốn tròn, già làng Y Hô nhả khói lên trời. Nheo mắt nhìn trăng mười sáu đắm đuối xanh, ông trầm ngâm nhớ lại thời trai tráng từng tháp tùng ông Ba Dơi vào rừng sâu săn cọp.

Thập niên 1940, Ba Dơi là một thợ săn lão luyện. Ông đã từng bắn hạ hàng trăm thú rừng, từ nai, hoẵng, chim chóc tới trâu rừng (con min), voi rừng, lợn rừng bốn nanh, cọp, beo đốm và beo gấm… Chiếc *dodge-quatre* của ông tuy cũ nhưng rất tiện lợi trong việc chở thú săn được. Có chuyến săn nai sáng đi tối về. Có chuyến săn lần theo dấu vết thú dữ phải mất ba bốn ngày. Thời trẻ, Ba Dơi từng là nghệ sĩ đờn kìm nên ông quan niệm săn thú dữ không phải để giải trí mà ông đặt nặng, ngoài kỹ thuật còn mang tính nghệ thuật xen lẫn trong nghề.

Dân địa phương chỉ biết Ba Dơi, quê ở miệt Đầm Dơi, Cà Mau, nhưng không ai biết vì sao ông lại giạt lên tận xứ ma thiêng nước độc Banmêthuột, tỉnh lỵ Darlac sinh sống. Từ một ngư phủ hiền lành của miền sông nước lại trở thành một tay thợ săn khét tiếng của cao nguyên miền Thượng thì chỉ có Ba Dơi là độc nhất vô nhị.

Thời đó, Darlac nằm ở phía Tây Nam dãy núi Trường

Sơn, với núi rừng đại ngàn trùng trùng điệp điệp trải dài như vô tận trong sơn lam chướng khí. Cả bốn hướng, càng đi sâu rừng càng âm u, rậm rạp. Những thân cây mun, cẩm lai, long não, cổ thụ chọc trời mọc đầy rêu phong ngàn năm càng tăng thêm vẻ hoang vu lạnh lẽo không một dấu vết con người, ngoài thú rừng. Trên trời chim muông xoãi cánh bay rợp, dưới đất cọp, beo, gấu, tê giác, voi rừng, trâu rừng, lợn lòi, nai chà, hươu, mang, mãng xà, nhím lông lớn…

Darlac có nhiều địa danh săn bắn thích hợp như Dốc Láng, ngọn đèo trơn trợt nằm trên quốc lộ 21, về phía Đông Nam trên quốc lộ 21 kép có Lak, Dam Rông, phía Tây Nam có Buôn Dur, Bandon, tả ngạn sông Krông Ana (Sông Cái), rừng Bra nằm phía Tây Bắc Buôn Hô v.v…, là những nơi nhóm ông Ba Dơi từng đặt chân tới.

Thời kỳ này, người Êđê săn thú bằng giáo mác, cung tên thì Ba Dơi đã biết dùng súng. Súng trường *mousqueton* của Pháp tuy lên đạn từng viên, tốc độ bắn chậm nhưng rất chính xác đối với thợ săn lành nghề. Ngoài ra, chuôi vỏ đạn cạt-tút *(cartouche)* dùng làm đồ trang sức rất đẹp.

Săn ban ngày không nói, nhưng săn đêm là sự mạo hiểm đòi hỏi hành động có ý thức cảnh giác cao độ. Yếu bóng vía trước dã thú có thể mất mạng như chơi. Nghĩa là gặp cọp beo không tỏ ra sợ hãi, không thở gấp, đôi chân trụ như đồng, cặp mắt phải có lửa, ngón trỏ bóp cò phải mềm dẻo, uyển chuyển, điêu luyện. Tóm lại, trí óc và thân thể biết dung hòa mới chiếm được ưu thế. Ban đêm thú rừng rất chịu đèn. Chúng luôn bị thôi miên trước ánh đèn rọi thẳng vào mắt. Chỉ chờ có vậy tiếng súng bao giờ cũng đẩy viên đạn vụt tới trước, rồi mới thấy con mồi gục xuống.

Bất kể mưa nắng, cuối tuần nhóm ông Ba Dơi vẫn lặn lội vào rừng săn bắn. Suốt đoạn đường dài xuyên rừng vượt suối đến khi cùng đường họ mới xuống xe lội bộ sâu vào rừng. Săn thú dữ vào ban đêm có trăng hay không Y Hô vẫn là người đội đèn dẫn đường, vai mang cung tên, tay cầm dao phạt rừng đi tới. Thường ngày Y Hô rất hiền lành, dễ mến, nhưng săn đêm cặp mắt y luôn có ánh nhìn dữ tợn của con cọp bị thương.

Đến chỗ rẽ xuống suối, nhóm thợ săn bước chậm lại. Vực suối sâu, vách đá xù xì dựng đứng. Trăng đêm chiếu xuống hắt ánh nước rập rờn trên gộp đá nhọn hoắt. Chợt một mùi hôi tanh nồng nặc theo gió thổi thốc lên khiến mọi người khựng lại, rùn người xuống. Đột ngột xuất hiện thú dữ khiến mọi tiếng động của con người như bị rừng sâu nuốt chửng.

Dưới ánh trăng khuya đượm vẻ ma quái, nổi bật bên bờ suối một con cọp khổng lồ đang bình thản uống nước. Ông Ba Dơi nín thở, căng mắt ra, giương súng, cẩn thận nhích từng bước lần xuống vực. Đến khoảng đất khá thuận tiện, ông Ba ra hiệu cho người trợ thủ bật đèn pha rọi thẳng xuống mình con vật rằn ri, to tướng. Phản ứng của dã thú thật khủng khiếp. Bất ngờ gặp biến, con cọp vùng dậy, gầm lên cùng lúc xòe móng vuốt tát một cú như trời giáng vào luồng ánh sáng rồi rạp mình xuống đất, nghếch đuôi, nhe răng gầm gừ thủ thế. Nó ngước đầu lên, chờn vờn lia cặp mắt xanh biếc đến rợn người nhìn thẳng vào ngọn đèn.

Rút kinh nghiệm những lần săn dã thú, tầm ngắm của

Ba Dơi luôn luôn cách con vật khoảng 23 thước. Nếu đứng gần, lực đạn bắn ra không đủ sức hạ con mồi. Bị thương con thú sẽ trở nên hung tợn hơn, dễ bị nó vồ ngược lại. Lần này cũng vậy. Ba Dơi thận trọng nâng mũi súng lên nhắm giữa trán con vật rồi nín thở bóp cò. Tiếng súng nửa khuya vang lên giữa rừng già thật khủng khiếp, tưởng như màn đêm tịch mịch của núi rừng hoang dã bị phá vỡ thành ngàn mảnh vụn.

Bị trúng đạn con vật không chết ngay. Bằng tất cả sức mạnh của mãnh thú bị trọng thương nó hộc lên một tiếng, đập đuôi xòe mống vuốt lao vút tới. Nhưng rồi con thú khổng lồ đổ vật xuống đất một tiếng "bịch" thật nặng làm mọi người vội giạt ra. Theo luồng sáng rực của ngọn đèn pha, Ba Dơi thận trọng nhích tới hích hích mũi súng vào đầu con vật. Khi biết chắc con cọp đã toi mạng mọi người mới xúm lại hì hụi băng rừng khiêng ra xe trở về thị xã.

Nửa đường trời đổ mưa như trút.

* * *

Thưa độc giả.

Tôi viết truyện này theo lời kể của anh Y Đam Mlô, con ông Y Hô thuộc sắc tộc K'hor (Kô-Hô) sinh sống ở vùng Đông Nam tỉnh Quảng Đức (Gia Nghĩa). Binh nhất Y Đam Mlô cùng đơn vị Biệt Động Quân với tôi chiến đấu cho tới ngày Banmêthuột bị thất thủ. Lúc đó tôi không biết số phận Y Mlô ra sao; còn tôi, trên đường lui binh về Phan Rang tôi bị bắt cùng một số binh sĩ ngay trên đèo Du Long thuộc tỉnh Thuận Hải (nay là Bình Thuận). Sau ba năm tù "cải tạo" tại trại Z30D, huyện Hàm Tân tôi được thả về đến cuối năm 1979 vượt biên đến bến bờ tự do. Năm 2005 nhân chuyến thăm gia đình anh bạn thơ gốc Pleiku tại thành phố Greenboro, North Carolina, tình cờ gặp lại đồng đội cũ: binh nhất Y Đam Mlô.

Suốt buổi hàn huyên, qua giọng nói lơ lớ và nụ cười hiền lành của Y Mlô tôi được biết năm 2000, các sắc tộc Thượng đứng lên đòi đất và đòi tự do tôn giáo không thành, hàng ngàn người Thượng sợ bị bắt đã bỏ chạy qua Campuchia lánh nạn, trong đó có gia đình Y Đam Mlô. Hơn hai năm sau, năm 2002 họ được Cao Ủy Liên Hiệp Quốc ở Campuchia cấp giấp phép tị nạn sang Hoa Kỳ. Hiện nay Y Đam Mlô cùng gia đình định cư tại vùng Greenboro, North Carolina, Hoa Kỳ.

Nhân dịp này, anh binh nhất họ Y chất phác kể cho tôi nghe chuyện săn cọp của cha anh là già làng Y Hô và người thợ săn khét tiếng tên Ba Dơi.

Chuyện đường rừng của hơn 80 năm trước trôi qua với biết bao biến thiên thời cuộc, tuổi người dù sống trọn vẹn với nghĩa đời của nó cũng khó mà vượt qua quy luật sinh tử vốn vô thường. Lâu rồi, lâu lắm rồi già làng Y Hô, người của rừng núi K'hor đã tan biến vĩnh viễn trong thăm thẳm của núi rừng. Riêng cái chết của ông Ba Dơi thì thật khác thường.

Một hôm buồn tình ông lấy phấn vẽ đầu cọp trên vách nhà. Vẽ xong, thay vì lấy giẽ lau, ông lại dùng tay xóa vô tình bị dằm sốc vào tay làm độc mà chết.

Dù sao ông cũng chết trong câu tục ngữ:
"Hùm chết để da. Người ta chết để tiếng".

Beo Gấm

Mùa mưa trên phố núi chiều xuống rất mau. Tiếng mưa lắc rắc trên mái tôn tạo thành chuỗi âm thanh buồn buồn như tiếng thở dài. Hai Hổ, tay thợ săn khét tiếng một thời ở vùng rừng núi Kontum, nay đã về già. Đầu mùa mưa này ông bước vào tuổi tám mươi lăm.

Đang ngồi độc ẩm trong nhà, lan man hồi tưởng lại quãng đời đã qua, Hai Hổ chợt nghe có tiếng gõ cửa. Tiếng gõ không gấp cũng không mạnh, nhưng có chút quả quyết làm ông ngạc nhiên. Hai Hổ đứng dậy ra mở cửa thấy một thiếu phụ tầm vóc trung bình, khoác áo măng tô xám, tay che dù. Thấy khách lạ, Hai Hổ ngập ngừng:

- Chào cô. Cô tìm ai?

Cúi đầu đáp lễ, giọng người thiếu phụ trầm và hơi khàn:

- Dạ, chào ông. Thưa, có phải đây là nhà ông Hai…H…?

- Phải - Hai Hổ ngắt lời - Cô tìm ông ấy có việc gì?

- Thưa, tôi là em gái của Năm Báo. Anh Năm nhờ…

Vừa nghe tên Năm Báo, Hai Hổ nhướng mắt nhìn thiếu phụ một giây rồi mở rộng cánh cửa, từ tốn mời:

- À! Mời cô. Cô cứ mang dù vào.

Thiếu phụ bước vào nhà dựng cây dù ở một góc, cởi áománg trên giá áo xong theo Hai Hổ tới bàn ngồi. Căn nhà thật đơn sơ, chỉ có một cái bếp than và một buồng ngủ nhỏ. Đồ đạc gồm một cái bàn, vài cái ghế, một cái tủ, một cái đi-văng (divan) ván ngựa, tất cả, đều cũ kỹ dưới ánh đèn vàng vọt trên trần nhà hắt xuống. Cầm nõ điếu cày và hộp đựng thuốc lào đùa về phía mình, Hai Hổ nói:

- Cô cứ ngồi đi. Cô uống trà nghe.

Liếc thấy chai rượu đã lưng phân nửa, thiếu phụ cười nói thật tự nhiên:

- Hình như ông đang uống rượu. Ngoài trời mưa lạnh, tôi cũng muốn uống một chung cho ấm lòng.

Hai Hổ vừa ngạc nhiên vừa thích thú trước phong thái của người khách lạ, ông từ tốn rót đầy hai chung rượu rồi chủ động nâng chung mời khách:

- Mời cô.

Thiếu phụ cầm chung rượu lên ngắm nghía rồi lẳng lặng uống cạn.

- Anh Năm dạo này ra sao cô?

Nghe Hai Hổ hỏi thăm anh mình, cô hiểu ngay ông thừa nhận mình là ai. Thật ra khi thấy mặt gia chủ cô biết ngay ông là Hai Hổ, bạn săn năm xưa của Năm Báo, anh ruột cô. Khi biết cô tháp tùng phái đoàn Y Dược Sài Gòn lên Kontum cứu tế dân nghèo trong vòng một tháng, Năm Báo nhờ cô khi rảnh ráng tìm thăm Hai Hổ, đã lâu không biết tin tức bạn già sống chết ra sao.

Người thiếu phụ đã không mất nhiều công mới tìm ra nhà của Hai Hổ. Địa chỉ anh cô ghi đúng, nhưng quãng thời gian sau này Hai Hổ đã dọn chỗ ở không xa lắm, chỉ xéo bên kia đường.

Nhìn Hai Hổ, cô gượng cười, nói:

- Dạ. Anh Năm không được khỏe cho lắm, thưa ông.

Giọng nói của người thiếu phụ thật nhỏ nhẹ. Dưới ánh đèn tuy vàng vọt nhưng cũng đủ soi hồng khuôn mặt thon thon, cặp chân mày rậm, sau tròng kính trắng là đôi mắt mở lớn, đầy tự tin.

Như vừa sực nhớ ra điều gì, thiếu phụ ngồi thẳng lên móc trong bóp ra một tấm hình đưa cho Hai Hổ:

- Anh Năm dặn tôi gởi lại tấm hình này cho ông Hai.

Nhìn tấm hình đã phai chụp Năm Báo cầm súng đứng trước xác con beo đốm bị Năm Lê bắn hạ, Hai Hổ khá xúc động.

Tiếng mưa vẫn rơi đều trên mái tôn cứ lôi cuốn ông lội ngược về những kỷ niệm một thời thợ săn.

Kontum là một tỉnh địa đầu ở vùng Tây Bắc của Cao Nguyên miền Thượng. Dãy cao nguyên trải dài từ Kontum, Pleiku, Darlac, Tuyên Đức, Quảng Đức, Lâm Dồng núi rừng trùng điệp là giang sơn của các loài thú gồm cọp, voi rừng, lợn lòi, gấu ngựa, chó sói, trâu rừng, bò rừng, hươu, nai, chồn cáo, nhưng hiếm khi gặp beo.

Cuối thập niên 40, Hai Hổ cùng các bạn săn thường lái xe Dodge vào rừng săn bắn. Các tuyến đường Kontum -

Yaly dài 36 cây số, đường Kontum - Pleikrong dài 60 cây số, đường Dakto - Benhet giáp Ai Lao 35 cây số…, Hai Hổ và bạn săn thường lui tới.

Có lần nhóm Hai Hổ lùng theo dấu vết một con beo gấm giữa rừng già An Khê nối liền dãy Ngok Linh ngập sương lam chướng khí. Vừa lên tới đầu con dốc, bỗng có một vật gì to lớn, lao vụt xuống dốc suối. Những cây cỏ tranh, đám lau già và bụi cây rừng rung lên dữ dội.

Cả nhóm chưa kịp hươi súng lên thì một tiếng gầm khủng khiếp từ trên ngọn cây con beo gấm khổng lồ lao vụt xuống. Con mồi là Năm Báo, người đi sau cùng. Ngay cú tát hãi hùng của dã thú, Hai Hổ nghĩ Năm Báo chắc chắn chết ngay. Nhưng may mắn thay, số Năm Báo chưa tận nhờ dốc núi dựng đứng và vì quá sợ hãi, anh ta trợt chân ngã dúi dụi xuống mặt đất bầm.

Hụt cú tát, lập tức con thú quay ngoắc lại ụp mình xuống gặm cổ nạn nhân định tha đi. Trong cơn cùng tắc biến, Hai Hổ đã phải hết sức tự chủ mới bắn được phát súng, tuy không trúng con thú nhưng cũng khiến nó giựt mình nhả nạn nhân phóng mình mất dạng trong rừng già.

Từ ngày bị con beo gấm giết hụt, Năm Báo như người mất hồn. Nỗi sợ hãi bị beo vồ đã ám ảnh khiến tóc Năm Báo, chỉ trong một đêm đã bạc trắng như lau. Từ đó, không hiểu sao bạn săn ai cũng quen miệng gọi tên cúng cơm của Năm Lê là Năm Báo. Mãi về sau này, Năm Lê mới biết và méo mặt với một hỗn danh để đời. Sau gần nửa năm về Sài Gòn dưỡng thương, vết răng trên cổ bị beo gặm tuy lành miệng nhưng đầu Năm Báo bị niểng một bên như người thiếu phụ cho ông Hai biết.

"Nhìn thân hình gầy đét ngày một tàn tạ của anh Năm, tôi xót xa vô cùng. Hình ảnh một ông anh vui sống lúc còn là một thợ săn đã biến mất. Thay vào đó là dáng dấp một người già nua, xanh xao, đơn độc, đầy phiền muộn…"

Người thiếu phụ cáo từ ra về đã lâu mà Hai Hổ vẫn còn ngồi ngẩn ngơ bên chung rượu đã cạn. Nghe tiếng mưa sùi sụt và cảnh sắc ảm đạm ngoài trời đã âm thầm dựng dậy trong ông những gương mặt người, từ đó kỷ niệm lặng lẽ hiện về.

Nhà Tranh

Từ ngày bỏ xứ qua đây tới giờ ngót nghét cũng đã gần 40 năm lẻ, nhìn quanh lão Sồi thấy người đồng hương hầu như ai nấy đều lột xác trở thành trưởng giả giàu sang, nhà cao cửa rộng, xe cộ ì xèo, riêng lão vẫn cứ như anh nhà quê mới lên tỉnh, cái giống gì cũng chậm lụt, xục xịch đến sau, hỏi gì cũng lơ ngơ lắc đầu chẳng biết. Sống trong thời đại tên bay ngựa chạy mà lão cứ như cụ rùa ọc ạch bơi trên mặt nước sông Trent.

Sông Trent nằm ở phía đông nam tỉnh bang Ontario. Con sông dài 90 km này phát nguồn từ hồ Rice chảy qua *small town* Frankford cách Toronto khoảng một tiếng rưỡi đường xe về hướng Kingston. Dọc theo bờ sông Trent, những cái *cottages* nhỏ nhắn, cũ kỹ, thấp thoáng trong những tàng cây xanh mát làm tăng thêm vẻ đẹp của sự yên ả, thanh bình. Thiết nghĩ những ai về già muốn "lãng tích thiên nhai" vui thú điền viên có thể ẩn cư ở đây biết đâu có ngày gặp được... kỳ tích. Hồi nhỏ ở bên nhà học Anh văn cuốn *English For Today* lão Sồi mang máng nhớ cái từ *cottage,* tự điển Nguyễn Văn Khôn dịch là *nhà tranh.* Qua đây nghe nhiều người khoe mới tậu cái *cottage* ở tỉnh nhỏ nào đó, lão mừng cho họ nhưng cứ tủm tỉm cười thầm trong bụng.

Cho đến một ngày cuối tuần đôi bạn trẻ Diệp Yến rủ vợ chồng lão Sồi về quê nghỉ hè một hai hôm cho vui. Hỏi ngủ đâu? Cả hai cười cười nói tụi em mới mua một cái *cottage* gần Trenton, có mời thêm bạn bè về chơi cho vui.

Lão nghe mà hết hồn vì hồi nào tới giờ lão vẫn khăng khăng nghĩ rằng cái *cottage* có khác gì cái "chòi chăn vịt" như ở miệt vườn quê xưa của lão chớ có là dinh là thự to lớn chi mà rủ rê nhiều người ở lại "một hai hôm cho vui"? Sau khi nghe bạn giải thích lão nhà quê mới vỡ lẽ.

Như đã hẹn, xế trưa chủ nhật đôi bạn trẻ Diệp Yến tới chở vợ chồng lão Sồi trực chỉ trại hè. Sau hơn một tiếng đồng hồ, chiếc Honda đời 2006 nuốt một đoạn đường dài 149km thì tới bến.

Thì ra cái *cottage* lại là... một căn nhà nhỏ bằng gỗ, tuy cũ kỹ nhưng khá dễ thương, có hàng rào bao quanh ba mặt, có cây cao bóng mát, có sân cỏ mênh mông, sân chơi chơi vũ cầu, có chỗ đốt lửa trại v.v... Ngoài hai nhà kho chứa đồ cất ở mặt trước, phía sau là cái *cottage life* ba phòng ngủ, một phòng khách, một nhà bếp, tủ lạnh, quạt trần, máy sưởi, máy lạnh, bàn ghế, giường chõng..., tầng dưới là *basement* có cửa ăn thông ra bờ sông.

Cái *cottage* này nằm ở một lô riêng biệt gồm chín căn trên một con lộ đất nhỏ đủ cho một chiếc xe chạy, hai bên um tùm cây xanh cỏ dại. Đặc biệt gia chủ có treo một lá cờ vàng ba sọc đỏ ở trước cổng ra vào để chào đón quan khách. Từ ngày mất nước, lá cờ thiêng liêng này đã theo người Việt đi năm châu bốn bể, đến ngay cả nơi khỉ ho cò gáy này cũng có cờ vàng ta bay. Đây là một dấu hiệu đẹp và có ý nghĩa mà người Việt mình thường dùng để đánh dấu điểm hẹn cho mọi người dễ tìm đến.

Chiều xuống bá quan văn võ lần lượt có mặt khá đông đủ. Túc số gồm mười cặp, năm cháu nhỏ. Tất cả đều là khách. Khách ở đây là bạn bè, là gia đình thân nhân gia chủ. Có một điều lạ mà vui là đi trại hè mà cả hai buổi cơm trưa và chiều do mọi người tự mang theo đóng góp đều hết sức thịnh soạn chẳng thua gì nhà hàng. Coi nào. Ái chà! Bánh ít trần, bánh bột lọc, canh chua cá, tôm rim, thịt bò kho, thịt kho hột gà, xôi, chè, trái cây đủ loại, rượu bia..., tất cả đều bốc khói thơm điếc mũi bày la liệt trên mặt bàn.

Đi trại, ngoài sự sinh hoạt cho chiếc thân khoẻ khoắn, tinh thần ăn uống cũng quan trọng không kém cho nên tới giữa ngọ ai nấy đều hăm hở ngồi vào bàn cầm đũa, nâng ly rất tận tình. Trong bầu không khí thân mật, rộn ràng, cởi mở, khiến chủ nhân bất ngờ trở thành diễn viên hài rất ăn khách, vừa kể chuyện tiếu lâm vừa ra điệu bộ rất có duyên nên ai cũng hể hả toét miệng cười rần.

Ở miền quê chiều xuống rất mau. Trời hơi u u mọi người vội túa ra bờ sông câu cá, chèo xuồng đến sụp tối đốt lửa trại văn nghệ văn gừng ồn ào náo nhiệt đến khuya lơ.

Sáng sớm hôm sau mùi cá chiên dữ dội trong bếp xộc vào mũi đánh thức mọi người dậy. Sau buổi điểm tâm bánh mì hột gà ốp-la của một cặp uyên ương phục vụ, mọi người lại ào xuống bờ sông. Cái đẹp của căn nhà gỗ này là nằm bên bờ sông Trent hiền hòa, tĩnh lặng. Mặt nước sông lung linh phản chiếu ánh nắng ban mai tạo nên một vẻ đẹp rực rỡ như bức tranh thần thoại. Bên kia sông là đồi núi đang vào hè, lá rừng một màu xanh thẳm, trải dài mút mắt. Tiếng chim hót lãnh lót trên những ngọn cây và tiếng cười đùa của bạn bè làm cho sự yên tĩnh cố hữu nơi đây trở nên huyên náo, sinh động. Sống với thiên nhiên, với lung linh sắc nắng, với cây xanh, nước biếc, với tiếng chim hót, với trẻ con và bạn hữu khiến lão Sồi bỗng thấy mình lâng lâng sung sướng, thấy mình trẻ ra sao, thần hồn bay trên những ngọn cây, trên mặt nước trong xanh. Có thể nói những ngày sung sướng nhất của đời người là những ngày hè đi nghỉ mát, đi trại hè.

Buổi sáng vẫn còn hơi sương lạnh, lửa trại đêm qua lại tiếp tục khơi lên mang hơi ấm cho mọi người. Lặng lẽ nhìn lửa cháy và khói bay lão Sồi lại nhớ khói đốt đồng sau mùa gặt ở quê nhà. Rồi mọi người ngồi quây quần bên đống lửa uống bia, kể chuyện, cười đùa, đờn ca xướng hát, đánh vũ cầu, câu cá, chèo xuồng... Xưa nay lão Sồi ở núi ở rừng là người vốn sợ sông sợ nước, ngược với bà xã lão thấy nước thấy sông là cứ như, cá gặp nước, rồng gặp mây. Suốt buổi *nàng* năng nổ bơi xuồng mút cả cây số, ai cũng phục lăn. Người miệt biển mà, cho nên hết người này tới người khác thay phiên bước xuống xuồng làm con sáo sang sông.

So với bạn bè, lão Sồi là người già chát, ốm yếu, sụt bệ, ít hoạt náo như thời du ca xưa. Nhưng không phải vì vậy mà lão ưa chuộng hạnh viễn ly. Thiệt tình, những lúc như thế này, dù bệnh hay khoẻ mạnh, lão thấy mình như đổi khác. Nhìn thấy cái "bổn lai diện mục" của lão đang cằn cỗi; những nhận xét, những quan niệm, những cảm nghĩ đã không còn linh hoạt như những ngày xưa. Lão thấy cuộc sống đa dạng hơn, mênh mông hơn, dòng đời trôi chảy nhanh hơn, xoáy hơn, trắc trở hơn nên ít tầm thường hơn.

Ngồi thu lu trong chiếc ghế nhìn trời mây, sông nước, nhìn cờ bay rồi nhìn những những đứa trẻ, con cái của bạn bè quanh lửa trại lão nghĩ chúng nó thật may mắn và hạnh phúc sống và lớn lên trong một đất nước văn minh tiến bộ. Rồi lão lan man nghĩ tới tình trạng chính trị của đất nước mình mà thương cho tiềm lực dân tộc đang khao khát trong ước vọng bảo vệ xứ sở trước nạn Hán hóa cũng nhưthương cho thế hệ những người trẻ tuổi muốn đem hoài bão làm đẹp cho cuộc đời.

Xế trưa đã có vài cặp chia tay ra về. Buổi chiều những người còn ở lại phụ giúp gia chủ dọn dẹp trong ngoài.

Bây giờ ngồi đây nhớ lại những ân tình này lão Sồi có cảm tưởng như vẫn còn ngồi trong cái *cottage* của bạn ở Frankford. Cái *cottage* mới hôm qua đó thôi, đã vội vàng hiện ra một cách đột ngột ở một khúc quanh hoang dã nhưng lại sáng lên như một cảnh giới giác ngộ, một cuộc đất yên vui, xanh thắm và dịu dàng.

Tục Huyền

Chuyện đời nhiều lúc kỳ cục, khó tin, nhưng sự thật vẫn là sự thật.

Tập hồi ký đánh máy của cha tôi dầy ngót ngàn trang, hoàn tất vào cuối năm 1940, trong đó chương cuối cùng cha tôi có kể về chuyện tình khá thơ mộng mà kỳ lạ của ông.

Chuyện kể rằng hồi trẻ cha tôi sớm có năng khiếu văn chương. Sinh ở Huế nhưng thơ văn ông được đăng tải trong một số tạp chí văn học Sài Gòn nhiều hơn báo địa phương. Mến mộ văn tài của cha tôi mẹ đã đến với ông. Tuy nhiên, hồi đó gia đình bên ngoại tôi thuộc dòng dõi danh gia vọng tộc không chấp nhận một anh sinh viên nghèo, không cha không mẹ nên họ dùng mọi cách ngăn cản không cho hai người gặp nhau. Nhưng với lòng đam mê văn chương nghệ thuật, sau một thời gian dài gian nan, khổ cực, cay đắng trăm bề, mẹ cũng quyết về với cha. Cuối cùng bên ngoại tôi đành buông xuôi theo nghĩa thuận vợ thuận chồng, song họ quyết định từ bỏ mẹ tôi.

Từ đó mẹ gạt nước mắt theo cha về Sài Gòn tìm kế sinh nhai, nhưng mà mẹ tôi vốn thuộc tiểu thơ đài các lúc chạm thực tế mẹ thật vụng về. Thương mẹ cha tôi vừa chạy xe đạp thồ vừa dạy học tư. Ba năm sau, mẹ tôi mới có thai song sinh. Tôi sinh ra trước, đến phiên em tôi đẻ ngược không may cả mẹ lẫn con đều chết trên bàn mổ. Cha tôi trở thành gà trống nuôi con, sống hẳn bằng nghề viết văn. Dù lương ba cọc ba đồng, chữ nghĩa của cha cũng nuôi tôi nên người. Ngày tôi có chồng ra nước ngoài, cha tôi vẫn ở vậy, một mình. Mãi đến năm 75 tuổi cha mới tục huyền. Âu cũng là duyên nợ từ kiếp nào.

Tóm lại, cha tôi có hai bà vợ. Bà chánh thất là người đẻ ra tôi. Mẹ và em mất, cha đi bước nữa.

Bà thứ thất tên Phan Tứ Hồng, gốc Hải Nàm, là bạn chung vách với cha tôi từ thuở nhỏ, sau này là mối tình đầu của hai người. Có điều người Tàu vốn kỵ cùng họ không được lấy nhau nên mộng đẹp kia sớm bị chia uyên rẽ thúy. Để tránh phiền phức, cha mẹ cô Hồng âm thầm đưa cô về Sài Gòn sống chung với ông bà ngoại ở miệt Bình Tây, Chợ Lớn.

Thời gian như nước chảy qua cầu rửa sạch mọi nhớ thương. Kỷ niệm về mối tình đầu của cha tôi và cô Hồng cùng những bài thơ ngây ngô thuở yêu thương cũng phai dần đi. Cô nhận ra quá khứ mịt mù trở nên mơ hồ, hư ảo trước những điều thiết thực hơn. Cô Hồng có chồng Chợ Lớn, cùng chồng ra nước ngoài hăm hở đuổi theo công cuộc kinh doanh ngày một mở rộng. Không bao lâu cuộc sống giàu sang, sung túc như lụa lót dưới chân cô, bao bọc lấy gia đình cô. Với cô Hồng, lúc bấy giờ, gia đình và sự nghiệp là trên tất cả.

Nhưng mà cảnh đời không phải lúc nào cũng thuận lợi; niềm hạnh phúc, sự yên bình nào rồi cũng qua đi. Chồng cô Hồng bệnh mất đã vài năm, kinh doanh đi xuống, con cái có vợ có chồng lần lượt ra riêng, cô còn lại một mình.

Ngôi nhà ngày ngày tràn niềm vui, rộn tiếng cười, một sớm một chiều bỗng trở nên vắng lặng, lạnh lẽo đến vô hồn. Từ lâu cô Hồng không khóc chợt nước mắt mặn môi khiến cô có linh cảm như mình đang trôi qua một dòng đời khác. Tự nhiên cô nghe tiếng gọi của quê nhà.

Khi trở về nước, cô Hồng đã bảy mươi tuổi đời. Cô không về Sài Gòn, Chợ Lớn mà bay thẳng ra Huế, dù chẳng còn người thân.

Chìm giữa Huế trầm mặc, cổ kính, cô nhìn trời khô héo bằng đôi mắt u buồn để rồi nhận ra mình mang mang một niềm hoài cảm.

Đoạn hồi ký của cha tôi sau đó không nói lúc nào, làm sao cô Hồng về Sài Gòn tìm gặp được cha tôi. Dù ông không thổ lộ tôi cũng nhận ra họ đến với nhau bằng sự khao khát được nhìn thấy lại sự khởi đầu của tình yêu thương thiệt thòi sau một thời gian dài xa cách đến tóc cũng điểm sương. Lúc đó tình gia đình mới thấm thía làm sao. Giữa cha tôi và cô Hồng là một vạch thời gian dài ngót năm mươi lăm năm rồi còn gì. Tôi thương cha tôi ở câu viết chân tình: "Đám cưới chỉ có hai người. Không hôn thơ, hôn thú. Không bạn bè, bà con thân thích, kể cả con gái tôi và đám con của Hồng. Âm thầm, lặng lẽ, hai người già chúng tôi rời bỏ chốn phồn hoa đô hội về sống hòa mình cùng sông nước miệt Hậu Giang hiền hòa. Tính tình bình dị, hiếu khách của người dân Xóm Thủ, Cà Mau vô tình giúp sức che mờ nhân dạng của chúng tôi."

Đọc những dòng tâm sự cuối cùng của cha tôi, tôi cốnén tiếng thở dài. Cầm tập hồi ký trên tay, bên tai tôi, như còn nghe lời dặn dò của cha biểu tôi muốn cất giữ hoặc đốt bỏ đi thì tùy. Dĩ nhiên, tôi không thể đốt bỏ tập hồi ký, di vật duy nhất của cha tôi để lại. Cha tôi, vì thủy chung với người vợ đã mất, đã bỏ cả một quãng đời dài của mình âm thầm chịu đựng nỗi cô đơn để nuôi con. Vậy mà khi lớn khôn, vì bận bịu với chồng con, với cuộc sống, nhiều khi tôi quên mất sự quạnh quẽ của cha tôi, của cô Hồng, nói chung của những người già cần được yêu thương, được cảm thông, chia sẻ.

Đã lâu rồi, có hơn chục năm tôi mới có dịp trở về thăm lại Xóm Thủ, nơi bây giờ trở thành phố chợ sầm uất hơn. Chẳng bù ngày trước gian nan lắm tôi mới tìm ra cái xóm đìu hiu hút gió của cha và cô Hồng của tôi mà tôi vẫn quen gọi bằng "cô" thay vì "dì".

Chiều mờ như sương chập chờn phủ trên cửa sông Bồ Đề. Con sông phát nguồn từ ngã ba Tam Giang đổ ra biển Nam Hải, nước chảy rất xiết. Ngã ba sông này nước luôn xoáy tròn thành nhiều lỗ trũng sâu nên ghe hàng chở khẳm thường bị đắm, gây nhiều thương vong. Nghe nói hôm cha tôi và cô Hồng chết đuối ở ngã ba sông này, trời mưa như trút. Người Xóm Thủ, không một ai biết nguyên nhân cái chết nhưng họ nói trời đất cũng biết khóc thương cho số phận của hai người.

Lần về thăm này tôi đứng lặng ở cửa sông Bồ Đề, dang rộng đôi tay tôi cũng có thể đón nhận được linh hồn của cha tôi và cô Hồng từ ngã ba Tam Giang trôi qua trước mặt tôi, trôi vào đời tôi rồi vĩnh viễn trôi ra biển rộng.

Giấc Mơ Kỳ Cục

Sinh thời, có lần ngoại tôi vừa bõm bẽm nhai trầu vừa kể cho cả nhà cùng nghe một câu chuyện hay mà buồn cười về người cháu họ xa tên Cả Khuôn của ông ngoại.

Cả Khuôn tên thật Hồ Đắc Khuôn sinh ngày 23 tháng 9 năm 1945 tại làng Phe Điền, tỉnh Thừa Thiên, Huế. Nơi sinh không có gì lạ, nhưng ngày sinh của Cả Khuôn thì lại khác vì ngày 23/9/1945 là thời điểm lịch sử thực dân Pháp nổ súng ở Sài Gòn, mở đầu cuộc xâm lược Việt Nam lần thứ hai.

Chín năm sau, hiệp định Genève 1954 được ký kết, Pháp rút quân khỏi Việt Nam, tiếp theo là cuộc di cư vĩ đại của người Bắc vô Nam. Cả hai cuộc chính biến này lại ngẫu nhiên trùng hợp đến cha của Cả Khuôn, vì công vụ, năm 1954 chuyển nhiệm sở vô Nam, ông mang vợ con theo. Mặc dù hai cha con nhà họ Hồ chẳng dính dấp tới chiến sự, chính sự hay quốc sự quốc siếc gì, cũng chẳng bị ai nghi ngờ, điều tra hay bắt bớ chi, song xưa nay ngoại vốn tinh ý kể ra sự kiện khá đặc biệt này làm cả nhà vừa ngạc nhiên vừa thoải mái cười khì.

Xa Huế, Cả Khuôn càng lớn càng cao lêu nghêu, mặt thỏn, mắt sáng, lông mày rậm, mũi cao, miệng rộng, điển hình là một anh chàng bảnh trai, nhưng sống giữa Sài Gòn phồn hoa đô hội, giọng Huế của hắn vẫn nặng trịch. Người Sài Gòn thời buổi ấy nghe tiếng hắn nói lạ hoắc từ thổ ngữ tới âm điệu đã trở thành đề tài cho chúng bạn đàm tiếu.

- Ê! Tụi bay! Thằng Khuôn hắn đi mô mà bấn bíu rứa hè?

- Hắn đi ăn bánh bèo với thằng Cư Bắc kỳ chớ đi mô.

- Răng mi biết? Mi có chộ lần mô!

- Ốt dột cái thằng ni. Răng tau khôn biết.

Mùa hè 1969, sinh viên Đại học Khoa Học Sài Gòn năm thứ ba Hồ Đắc Khuôn cùng người bạn di cư cỡi Honda xuôi Nam đi nghỉ hè. Nửa tháng ngao du qua khắp các miền Lục Tỉnh Nam Kỳ xuống tận mũi Cà Mau là một kỷ niệm nhớ đời của Cả Khuôn. "Có già đầu hắn cũng không quên". Nghe ngoại nói tôi lớ ngớ hỏi thì ngoại cười: "Hắn bị 'sét đánh' ở Đất Mũi"... Mãi về sau này, Cả Khuôn lấy vợ ở Đất Mũi tôi mới hiểu nghĩa "sét đánh" ngoại nói. Tính ra Cả Khuôn và tôi cũng có chút "dây mơ rễ má", thỉnh thoảng gặp nhau trong những ngày giỗ kỵ bên ngoại.

Thời gian như nước trôi dần vào bể dâu, dĩ nhiên, những bậc trưởng thượng lần lượt quy tiên, lâu rồi. Riêng người cháu họ xa của ngoại là Hồ Đắc Khuôn thì vẫn sống đơn độc với tuổi già nơi xứ lạ quê người. Biến cố tháng 4/1975, giạt qua xứ người, Cả Khuôn và tôi lại "ngộ cố tri" chốn quê người. Lúc hàn huyên tâm sự, tôi mới biết thảm cảnh của Hồ Đắc Khuôn. Thì ra từ ngày Cả Khuôn bị "sét đánh" ở Đất Mũi rồi nên duyên chồng vợ cho tới ngày mất chứng kiến cảnh vợ con chết trên đường vượt biên, Hồ Đắc Khuôn sống như người mất hồn một thời gian dài.

Cả Khuôn và tôi đều ở tuổi thất thập. Dù lớn hơn tôi hai tuổi, nhưng từng hứng chịu nhiều cay đắng mùi đời trông Cả Khuôn như ông đồ gàn. Ở cái tuổi "lảy bảy" (ông gọi vậy), tức 77, ông sanh bệnh lười ăn và khó ngủ. "Mà hễ bụng trống một chút là toàn thân run lảy bảy, ôn nì," Cả Khuôn phàn nàn. Đến lúc đó ông mới quơ vội một cái gì, như trái chuối, cục kẹo hoặc nhai gấp vài hột cơm, nuốt trọng miếng bánh mì là vững bụng, hết "lảy bảy". Nhiều lần tôi khuyên Cả Khuôn nên ăn ngủ cho đều đặn, ông nghe theo nhưng rồi đâu lại vào đó. Ban ngày thì lạng quạng, ban đêm lại khó ngủ. "Khi chập chờn trôi vào giấc ngủ tôi lại mơ thấy toàn ác mộng hay dị mộng, ôn nì," ông lại than. Ngặt một nỗi, lúc choàng tỉnh Cả Khuôn đều nhờ tôi giải mộng. Dù tôi không phải là chiêm tinh gia, nhưng cũng ráng đoán cho ông, lúc hợp lý thì ông gật gù cười, lúc trật lất ông cũng gật gù cười. Gàn mà.

Ấy vậy mà một hôm mới bét mắt ra Cả Khuôn lại gọi phone hớn hở khoe: "Tối hôm qua tôi đã mơ một giấc mơ có một không hai, một giấc mơ kỳ thú đến kỳ lạ nếu không muốn nói là kỳ cục, ôn nì."

Thì ra Hồ Đắc Khuôn nằm mơ thấy mình truồng như nhộng mò xuống biển Đông lội về nước. (Tôi giống ông, từ ngày bỏ nước ra đi đã gần nửa thế kỷ chúng tôi chưa trở về lần nào). "Lúc lội ào ào trên sóng biển bạc đầu tôi mới thực sự ngạc nhiên, ở ngần này tuổi mà mình vẫn còn mạnh tảng thần, ôn nì." Cả Khuôn hào hứng nói như thơ: "Mạnh như con trâu đang tắm dưới ao, nhanh như con cá thu ngàn quẫy đuôi dưới nước (ông Khuôn thích ăn cá thu). Lội một mạch vượt qua bao loài cá đua chớp mắt tôi đã về tới quê nhà. Lúc trồi lên mặt nước, đất mẹ đầu tiên tôi chạm không phải là sông Hương núi Ngự mà là bến đò Thủ Thiêm và câu ca dao vẫn còn kẹt giữa mạn đò:

Bắp non mà nướng lửa lò
Đố ai ve được con đò Thủ Thiêm.

Trong mơ Cả Khuôn cũng thấy mình biết đói bụng, tiện tay ông vớt trái bắp nướng lửa lò lên ăn ngon lành. Vừa ăn sồm sộp soàm soạp ông vừa nghĩ tới "con đò Thủ Thiêm" năm xửa năm xưa với thân mình uyển chuyển, eo hông mượt mà, sức khỏe dẻo dai, tiếng hò lồng lộng, chèo đò ngang đưa khách qua lại trên sông Sài Gòn. Sài Gòn vốn là đô thị sông nước, với nhiều kinh rạch như kinh Tàu Hũ, kinh Nhiêu Lộc; rạch thì có rạch Chợ Vải, rạch Cầu Sấu, rạch Chợ Lớn, nhất là có nhiều bến, như bến Bạch Đằng, bến Chương Dương, bến Hàm Tử. Sông Bạch Đằng, cũng như Chương Dương và Hàm Tử là hai địa danh thuộc con sông Hồng từng diễn ra những trận đánh vang dội trong lịch sử chống ngoại xâm.

Ăn no bụng, Cả Khuôn lại mơ thấy mình giã từ Thủ Thiêm bơi một mạch hướng về sông Nhà Bè xuôi Nam. Nhà Bè nước chảy chia hai, nơi ngày xưa chàng thanh niên họ Hồ vừa đặt chân xuống đã bị mái tóc mượt mà của một em bậu quấn quíu khiến anh chàng lạng quạng trợt chân suýt té lăn cù vào đôi mắt ấy. Có duyên mà không nợ, bằng không Cả Khuôn đã ở rể Nhà Bè từ ngàn khuya.

Khi Hồ Đắc Khuôn lội về tới Cần Giuộc, ông leo lên cạn thở dốc. Ngồi trên nương dâu ven sông, nhìn trời mây khô héo Cả Khuôn lẩm bẩm "Xứ chi mà nghèo như Huế mình rứa hè." Nghe Cả Khuôn chép miệng than tự nhiên tôi lơ mơ nhìn thấy thời thơ ấu của tôi tràn về. Tôi bồi hồi nhớ Cần Giuộc, quê nội tôi nghèo xơ xác, nhớ dãy nhà tranh vách đất chìm trong đầm lau sậy cao lút đầu, nhớ đoạn đường đá sạn ngày ngày đưa tuổi thơ tôi qua cầu Rạch Kiến đến trường.

Nhắc đến Cần Giuộc tôi hồ như còn nghe văng vẳng bên tai bài *Văn Tế Nghĩa Sĩ Cần Giuộc* của cụ Đồ Chiểu truy điệu 20 nghĩa sĩ vì nước đã hy sinh trong trận đánh đột kích đồn quân Pháp.

Hỡi ơi !
Súng giặc đất rền
Lòng dân trời tỏ
Mười năm công vỡ ruộng, xưa ắt còn danh nổi như phao
Một trận nghĩa đánh Tây, thân tuy mất tiếng vang như mõ ...

"Gió Cần Giuộc mang mùi cỏ mục, ôn nì," Cả Khuôn nói. Nhìn trăng lẩn lút trong mây, hắt thứ ánh sáng lờ mờ xuống đất, tự nhiên Cả Khuôn nhìn thấy đám lau sậy trông giống như mớ tóc bòng bong rối nùi, bạc phơ của người đàn bà già trùm xuống phủ kín dãy nhà tranh già nua, khắc khổ, bần cùng. Cả Khuôn có cảm tưởng như cả cảnh nghèo nơi đây thật đìu hiu, trống vắng.

Khi đứng trước cửa Cần Giờ, biển rì rào sóng vỗ cát dương, Hồ Đắc Khuôn nói thao thao Cần Giờ là nơi chứng kiến bao sự kiện lịch sử bi hùng của đất nước, nơi Gia Long tẩu quốc, nơi tàu chiến nước Pháp đầu tiên vào xâm chiếm miền Nam. Cần Giờ cũng là một trong những địa bàn kháng Pháp của anh hùng dân tộc Trương Công Định.

Cứ thế, Hồ Đắc Khuôn mơ thấy mình lúc bay như chim, lúc trườn như con thòi lòi, lúc lội lúc bơi đủ kiểu đủ cách cho đến khi sơ ý vấp phải gốc cây mắm ở Đất Mũi ông mới giựt mình thức dậy.

Dụi mắt nhìn quanh quất Cả Khuôn lẩm bẩm: "Thật là một giấc mơ kỳ cục."

Xích Lô

- Xích lô!

Từ ngày đi tù Cộng sản về hành nghề đạp xích lô, Hồ Nhượng chưa từng nghe ai gọi "xích lô" dịu dàng đến như thế. Tiếng gọi của cô gái từ bên kia đường nhỏ nhẹ như sợ chạm đến tự ái nghề nghiệp của người xích lô khiến Hồ Nhượng cười thầm. Anh dễ dàng cảm nhận được tiếng gọi đó vừa thoát ra khỏi vành môi đã vội ngậm lại như sự lỡ lời của người biết tự trọng. Thời buổi này gặp được một người lương thiện là điều may mắn cho anh. Hồ Nhượng nghĩ vậy.

Gấp tờ báo nhét vô túi quần sau, Hồ Nhượng sửa lại cặp kính cận dầy như đít chai xong anh cẩn thận dẩy xe băng qua đường. Lúc tới gần Nhượng mới thấy rõ đó là một thiếu nữ xinh đẹp, duyên dáng, vừa dung dị vừa thanh lịch trong chiếc áo dài màu hoàng kim, đứng che dù đỏ với vẻ bồn chồn e ngại như cực chẳng đã mới gọi xích lô. Cô gái hơi cúi xuống, rụt rè chào hỏi, ngập ngừng giọng trỏng không:

- Dạ..., chú cho tới... đường Lương Hữu Khánh *(*)*.

Nghe giọng nói, Hồ Nhượng biết ngay cô là người đồng hương xa quê như anh. Đã lâu lắm, gần 40 năm xa Huế, mỗi lần gặp người cùng quê, dù không nói ra, song anh đều xao động. Nhất là nghe nói đến đường Lương Hữu Khánh, từ dưới đáy lòng trống trải lâu nay của Hồ Nhượng lại dâng lên một cảm xúc vừa bồi hồi vừa tiếc nuối bâng khuâng. Đã mười năm rồi Hồ Nhượng tránh không trở lại con đường này, con đường có quá nhiều kỷ niệm đẹp mà đau khổ tràn bờ.

Khi tới ngã ba đường Bùi Thị Xuân vừa rẽ trái vào đường Lương Hữu Khánh, Hồ Nhượng có cảm tưởng như anh đang trở về thăm lại căn nhà xưa. Căn nhà nhỏ, nơi người tình chưa vong thân trên biển, đã cho anh một cuộc tình lãng mạn và nồng nhiệt. Cũng căn nhà nhỏ bên hông con hẻm tuy nhỏ và ngắn nhưng nó giống như lưỡi dao cứa vào lòng anh một vết thương dài. Con hẻm, nơi anh đến rồi mãi mãi ra đi.

Mười năm lặng lẽ trôi qua trên dòng đời ngược xuôi trăm hướng, nỗi đời cũng hỗn độn trăm bề. Sau một cuộc cách mạng đổi đời, một chế độ đã thay tên, một thời đại trôi qua, dù căn nhà xưa vẫn còn đó nhưng linh hồn của nó giờ chỉ còn là hình ảnh của một thời đã qua.

Cô khách nhỏ đã vô nhà từ bao giờ mà Hồ Nhượng vẫn đứng trên lề đường, trước căn nhà xưa hồn vía thì lãng đãng tận đâu đâu. Cô gái này là ai? Cô là gì của căn nhà này? Điều kỳ lạ là ngay lần đầu tiên giáp mặt cô ở giữa chợ Hồ Nhượng bỗng cảm thấy gương mặt đẹp như ngọc này hao hao như người tình xưa của anh, nhất là đôi mắt buồn thăm thẳm. Hồ Nhượng vẫn đứng đó lẻ loi trong hoài niệm cho đến khi tiếng kèn lỗ mãng của một chiếc xe hào nhoáng chạy vụt qua Hồ Nhượng mới giựt mình choàng tỉnh, ngơ ngác nhìn quanh.

Rồi như một tên tội phạm vừa bị phát hiện, Hồ Nhượng hốt hoảng phóng lên yên xe, cắm đầu đạp thục mạng như ma đuổi. Dù không quay đầu nhìn lại nhưng rõ ràng trong giấc mơ anh nhìn thấy sau ót mình thình lình mọc ra một con mắt, con mắt giống như Nhị Lang Thần Dương Tiễn có con mắt thứ ba mọc trước trán trong Phong Thần Diễn Nghĩa. Qua con mắt này Hồ Nhượng nhìn thấy cô gái trong chiếc áo dài màu hoàng kim, che dù đỏ chập chờn đứng giữa đường nhìn theo Hồ Nhượng bằng đôi mắt vô cùng buồn thảm.

Cứ thế, anh xích lô Hồ Nhượng, lâu nay vẫn sống bằng đôi chân lao động hàng ngày, anh ra sức đạp hoài, đạp mãi, chạy mãi, chạy xa dần hình ảnh cô gái thiên thần cho đến khi cô biến mất trong giấc mộng chưa bao giờ nở một nụ cười hạnh phúc trên môi anh.

Mơ đến đây Hồ Nhượng nhận thức được mình đang dần dần thức tỉnh từ một giấc mộng mà anh coi như là một chuyện hoang đường; khốn nỗi vừa trở mình Hồ Nhượng chợt nghe con sáo hót, trong tiếng hót lanh lảnh mọc ra một bàn tay kéo anh rơi ngược vào mộng mị.

Vừa lồm cồm đứng dậy Hồ Nhượng nín thở hầu như không tin vào mắt mình khi nhìn thấy cô gái trẻ xinh xắn trong màu áo hoàng kim, tay che dù đỏ lại chập chờn hiện ra thành một linh hồn trong suốt đang chập choạng trôi về hướng mình. Định thần nhìn kỹ Hồ Nhượng lại thấy chiếc linh hồn nhỏ kia dần dần hiện hình thành người tình năm xưa đang thổi hạnh phúc trong lòng bàn tay lướt thướt như những giọt mưa. Hồ Nhượng cảm nhận được hương mê của hạnh phúc lúc thì nhấn anh chìm sâu xuống đáy sâu lúc lại nâng anh lên chơi vơi với một hồn ma trần truồng có thân hình đẹp đẽ, có đôi tay thật dài quấn siết lấy anh trên căn gác nhỏ âm u, lạnh lẽo, không đèn.

Cứ thế, Hồ Nhượng giữ chặt lấy thân hình mảnh mai để nghe hạnh phúc trườn đi như rắn rồi bất thần ngốc đầu vực dậy biến thành đôi tay vững chắc đẩy lui những âm mưu của từng đợt sóng dữ đang cố sức giằng nàng ra khỏi vòng tay Hồ Nhượng.

Hình ảnh trở nên ghê rợn khi Hồ Nhượng thấy sức hút của luồng nước biển dựng đứng tấm thân ngọc ngà trên đầu sóng cả rồi cuồng nộ quật mạnh nàng xuống vực sâu dày vò, giằng xé, tan tác trong màu đen ngòm đậm đặc của nước biển.

Mặt cắt không còn giọt máu, Hồ Nhượng kinh hoàng thét lên:

- Trời ơi! Hồ Nhượng lao theo rồi giựt mình thức dậy.

Thời gian trong cơn mộng dữ khác với đời thực, không có cánh, vẫn lạnh lùng trôi đi. Trong mơ màng, Hồ Nhượng dụi mắt để xem đây là thực hay mộng rồi ngơ ngác nhìn ra cửa sổ. Bầu trời xanh ngăn ngắt làm anh rùng mình nghĩ tới màu thâm đen của thủy mộ. Lúc này mộng đã qua đi, sóng yên bể lặng, nhưng thần trí của Hồ Nhượng vẫn mơ hồ nghe trên cao vọng lại tiếng hót của con sáo.

(*) Lương Hữu Khánh sống vào thế kỷ 16, là trọng thần dưới triều nhà Lê, có công khôi phục và lập nên nhà Lê trung hưng. Lương Hữu Khánh còn là một nhà thơ, tánh tình thanh liêm, cương trực, luôn luôn giữ gìn đạo lý gia phong, tôn trọng đạo đức, lấy dân và nước làm trọng.

Dưới Khe Yêu Cức

Từ lâu Hồ Nhượng không còn thấy mình ngủ mơ như trước. Hồi trẻ, nhất là thời sung mãn, đêm nào mộng mị cũng về khuấy động toàn thân. Những giấc mộng thần tiên, lung linh huyền ảo, rực rỡ sắc màu, bay bổng, tuyệt vời, chơi vơi, hú hét, rùng mình, bắn vọt. Bây giờ, ở tuổi về chiều, bao nhiêu mộng đẹp âm thầm chui ra khỏi lớp da nhăn già của Hồ Nhượng rủ nhau đi biệt dạng, bỏ lại trong ông một tâm hồn khô héo. Đã vậy, ông còn mắc thêm cái bệnh thức khuya dậy sớm. Bực nhất là vào giờ Dần. Mỗi tối 12 giờ lên giường ngủ thì cứ y như rằng khoảng 3 giờ sáng ông tự động thức giấc. Nghĩa là một ngày 24 tiếng, ông ngủ được 3 tiếng; còn là thức trắng. Ấy vậy mà tuần vừa rồi, ông quá đỗi ngạc nhiên thấy mình ngủ vùi trong những giấc mơ kỳ lạ, ghê ghê có phần quái gở, suốt ba đêm liền.

Đêm đầu tiên Hồ Nhượng thấy mình tung tăng bơi ngược về quá khứ. Càng bơi Hồ Nhượng càng biến dần thành anh trai làng Bản Thủy khỏe mạnh, dẻo dai. Lúc đứng sừng sững trên đầu nguồn sông Mã, anh cau mặt lóng tai nghe tiếng gầm ghì không bao giờ dứt dưới đáy sông mà hồi nhỏ anh vẫn thường nghe. Các bô lão Bản Thủy kể tương truyền tiếng gầm ghì đó là tiếng của con giao long bị mắc kẹt trong khe Yêu Cức giữa lòng sông nước chảy cuồng loạn.

Nay Hồ Nhượng trở về quê xưa Bản Thủy của anh với quyết tâm tìm cho ra con giao long bị người Mường cổ đánh lừa giam dưới lòng sông Mã đã mấy ngàn năm. Sông Mã sóng nước dập dồn từng gắn bó đời anh từ thuở ấu thời. Hồi đó những buổi trưa hè, Hồ Nhượng vẫn thường vẫy vùng trên đầu nguồn phù sa sông Mã. Truyền thuyết huyền hoặc cho rằng hạt phù sa của dòng sông này chính là bọt nước miếng của con giao long tiết ra lúc đánh nhau với những chàng trai làng Mường cổ. Ai uống được bọt nước này có thể bứng trái núi thảy qua bên kia bờ sông.

Trong không khí ban mai tinh khiết, gió thổi từng đợt sương mù phả xuống mặt sông trắng xóa. Hồ Nhượng cúi xuống khỏa lớp sương, vốc một hớp nước phù sa uống xong vươn mình lớn dậy, ưỡn ngực hú dài một tiếng, phóng mình xuống dòng sông Mã chảy xiết.

Đúng lúc đó, từ trong đám cỏ bạc đầu, một tiếng "phựt" khô khốc của mũi tên xé gió lao thẳng vào ngực Hồ Nhượng. Hực lên một tiếng, thay vì ôm ngực đau đớn rơi xuống nước, Hồ Nhượng chợt thấy mình bay vút lên giữa bầu trời xanh, càng bay anh càng biến dần thành con sáo lông đen chân vàng.

Cái cảm giác được bay bổng khiến thần thái Hồ Nhượng nhẹ nhõm, bao nhiêu nỗi đau làm người đều trút hết xuống dòng sông tạo thành một luồng sáng lấp lánh kỳ ảo. Cứ thế, con sáo Hồ Nhượng bay đi, bay hoài, bay mãi vào mộng mị.

Con Ngựa Của Đề Thám

Tối hôm qua Hồ Nhượng lại nằm mơ. Nhượng mơ thấy Hoài đã về lại với anh sau năm mươi năm cách biệt. Nhưng nhìn Hoài, Nhượng giựt mình. Hoài của Nhượng hoàn toàn khác xưa.

Hồi nhỏ, hồi tóc còn để chỏm, ngày nào Hoài, Nhượng cũng quấn quít bên nhau. Hoài nhỏ nhắn trong chiếc áo bà ba, tươi như hoa nở, lúc nào cũng thích líu ríu sau lưng Hồ Nhượng. Hoài có cặp mắt đen láy mà Nhượng hay gí trán mình vào trán Hoài để nhìn thật gần thật sâu vào đôi mắt ấy. Lần nào cũng vậy, Hoài xô Nhượng ra cười như nắc nẻ, nói: "Ngày mai mầy sẽ chìm vào trong đôi mắt tao dấy, Nhượng à." Nhượng nhớ hoài.

Khi lớn lên, tình bạn đôi mươi giữa Nhượng và Hoài vẫn không làm sao thay đổi được cách xưng hô. "Mầy mầy, tao tao" nó cứ dính chặt trên đầu môi chót lưỡi quen thuộc đến không cách gì gỡ cho ra. Khi Hồ Nhượng đi vào cuộc chiến, Hoài là người sửa lại chiếc nón sắt bị lệch trên đầu Nhượng. Anh lính trận ôm cô Hoài nói lời từ giã:

- Tao đi nhé.

- Ừ, mầy đi chóng về nhé. Tao chờ mầy đấy, Nhượng à.

Đôi môi tươi hồng của Hoài thì thầm.

- Tao sẽ về. Nhất định về - Nhượng nhỏ giọng - Tao về… trong đôi mắt mầy.

- Ừ, về đi. Hoài cười rạng rỡ. Mầy về tao cho mầy chìm vào trong mắt tao đấy. Tao hứa.

- Hứa nhé!

- Hứa…

Chiến cuộc ngày một leo thang đẩy Hồ Nhượng đi mãi không về. Cho đến khi trở về làng cũ dưới hình thù của chàng thương binh mù một mắt Nhượng mới biết Hoài đã ra đi, đi xa lắm. Mang theo cả lời hứa, Hoài đi vào thiên cổ. Nhiều đêm nhớ cô bạn xưa, Hồ Nhượng thì thầm câu hát nói của Uy Viễn Tướng công Nguyễn Công Trứ: *"Đã gọi người nằm thiên cổ dậy. Lại đưa hồn lúc ngũ canh đi."*

Vậy mà từ đó mãi đến năm mươi năm sau Hoài mới tìm về trong giấc mơ của Nhượng. Có điều, lạ lắm. Hoài về trong bộ đồ dạ hành, trán quấn quanh miếng vải màu đỏ tía, vai đeo trường kiếm làm Nhượng ngỡ ngàng. Vẫn vóc người nhỏ nhắn, nhưng đôi mắt Hoài không còn màu xanh nước biển, không còn chỗ hứa hẹn để Hồ Nhượng chìm vào. Đôi mắt tràn khói sương lạnh lẽo của Hoài, đôi mắt không bao giờ chớp ấy cứ xoáy vào ruột gan Hồ Nhượng. Cuối cùng Nhượng phá bầu không khí u trầm, trầm giọng hỏi: "Y phục của mầy?"

Hoài khoát tay, nhìn xuống:

- Tao đi tìm con ngựa của Đề Thám.

- Cái gì? Nhượng trợn mắt – Mầy vừa nói cái gì?

- Tao tìm con ngựa của Đề Thám.

- Hơn 200 năm qua rồi, làm sao mầy tìm. Mà tìm ở đâu? Để làm gì?

- Hơn 200 năm qua rồi, làm sao mầy tìm. Mà tìm ở đâu? Để làm gì?

- Tao có đọc bài mầy viết về Hùm Xám Yên Thế. Cũng như sử liệu và các truyền thuyết để lại không một ai, kể cả mầy, nhắc đến con ngựa của Đề Thám.

Hồ Nhượng định nói gì thì Hoài chợt đâm ngang nhỏ nhẹ hỏi:

- Sao hồi đó mầy không lấy vợ?

- Tao già rồi. Nhượng trả lời như máy.

- Tao nói "hồi đó" cơ.

- À!... Tao chỉ muốn chìm…

- Mầy rõ nỡm! Tao có còn đâu mà mầy đòi chìm với không chìm vào trong mắt tao.

Chợt tiếng gà eo óc gáy sau hè nhà làm Hoài co lại rồi tan dần trong bóng đêm vô cảm. Thấy vậy Hồ Nhượng hốt hoảng bật dậy lao theo đôi mắt Hoài thật buồn đang khép lại. Đúng lúc đó Nhượng giựt mình tỉnh giấc tai còn nghe trong tiếng khóc của mình có tiếng gào thảm thiết:

- Mầy có tìm ra con ngựa của Đề Thám không? Hoài ơi… Hoài!...

Những Trận Mưa Yên Thế

Khi lớn lên tôi mới biết dòng dõi chúng tôi là dân Sài Gòn kỳ cựu từ cái thời người Pháp gọi Sài Gòn là Bến Nghé.

Tôi cũng biết chúng tôi ở trên đường Đề Thám nhưng không biết con đường này cũng như chợ Cô Giang có từ bao giờ. Tôi chỉ biết Ba Má tôi sống bằng nghề buôn bán chạp phô trong một khu phố nép mình vào một góc chợ ở ngã tư đường Cô Giang và Đề Thám. Vì nhà ở giữa quận Nhất, gần trường trung học Bồ Đề nên sau khi xong bậc tiểu học tôi xin vào học trường này. Hằng ngày từ nhà tôi đi bộ băng qua chợ Cô Giang để đến trường.

Chợ Cô Giang không có nhà lồng, không có hàng quán, quầy sạp cố định là nơi mưu sinh của những người buôn thúng, bán bưng đắp đổi qua ngày trong đó có Ba Má tôi.

Thập niên 1960, chợ chiều 30 Tết người đông như kiến. Dọc hai bên lề đường bày la liệt dưới đất, trên bàn, trên kệ đủ các mặt hàng tạp hóa, hàng khô, hàng thịt, hàng rau, hàng bông, hàng vải, hàng trái cây, hàng bánh mứt, hàng bún... Chợ lúc nào cũng tấp nập người mua kẻ bán, người qua kẻ lại đi sắm Tết tạo nên một quang cảnh vui mắt, náo nhiệt. Cận Tết năm nào tôi cũng ra chợ phụ giúp Ba Má tôi bán hàng.

Có lần đang loay hoay cùng Ba tôi cân nguyên giỏ cần-xé khô cá lẹp cho khách tôi chợt nghe bên cạnh sạp bán nhang đèn một người lính Dù hỏi nhà sư trẻ một câu hỏi làm tôi giựt mình: "Lúc chưa xuất gia, Thầy ở đường Đề Thám những hai mươi năm. Thế Thầy nghĩ gì về ông Thám?"

Từ lâu nhà tôi vẫn ở trên đường Đề Thám, tôi vẫn đi trên những con đường mang tên của những anh thư hào kiệt, dù tôi biết nhưng chẳng hề quan tâm cho đến khi nghe người lính nhắc đến tên "ông Thám" mới làm máy động lòng tôi.

Tôi biết "ông Thám" tức Hoàng Hoa Thám còn gọi là Đề Dương, Đề Thám hay Hùm Xám Yên Thế là người lãnh đạo cuộc khởi nghĩa Yên Thế (Bắc Giang) chống Pháp ròng rã suốt 30 năm trường kể từ năm 1883 tới 1913.

Nhìn tấm hình anh hùng Đề Thám, râu ria lùm xùm, đầu đội khăn xếp đen, áo lương, quần trắng xộc xệch, đi giày Gia Định vây quanh bởi các thủ hạ thân tín mộc mạc, cùng khổ, đi chân đất, tôi cố mường tượng ra cuộc sống của ông vào thời ấy, cái thời đã xa mù mịt hơn trăm năm, lẫn lộn ở đó hình ảnh của những trận đánh diễn ra giữa nghĩa quân Yên Thế và quân viễn chinh Pháp.

Lướt qua những trang sử liệu của Đề Thám tôi mạn phép tóm lược vài đặc điểm về ông như sau:

Hoàng Hoa Thám, sinh năm 1858 tại làng Dị Chế, huyện Tiên Lữ, tỉnh Hưng Yên. Sinh được mấy tháng thì cha mẹ ông là Trương Thận và Lương Thị Minh bị giết hại vì cả hai đều gia nhập cuộc khởi nghĩa nông dân nổi lên chống lại nhà Nguyễn.

Hoàng Hoa Thám tên thật là Trương Văn Nghĩa, sau đổi thành Trương Văn Thám. Ở độ tuổi thanh niên, Thám ít nói, trầm mặc nhưng trong con người vạm vỡ, khỏe mạnh đó chứa một tấm lòng yêu nước mãnh liệt.

Năm 1870 Hoàng Hoa Thám tham gia cuộc khởi nghĩa của Đại Trận, được gọi là Đề Dương.

Khi Pháp đánh Bắc kỳ lần thứ nhất (1873) Hoàng Hoa Thám gia nhập nghĩa binh của Trần Quang Soạn, lãnh tụ Bắc Ninh. Lúc Pháp đánh Bắc kỳ lần thứ hai (1884), ông đứng dưới cờ khởi nghĩa của Hoàng Đình Kinh, tức Cai Kinh, ông được Kinh nhận làm con nuôi, đổi tên thành Hoàng Hoa Thám.

Năm 1888, Cai Kinh mất, Thám trở lại Yên Thế theo Lương Văn Nắm, tức Đề Nắm, trở thành một vị tướng tài. Tháng 4 năm 1892, Đề Nắm bị thủ hạ Đề Sặt sát hại, Hoàng Hoa Thám trở thành thủ lĩnh tối cao của phong trào Yên Thế, tiếp tục hoạt động, lập căn cứ tại núi rừng Yên Thế, dùng chiến thuật du kích gây cho quân Pháp nhiều tổn thất nặng nề, đồng thời trừng trị những kẻ phản bội.

Từ đó, giữa những tổ chức kháng chiến và phong trào Cần Vương cũng như những bậc sĩ phu yêu nước, không ai không phấn khích khi nghe nói đến tên Hoàng Hoa Thám tức Đề Thám, biệt danh "Hùm Thiêng Yên Thế", người anh hùng đã chống đội quân Pháp đông gấp hai mươi lần. Nhà nước bảo hộ Pháp sau hai lần dẫn đến việc thương thuyết với Đề Thám đều kinh sợ khi nghe đến tên Hùm xám Yên Thế.

Trong gần 30 năm lãnh đạo, ông đã tổ chức đánh nhiều trận ở Luộc Hạ, Cao Thượng, Hồ Chuối, Đồng Hom gây nhiều tổn thất cho quân Pháp. Đặc biệt, trong trận đánh đường xe lửa từ Lạng Sơn đi Bắc Lệ, được Bang Kinh, Diêu Khê, Đề Huynh và đồng đảng giúp sức, Đề Thám bắt được Chesnay, chủ nông trường và chủ báo L'Avenir du Tonkin (Tương lai Bắc kỳ), cả hai là người Pháp.

Tuy nhiên, với tinh thần thượng võ và lòng vị tha của Đề Thám, sau những trận đánh - không riêng gì hai người Pháp kia - các quan chức Pháp khác bị bắt đều được ông tha bổng đã tỏ ra nể phục, trong khi chính những người này luôn luôn tìm cách giết ông.

Đại tá Galliéni, một viên sĩ quan Pháp có nhiều kinh nghiệm ở Sénégal, Mali, và Soudan bên Phi Châu được Pháp gởi qua Bắc kỳ dẹp "quân phiến loạn", đã đánh giá Đề Thám là một người cương trực, có nghĩa khí, một địch thủ đáng gờm biết tính toán trước mọi sự, nhìn xa trông rộng, biết hành binh, giỏi lập thế trận.

Cuối cùng vào năm 1909, Thống sứ Bắc kỳ đã huy động lực lượng hùng hậu tổng tấn công vào Yên Thế. Nghĩa quân bị tổn thất nặng, trong đó có con trai của Đề Thám là Cả Trọng bị tử thương, bà Ba Cẩn và cô con gái Hoàng Thị Thế bị bắt, lực lượng nghĩa quân suy yếu dần, tới đầu năm 1910 thì tan rã. Đề Thám và hai thủ hạ tâm phúc phải sống ẩn dật trong núi rừng Yên Thế, chấm dứt cuộc khởi nghĩa Yên Thế vào năm 1913.

Hoàng Hoa Thám có năm bà vợ. Bà vợ cả tên Thị Tảo sinh ra Cả Trọng, mất trong một trận đánh cuối cùng tại

Yên Thế. Ba Cẩn (Đặng Thị Nho) bà vợ thứ ba sinh Hoàng Thị Thế (1901) và con trai Hoàng Hoa Phồn (1908). Đề Thám còn có hai người con nuôi, Cả Rinh và Cả Huỳnh từng cùng ông vào sinh ra tử.

Khi bà Ba Cẩn bị bắt đày sang đảo Guyanne (Nam Mỹ) và qua đời năm 1910, con gái bà là Hoàng Thị Thế, lúc đó mới 9 tuổi, về sau bị đưa sang Pháp trở thành con nuôi của Toàn quyền Đông DươngAlbert Sarraut, sau đó Tổng thống Cộng hòa Pháp Paul Doumer nhận làm cha đỡ đầu của bà.

Năm 1960, Hoàng Thị Thế trở về Hà Nội, đến năm 1963 bà viết hồi ký *Kỷ Niệm Thời Thơ Ấu* bằng tiếng Pháp, ghi lại những thời kỳ sinh tử cùng cha mẹ, anh em và các nghĩa quân Yên Thế từng sống và chiến đấu trên đất Phồn Xương. Nhà thơ Hoàng Cầm, trong những năm bị "treo bút", lấy bút hiệu Lê Kỳ Anh đã dịch cuốn hồi ký này ra tiếng Việt được Ty Văn Hóa Hà Bắc xuất bản năm 1975. Về sau, cuốn hồi ký "Kỷ Niệm Thời Thơ Ấu" cũng được công ty CP sách Omega và NXB Khoa Học Xã Hội ấn hành năm 2017.

Bà Hoàng Thị Thế sinh ngày 31/3/1901 tại Phồn Xương, Yên Thế (Bắc Giang). Mất ngày 9/2/1988, chôn tại Phồn Xương, nơi bà cất tiếng chào đời.

Riêng cái chết của Đề Thám đến nay vẫn còn là một nghi vấn. Có nhiều giả thiết khác nhau:

- Ba tên Tàu thuộc đảng Lương Tam Kỳ "trá hàng", tìm cách chuốc rượu giết chết Đề Thám và hai bộ hạ xong cắt đầu đem nộp cho quân Pháp. Pháp bêu đầu Đề Thám và hai thuộc hạ ở Nhã Nam để thị uy quần chúng.

- Nhưng có người cho rằng Đề Thám là người rất cảnh giác, không dễ bị ám sát, đã tẩu thoát, về sau chết ở Hố Lầy, là nơi được cho là có lăng mộ của ông.

- Cũng có người nói Đề Thám sống những ngày cuối đời tại nhà Thống Luận, mất ở xóm Tân Lập, xã Mai Trung, huyện Hiệp Hòa, Bắc Giang là nơi có một nhà thờ ông.

Thưa Quí bạn đọc,

Sau biến cố tháng tư 1975, gia đình tôi vượt biên qua Thái Lan rồi định cư tại Canada đến nay. Mùa hè năm 2015, giữa kinh đô ánh sáng của Pháp, tôi đã đứng trước tượng đài bằng đồng Tướng Galliéni, dựng ở góc quảnng trường Vauban. Trên bệ đá cao, Galliéni được nâng lên bởi bốn người đàn ông, tượng trưng cho bốn thời kỳ ôngđã từng phục vụ cho bốn nước: Soudan (Phi Châu), Madagascar (Africa & India), Paris (Pháp) và Tonkin (Bắc kỳ). Tượng này do nhà điêu khắc Jean Boucher dựng năm 1926. Như ta đã biết, ở thế kỷ trước đại tá Galliéni từng là kẻ đối địch với Đề Thám, coi Đề Thám như một thiên tài quân sự.

So với tượng đồng tướng Galliéni dựng ở Paris thì tượng đồng Hoàng Hoa Thám dựng ở Yên Thế với nétkhắc giản dị hơn, đơn sơ hơn, không cần phải khoa trương thanh thế, Đề Thám vẫn sừng sững với thần khí uynghi bề thế.

Nhìn chung, lòng yêu nước của những anh hùng dân tộc trải theo chiều dài lịch sử nước Việt lớn biết dường nào.

Điều này chứng tỏ ở đâu, thời nào, đất nước cũng có những con người kiệt hiệt sẵn sàng đối mặt với những mưu đồ xâm lấn. Riêng dưới thời Pháp thuộc, đã có những Thủ Khoa Huân, Thiên Hộ Dương, Phan Đình Phùng, Trương Công Định, Nguyễn Trung Trực, Đề Thám, Kỳ Đồng, Đinh Công Tráng… vì sơn hà xã tắc, coi cái chết nhẹ tợ lông hồng.

Lồng Đèn Đầu Lâu

truyện dã sử

Hai ngàn năm trước, nho sĩ Đặng Thiên Nho là bạn ấu thời của Dương Công. Nhưng ngược với Dương Công vạm vỡ, khỏe mạnh, thích võ nghệ, ăn ngay nói thẳng chẳng kiêng nể ai hay nịnh bợ ai, thì Thiên Nho lại gầy guộc, thâm trầm, ưa đọc kinh thư, chọn núi rừng tiêu dao cùng cỏ cây, hoa lá.

Tuy nhiên, năm 40, đất nước Giao Chỉ bị nhà Đông Hán, Trung Hoa cai trị ngày càng hà khắc, bạo ngược khiến dân Nam lầm than, oán thán. Là nho sinh yêu nước họ Đặng xuống núi hợp với Đô Dương, Phùng Thị Chính, Lê Đình Lượng giỏi việc quân, cùng nhân dân theo giúp Lạc tướng Phong Châu Dương Công nổi lên chống giặc ngoại xâm.

Lực lượng của Dương Công tuy có chí dũng song với vũ khí thô sơ dao bầu, gậy, bẫy không thể chống nổi thiên binh vạn mã của Thái thú Tô Định. Rốt cuộc, phe Dương công thua chạy tới Tử Khê lần lượt chết dưới đao của quân Tô Định, số còn lại bị bắt sống trong đó có Lạc tướng Dương Công, Lê Đình Lượng và mười một nghĩa sĩ, trừ nữ tướng Phùng Thị Chính chạy thoát về Phong Châu.

Riêng Đặng Thiên Nho vừa chạy vào hẻm núi Tuần Sơn,

thì bất ngờ bị một tên Tàu ô từ trong bụi nhảy vọt ra thọc mũi thương vào ngực Thiên Nho. Nhưng thật may, lúc nghiêng mình né tránh mũi thương chí mạng, tuy thoát chết nhưng rủi ro Nho trợt chân té nhủi xuống khe đá sâu, bất tỉnh nhân sự.

Lúc tỉnh dậy Thiên Nho bò lên tới miệng vực thì cuộc chiến đã chìm trong im lắng. Trận địa đầy mùi tử khí, khắp nơi la liệt những xác người; có xác nằm sấp, nằm ngửa, có xác cụt đầu, cụt cả chân tay, có xác phanh thây, banh ngực, thủng bụng, lòi ruột…

Trời vẫn mưa sùi sụt, nhưng mưa không đủ sức rửa sạch vết tích của con người. Máu hào kiệt không những nhuộm đỏ cả mặt đất bùn mà sắc đỏ kỳ diệu của máu cũng không ngớt thấm đỏ những trang sử hào hùng của nước Việt.

Đứng trước sự bại vong Đặng Thiên Nho bỗng thấy mình trở thành nhỏ bé hẳn đi. Khi Thiên Nho loạng choạng bước qua những xác chết rách bươm của đồng đội ông bị rối loạn nhưng lập tức ông trụ hình và nhận thức được sự hy sinh của những vĩ nhân áo vải đạm bạc trong tư tưởng và lối sống đã mang lại cho ông những suy tư hầu để lại cho lớp người sau thấy rõ những giây phút hạnh phúc và khổ đau lẫn sự thất bại và thành công lịch sử của dân tộc mình.

Trong ánh chiều nhập nhoạng Đặng Thiên Nho lầm lũi đi về phía huyện lỵ Châu Vi.

Đó là ngày 11 tháng 12 năm 40, trời giá lạnh và ẩm ướt.

Buổi sáng hôm ấy, Thái thú Giao Chỉ, tức Tô Định, một hung thần ác sát, ngồi chễm chệ trên chiếc ghế mây, vẻ mặt vô cùng hả hê, hắn vừa la hét vừa giơ cả hai bàn tay chai sạn chém gió về phía mười ba nghĩa sĩ đang quì dưới đất, hai cánh tay bị trói quặt sau lưng. Đứng đằng sau các nghĩa sĩ là ba đao phủ hắc y tay cầm đại đao sáng loáng.

Để phô trương sức mạnh và đe dọa nhân dân, tên Thái thú bắt dân làng tụ tập quanh chợ huyện để xem cuộc hành quyết. Trên bãi đất nâu nhòe nhoẹt bùn sình, chúng đặt ba tấm thớt cắt từ cây đại thụ to và nặng. Mặc dù đã được rửa sạch nhưng mặt tấm thớt thấm máu lâu ngày đã trở nên thâm xỉn. Trà trộn giữa đám đông đang cúi đầu câm lặng, Đặng Thiên Nho cũng cúi đầu im lặng. Không một hơi thở mạnh, không một tiếng xì xào. Họ cúi đầu xuống như một hình thức cư tang cũng là để tiễn biệt mười ba nghĩa sĩ anh hùng.

Giờ hành quyết diễn ra bằng những nhát đao man rợ vung lên chém phập xuống, những cái đầu lìa khỏi cổ, máu phun ra thành vòi nhuộm đỏ cả vạt đất lầy lội nước mưa.

Lạc tướng Dương Công là người cuối cùng bị chặt đầu. Rõ ràng tên Thái thú sài lang cố tình uy hiếp tinh thần Lạc tướng Phong Châu. Nhưng với tinh thần yêu nước, Dương Công tràn đầy sinh lực, ông ưỡn ngực, ngước mặt lên trời, cười nhạt, coi cái chết nhẹ tợ lông hồng. Không những thế, Dương Công còn lớn tiếng mắng nhiếc tên Thái thú bằng những lời lẽ khinh miệt.

Bị lăng nhục, tên Tàu phù nổi giận điên cuồng đứng phắt dậy rút đao hét bộ hạ:

- Bịt mồm nó lại! Ghìm đầu nó xuống!

Đích thân Tô Định chặt đầu Dương Công. Chém tới ba nhát đầu của Dương Công mới lìa khỏi cổ. Cái đầu rơi xuống đất không úp mặt mà ngửa lên trời, hai con mắt vẫn mở trừng trừng, môi vẫn còn mấp máy.

Thủ cấp của Dương Công và các nghĩa sĩ bị bêu giữa huyện ly Châu Vi thuộc địa phận Nại Tử suốt một tuần để răn đe quần chúng. Đặng Thiên Nho vốn là người điềm tĩnh, trầm tư và rất thận trọng. Lúc trở lại bãi chợ, Nho nén tiếng thở dài, rảo bước ngang qua cây đa mà không ngừng lại, sợ người khác sanh nghi. Nhưng đi được một quãng xa ông cảm thấy như có ai níu rịt lấy chân mình.

Đứng cách không xa sau gốc cây muỗm, định thần nhìn kỹ Nho thấy dãy đầu lâu treo lủng lẳng trên cây lúc này trông như những chiếc lồng đèn kỳ dị. Có đầu lâu mắt nhắm nghiền, có cái mắt trợn ngược, mồm há hốc. Tóc của mười ba cái đầu thê thảm bị túm ngược lên, cột chặt những đầu lâu vào cành đa đã biến dạng, da bầm tím, teo tóp lại, máu vón cục trở màu thâm đen.

Mười ba chiếc lồng đèn đầu lâu chặt từ thân mình của mười ba nghĩa sĩ huyện Châu Vi làm rung chuyển cả non sông, cả trời đất, và lay động cả những trang sử oai hùng của toàn dân Đại Việt.

Sự hy sinh của mười ba nghĩa sĩ Giao Chỉ đầy khí tiết và quả cảm khiến cho bầu trời Nại Tử trở nên xám xịt,mưa suốt ngày đêm thấm vào lòng đất, thấm vào lòng dân Giao Chỉ, vào trang sử Việt.

Chuyện kể trên xẩy ra từ hai ngàn năm trước cho thấy lịch sử chống ngoại xâm của Đại Việt rất oai hùng, nhưng vì thân phận nhược tiểu đã dẫn đến sự bại vong.

Sau này những sử gia không thấy ai đề cập đến số phận của nho sĩ Đặng Thiên Nho. Riêng bà Phùng Thị Chính, sử sách ghi chép về bà bằng những dòng chữ đẹp như khắc trên đá nhằm minh chứng và chia sẻ cái uy vũ của nữ tướng nội thị họ Phùng, cánh tay mặt của Hai Bà Trưng.

Đã hai ngàn năm trôi qua, người ta vẫn còn nghe tiếng ca não nùng của lịch sử kể lại những trận đánh bằng giáo mác để lại thây người, đầu người, máu đổ thịt rơi và cả triều chính thất trận thảy đều nhảy xuống sông tự trầm, sự tự trầm đầy hào hùng, thơ mộng và lôi cuốn.

Vệ Sĩ Của Chúa Nguyễn

Roberto Fernández Do Pho, kỹ sư không gian Nasa về hưu đã nhiều năm, hiện sống tại New York, Hoa Kỳ. Rô, tức Roberto (cha Việt, mẹ Tây Ban Nha) sinh tại Rock Hill, South Carolina, là một người có sức học đáng nể. Từng là dược sĩ, rồi nha sĩ, cuối cùng là kỹ sư, đặc biệt Rô còn có một tâm hồn thi sĩ, sáng tác những bài thơ yêu quê cha nước Việt còn hơn cả đất mẹ. Hồi còn học ở Đại học, võ sư đệ tam đẳng huyền đai karaté Roberto, những lúc rảnh rỗi trao nhau vài đường quyền lúc nào Rô cũng hơn tôi bằng thế võ gia truyền. Nhân dịp sinh nhật thứ 75, già Rô tổ chức tại gia, thức ăn Tây-Mỹ đề huề, có khách khứa nhảy đầm, có bạn bè ca hát, có chàng ngâm thơ, nàng dâu Đại Hàn đệm piano.

Trong lúc trà dư tửu hậu chỉ còn hai người đàn ông, già Rô khề khà tiết lộ tôi mới biết ông là hậu duệ đời thứ 8 của dòng họ Phó. Thoạt nghe tôi chẳng lấy gì làm lạ, dù nhà cách mạng lừng danh Phó Đức Chính là ông cố của Rô. Nhưng khi già Rô trịnh trọng đưa tôi coi bộ gia phả viết bằng chữ Nho của dòng họ Phó, tôi mới ngạc nhiên thực sự. Bộ gia phả gồm ba tập: một tập bằng chữ Nho đựng trong hộp kính màu ngọc bích khằn keo rất kỹ, một tập bằng tiếng Anh và một tập bằng chữ quốc ngữ, chuyển ngữ từ tập chữ

Nho từ năm 1811. Bộ chuyển ngữ tuy giấy đã ố vàng nhưng chữ vẫn còn tương đối rõ nét, đặc biệt ở những trang viết về nội tổ của Rô từng là vệ sĩ của Chúa Nguyễn. Vừa đọc lướt qua bản tiếng Việt tôi ngỏ ý muốn chụp lại những tư liệu này để viết thành truyện nhưng Rô lắc đầu cười bí hiểm, phán cho một tràng: "Ông bạn là nhà văn, nghe đồn ông có trí nhớ phi phàm, muốn dựng truyện gì ông cứ dùng trí mà nên chớ tôi chưa từng nghe ai nói ông viết bằng... máy chụp ảnh gì sốt. Có đúng thế không nào, bạn già?". Già Rô cay cú đến thế là cùng.

Về nhà tôi căn cứ theo lời kể của Roberto qua gia phả dòng họ Phó, cũng như dựa theo sử liệu nhà Nguyễn và các truyện dã sử về thời Tây Sơn tôi viết ra cốt truyện này.

Truyện như sau:

Chưởng cơ Phó Đô Úy là một võ quan của Chúa Định Nguyễn Phúc Thuần. Úy xuất thân từ một gia đình có truyền thống võ nghệ lâu đời. Từ nhỏ ông học võ từ cha và học môn phi tiêu từ các võ sư nổi tiếng vùng Thanh Hoa (nay là Thanh Hóa). Thiếu thời Phó Đô Úy đã tỏ ra là một người cơ trí, lanh lợi, sức khỏe hơn người, lớn lên được phép cha theo phò Chúa Định. Ngay từ khi đầu quân, Chúa biết Úy có võ nghệ nên được tuyển vào cấp Đội. Sáu tháng sau truy phong thành Cai đội. Từ Cai đội thăng lên Chưởng cơ.

Năm 1774, thành Phú Xuân thuộc huyện Hương Trà, phủ Thừa Thiên - Huế rơi vào tay nhà Trịnh. Chưởng cơ Phó Đô Úy cùng các vệ sĩ chính qui hộ giá Chúa Định và gia tộc chạy vào Quảng Nam rồi vào Gia Định, trong đó có

Nguyễn Phúc Ánh, lúc đó mới 12 tuổi. Nguyễn Phúc Ánh là con trai thứ ba của hoàng tử Nguyễn Phúc Luân.

Khi quân Trịnh chiếm kinh thành thì Phúc Luân đã chết dưới tay quyền thần Trương Phúc Loan, để lại sáu người con trai và ba gái. Sáu người con trai đều chạy vào Nam, lần lượt bị quân Tây Sơn sát hại, chỉ còn lại Nguyễn Phúc Ánh, sau này là vua Gia Long.

Hồi còn ở Phú Xuân, Chưởng cơ Phó Đô Úy thường để mắt tới vị thiếu niên này. Tuy còn nhỏ tuổi nhưng thần thái Nguyễn Ánh uy nghi, oai vệ, tỏ ra là người có chí khí. Hằng ngày Chưởng cơ Úy luyện võ sau phủ, Ánh lặng lẽ đứng nhìn, không nói gì. Nhưng Úy tinh ý nhận thấy cặp mắt sắc bén của Ánh chứa chan nỗi buồn và đầy thù hận.

Cuối năm 1776, bộ tướng của Chúa Nguyễn là Đỗ Thành Nhân đánh lui quân Tây Sơn do Đông Định Vương Nguyễn Lữ chỉ huy, chiếm lại Sài Gòn. Tần Chính Vương Nguyễn Phúc Dương hợp quân với Đỗ Thành Nhân, cùng sự trợ giúp của Mạc Thiên Tứ, con của Mạc Thiên Tích nên lực lượng Chúa Nguyễn ngày một thêm hùng mạnh.

Nhưng năm Đinh Dậu 1877, Long Nhương tướng quân Nguyễn Huệ thống lĩnh đại binh áo vải cờ đào vào đánh chiếm Gia Định lần thứ tư, Chúa tôi nhà Nguyễn lại thua cùng tàn quân bỏ thành chạy vào Tam Phụ (Định Tường), qua cửa Cần Giờ, chạy dài xuống Cần Thơ, Kiên Giang, ra đảo Thổ Chu, thuộc Phú Quốc lánh nạn.

Ngay từ khi chạy nạn, bộ hạ tâm phúc của Nguyễn Ánh là Phúc Điền đã thận trọng cắt cử Phó chưởng cơ và Cai đội hợp với sáu vệ sĩ thành một toán khinh binh mở đường trực chiến khi có biến; còn Chưởng cơ Phó Đô Úy đi đoạn hậu, dùng cây rừng quét sạch dấu vết Chúa Nguyễn và đoàn tùy tùng đi qua. Nhưng trong một lần bỏ chạy, không may Tần Chính Vương Nguyễn Phúc Dương và một số quan lại bị quân Tây Sơn bắt giết.

Có lần, vừa tới địa phận Kiên Giang thì trời chiều đổ mưa. Rừng ở đây dầy mịt tạo thành bức tường kiên cố che chở cho Chúa Nguyễn và đoàn tùy tùng bên trong. Khi Chúa tôi vượt qua bên kia kinh Tà Lưa an vị trong một cánh rừng thì Chưởng cơ Phó Đô Úy ở bên này bờ, đang lui cui xóa các dấu vết bất ngờ đụng phải nghĩa quân Tây Sơn rượt tới. Toán quân này không nhiều, khoảng mươi mười người, đứng đầu là một vị chỉ huy, vóc người tầm thước, chắc nịch, mặc y phục đen, mặt đen, râu quai nón tua tủa, tóc phủ ót, trên đầu quấn một miếng vải đen.

Vừa thấy Phó Đô Úy, quân Tây Sơn hung hăng vung gươm lao tới, Úy bình tĩnh vội lùi lại, cùng lúc ra tay phóng ám khí hạ gục hai tên xong hươi đao lên khiến chúng khựng lại. Người chỉ huy áo đen gườm mắt quan sát thấy Úy tuy cao lớn nhưng không có đồng bọn nên tỏ ra khinh mạn. Phất tay ra hiệu cho đám thủ hạ lùi lại, một mình y cầm con dao chủy thủ khệnh khạng bước ra giữa khoảng đất trống dạng chân, hất hàm, quắc mắt nhìn Úy thách thức. Từ ngày hộ giá Chúa Nguyễn nhiều phen vào sinh ra tử chiến đấu chống nhà Tây Sơn, đây là lần đầu tiên Úy đấu tay đôi với địch thủ ngoài chiến địa.

Dưới vòm cây rậm rạp Chưởng cơ Phó Đô Úy ưỡn ngực hít một hơi sâu, vừa rút dao bước ra đã nghe người áo đen cười lạnh, lao tới. Giữa khu rừng tĩnh mịch, tiếng kim khí lấp loáng giao nhau xoèn xoẹt tạo thành thứ âm thanh man rợ, rin rít, bén ngót đến rợn óc. Hai đối thủ lao vào nhau như hai con thú lạnh lùng ác chiến. Lạ một điều, họ không hề gầm gừ hay thốt lên một lời mà cả bọn lính thú cũng nín hơi theo dõi trận đấu.

Thủ pháp cực kỳ mau lẹ và hiểm ác của một chiến tướng đã quen trận mạc, người chỉ huy áo đen không ngờ lần này gặp phải cao thủ khiến sự háo thắng ban đầu của y giảm xuống rất nhiều. Tuy nhiên, tính hiếu chiến, quyết tâm hạ địch thủ khiến y nảy ra một độc chiêu. Lùi lại hai bước, người áo đen đảo cặp mắt sọng máu nhìn đối thủ xong lặng lẽ như bóng quỷ nhún mình lao vút tới phi thân nắm chặt cành cây đu mình lấy đà đá thẳng vào ngực Đô Úy đồng thời đâm ngọn chủy thủ xuống huyệt Thiên linh trên đỉnh đầu địch thủ.

Trước đòn sát thủ cực kỳ hiểm độc, Đô Úy vội ngửa người ra sau cùng lúc tung mình đá thốc vào hạ bộ khiến người chỉ huy hự lên một tiếng ngã lăn xuống đất. Thấy chủ tướng bị hạ, đám lính thú hộ vệ vội vàng xúm lại khiêng y và hai đồng bọn chạy biến vào rừng.

Sau khi củng cố lực lượng, năm Canh Tý 1780, Nguyễn Phúc Ánh xưng vương ở Gia Định. Hai năm sau, thấy thế lực của Nguyễn Vương ngày càng vững mạnh, anh em Nguyễn Nhạc và Nguyễn Huệ lại kéo quân vào đánh, Sài Gòn thất thủ, Nguyễn Vương lại bôn tẩu về Hà Tiên, dùng thuyền nhỏ vượt biển, phía sau quân Tây Sơn truy đuổi gắt gao, quyết bắt Nguyễn Ánh cho kỳ được.

Trong trận thủy chiến ở đảo Điệp Thạch, thuyền của Nguyễn Vương bị quân Tây Sơn tấn công. Trước tình thế cấp bách, Phúc Điền khoác áo Vương cầm gươm ra đứng trước mũi thuyền giả dạng Nguyễn Vương bị quân Tây Sơn xông lên thuyền bắt sống. Phúc Điền sa vào tay giặc, chết như một anh hùng cứu chúa. Cũng may, Cai cơ Đồng Nhượng là người biết lo xa, hộ giá Nguyễn Vương lẫn trong đám thủy binh lên thuyền, nên đã thoát thân vào rừng.

Cùng lúc đó, thuyền hộ vệ của Chưởng cơ Phó Đô Úy cũng hỗn chiến với quân Tây Sơn. Đây là một cuộc chiến đầy bất hạnh diễn ra giữa hai phe không cân sức. Các thuyền nhỏ của Nguyễn Vương bị những chiến thuyền của quân Tây Sơn bao vây, tiêu diệt hết phân nửa. Thủy binh trung thành của Nguyễn Vương bị chém ngã la liệt xuống nước, máu nhuộm đỏ mặt biển. Cùng chung số phận, đồng đội trên thuyền hộ vệ thảy đều hy sinh. Chưởng cơ Phó Đô Úy, thương tích đầy mình, cuối cùng bị một nhát chém mạnh đến nỗi lệch cả bả vai. Chưởng cơ Úy loạng choạng lùi về phía mũi thuyền đang bốc cháy, dùng tàn lực lia ngang một đường gươm rồi lao mình xuống biển, lặn một hơi dài. Lúc trồi lên thở, Úy đụng nhằm các tử thi và những mảnh thuyền vỡ. Úy bám vào miếng ván, ngửa mặt lên trời, thả người cho sóng giạt vào bờ, miệng vẫn còn ngậm chặt lưỡi dao găm.

Năm 1792, vua Quang Trung đột ngột qua đời, nội bộ chia năm xẻ bảy, nhà Tây Sơn suy yếu dần. Tình hình đất nước lại rơi vào cảnh nhiễu nhương, vua còn nhỏ, quyền thần lộng hành, chia bè rẽ phái, lòng dân lại hướng về

Nguyễn Vương. Nắm được thời cơ, Nguyễn Vương lo củng cố nội bộ, thu thập nhân tài, rèn binh khiển tướng, tích trữ lương thảo, mua sắm thêm vũ khí, mặt khác Nguyễn Vương cử phái đoàn ra nước ngoài cầu viện.

Năm 1802, sau khi Nguyễn Ánh diệt xong nhà Tây Sơn, lấy lại thành Phú Xuân, lên ngôi Hoàng đế lấy niên hiệu Gia Long, mở đầu vương triều nhà Nguyễn, cũng là triều đại quân chủ cuối cùng trong lịch sử Việt Nam.

Sau khi lên ngôi, vua Gia Long cũng như hầu hết vua chúa ngày xưa, khi nắm quyền bính trong tay, ông cũng không tránh khỏi việc giết hại những người cùng nằm gai nếm mật, vào sinh ra tử với mình, như công thần Nguyễn Văn Thành và Đặng Trần Thường. Chưa kể vua Gia Long vẫn ôm mối thù với anh em nhà Tây Sơn đã giết hại thân bằng quyến thuộc của mình nên đã ra tay trả thù vô cùng khốc liệt.

Nhận thấy mức độ thiên lệch cả công và tội của hoàng đế Gia Long, vì lo xa nên toàn bộ gia quyến Phó Đô Thống (cha của Chưởng cơ Phó Dô Úy, hy sinh ở Phú Quốc) âm thầm rời bỏ Thanh Hoa chạy về làng Đa Ngưu, tỉnh Hưng Yên ẩn cư. Từ đó, trải dài qua hàng thế kỷ, dòng họ Phó sanh ra Phó Đức Chính, sau trở thành nhà cách mạng cùng 12 đảng viên Việt Nam Quốc Dân Đảng tổng khởi nghĩa chống thực dân Pháp, nhưng bị thất bại. Toàn bộ 13 đảng viên gồm đảng trưởng Nguyễn Thái Học cùng ông và 11 nghĩa sĩ khác bị Pháp xử chém. Phó Đức Chính là người thứ 12 lên đoạn đầu dài và là người duy nhất nằm ngửa để xem máy chém rơi xuống đầu ông.

Hiện nay, già Rô, tức kỹ sư không gian Nasa về hưu Roberto Fernández Đô Phó, dù cuộc sống chịu ảnh hưởng văn minh Âu Mỹ, nhưng trong nhà ông ở ngoại ô Syracuse, New York vẫn lộng kính trưng trên tường những hình ảnh trắng đen và ảnh màu đã phai của dòng họ Phó, trong đó có Phó Đức Chính, chưa kể cuốn gia phả đồ sộ của dòng họ Phó nhà ông.

Nền Vua

- Ở Rạch Giá cũng có địa danh Tây Sơn hả nội?
- Có. Hiện nay ở ấp Tây Sơn vẫn còn "nền vua"...

Giữa thập niên 1950, ông nội tôi ở Quy Nhơn dẫn bầu đoàn thê tử vào Sài Gòn lập nghiệp, chọn đất Cầu Kho gần bến Hàm Tử mở trường dạy võ Bình Định. Mười lăm năm sau ông cáo lão hồi hưu, cha tôi kế nghiệp, dời trường về Tân Định, võ sinh ngày càng đông. Tuy vậy tình hình chiến sự giữa hai miền Nam Bắc đang leo thang khốc liệt, cha tôi được lệnh tái ngũ trở về đơn vị cũ ngoài miền Trung. Tôi - 30 tuổi, con một trong gia đình - trở thành chưởng môn đời thứ ba của nhà Nguyễn Võ. Từ ngày trở lại đơn vị cũ ngoài vùng 1 hành quân liên miên cha tôi ít khi trở về thăm nhà. Cho đến mùa hè năm 1972 dược tin cha tôi hy sinh tại đường 9 Nam Lào, ông nội tôi ngã bệnh.

Trước ngày mất độ hai tháng, nội gầy nhom nhưng nội lực vẫn còn mạnh mẽ. Thì ra vì thương nhớ cha tôi ông mang một tâm bệnh gọi là bệnh buồn. Lần đó trước bàn thờ tổ, nội cẩn thận giao lại cho tôi một cái hộp mi-ca hình chữ nhật trong đó đựng miếng đất mẻ đã thâm nâu và một hộp mi-ca hình ống đựng một lưỡi chủy thủ hoen rỉ, không có cán. Nội trầm giọng nói: Đây là di vật của nhà Tây Sơn chúng ta. Con hãy nghe rõ lời ta dặn Cha con đã mất, con là cháu nội đích tôn của dòng Nguyễn Võ, hậu duệ của nghĩa quân Tây Sơn, có bổn phận phải giữ gìn vật thiêng này cho thận trọng, không được để thất thoát. Sau này con còn phải truyền lại cho đời con đời cháu của con". Tôi nghe trong lòng bồi hồi xốn xang vì trọng trách này. Gọi là "di vật của nhà Tây Sơn" hẳn miếng đất thiêng và lưỡi chùy thủ này đã trải qua gần 250 năm kể từ năm Tân Mão 1771 Tây Sơn tam kiệt khởi nghĩa. Hỏi thì nội nói như mê: "Hai di vật này năm xưa tổ phụ của con đích thân lặn lội từ Bình Định xuống tận vùng Rạch Giá mạo hiểm vào khu rừng hoang miệt ấp Tây Sơn mới đào về được ".

Nói về lai lịch miếng dất nội cho biết: "Cũng nhờ ông Châu Sía, bạn tâm giao của tổ phụ con, về già lưu lạc xuống miền Hậu Giang chọn đất Tây Sơn hẻo lánh làm nơi ẩn cư. Khi khám phá ra "*nền vua Tây Sơn*" trong một cánh rừng già, ông đã đánh tiếng ra Quy Nhơn báo cho tổ phụ con biết lai lịch nền đất đó". Tôi hỏi sao ông Châu Sía biết đó là "*nền vua*" thì nội nói uy tín của các bô lão trong ấp một khi đã xác nhận về di tích nào đó thì không thề coi đó là trò đùa , hơn nữa nhờ công trình khảo nghiệm của tổ phụ con mới khẳng định di tích đó không phải là truyền thuyết trong dân gian mà nền đất đó có thực từ thời Gia Long tẩu quốc.

Chuyện ông nội tôi kể thật độc đáo.

Trước đời Gia Long, bờ biển Rạch Giá là khu rừng sác, nhiều cây mắm, cây giá, ô rô, cóc kèn, không giúp ích gì cho dân, nhưng nhờ bông tràm và cây giá nên huê lợi chính lá sáp và mật ong. Thời đó, đất Rạch Giá vẫn còn hoang dã, rừng tràm trầm thủy mênh mông, sông rạch chằng chịt, nhiều phèn và thấp. Những đợt Nam tiến tràn đi khai hoang lập ấp, lưu dân phải chọn những gò đất cao dọc theo sông Cái Lớn và Cái Bé để cư trú, dần dà lập ra chợ Rạch Giá, từ đó mọc lên nhiều địa danh.

Địa danh lả một tên gọi, do thói quen của người bản xứ nó được hình thành trong những hoàn cảnh đặc biệt từ một hoài bão, một ước mơ hoặc nhắc nhớ đến công lao nào đó mà đặt tên như Rạch Sõi, Cù Là, Minh Lương, Tà Niên, Xẻo Rô, Tắc Cậu, Bến Trống, Bào Láng, Heo Nằm Bếp, Thứ Ba, Thứ Ba Biển, Thứ Sáu Đình... Ấp thì có ấp Tà Keo, ấp Rạch Vượt, ấp Xoa Áo, ấp Rạch Đùng, ấp Xẻo May... Còn kinh rạch thì có kinh Dài, kinh Cụt, kinh Bà Lò Xén, kinh Chèm Chẹt , kinh A, kinh B... cho tới Thứ Bảy Kinh Làng là giáp mé biển Vịnh Xiêm La.

Nói tới Rạch Cây Giá (về sau đổi thành Rạch Giá) không ít người địa phương lấy làm hãnh diện khi biết thời xa xưa giữa lòng Rạch Giá lại có địa danh Tây Sơn. Nếu ai là dân Cây Xoài có thể biết từ Cây Xoài đi lên hướng Tây Nam khoảng 10 cây số đường chim bay sẽ gặp ấp Tây Sơn.

Trước thời thực dân, Tây Sơn là một ấp vắng vẻ, nghèo nàn, dân cư thưa thớt. Dân chúng ở đó sống bằng nghề ruộng rẫy, bắt rắn, giăng câu. Nhưng ấp Tây Sơn, sáng chim kêu, chiều vượn hú, mùa màng thường thất bát nên nhiều người chuyển qua nghề ăn ong (sáp và mật ong), buôn củi lậu. Chính những người thợ rừng này len lỏi theo các đường quanh nẻo tắt trong rừng để vận chuyển hàng lậu, vô tình họ khám phá ra một nền đất khác lạ. Phải tinh mắt lắm mới phát hiện được nền đất bị mưa nắng vùi dập, cây rừng phủ lấp gần hết. Thấy lạ họ sanh nghi về báo cho ông Châu Sía và các bô lão trong ấp biết. Hôm sau họ theo nhóm thợ rừng lội tới tận nơi nghiên cứu chứng minh thì biết nền đất này đã có từ lâu đời. Nghĩa là nền nhà bí mật bỏ hoang trong khu rừng rậm dó dân đia phương khẳng định là đồn lũy của nghĩa quân Tây Sơn năm xưa lập căn cứ để truy đuổi Nguyễn Phúc Ánh.

Năm 1782, vua Thái Đức (Nguyễn Nhạc) cùng Long Nhương tướng quân Nguyễn Huệ đánh Gia Định lần thứ tư, Nguyễn Phúc Ánh lại thua bị truy đuổi phải bỏ chạy vào Tam Phụ (Định Tường), qua cửa Cần Giờ, về Sóc Trăng, xuống Kiên Giang rồi ra đảo Thổ Chu thuộc huyện Phú Quốc. Khi tới Kiên Giang thì quân Tây Sơn mất dấu Nguyễn Phúc Ánh.

Trước khi lui về Quy Nhơn, anh em Nguyễn Nhạc, Nguyễn Huệ cho hạ trại dưỡng quân trong một cánh rừng già. Để tránh rắn rít, thú dữ quân binh Tây Sơn dã nhanh chóng đắp nên một gò đất cao làm đồn binh, chung quanh đào hào đắp lũy khá kiên cố. Đó là đồn lũy đầu não của nghĩa quân Tây Sơn nhằm tiến hành việc bình định toàn miền Nam sau này đồng thời tiếp tục truy tìm dấu vết Nguyễn Phúc Ánh và đoàn tùy tùng.

Ngày nay đồn lũy trên gò đất đó không còn, nhưng nền vua vẫn còn đó, vẫn trơ gan cùng tuế nguyệt mặc cho nắng mưa xâm hại, nứt nẻ, rỗ chằng.

Lịch sử đã ghi chép về Nhà Tây Sơn là một triều đại quân chủ được dựng nên từ những anh hùng áo vải cờ đào. Tuy chỉ tồn tại gần ¼ thế kỷ, nhưng trong lịch sử nước Nam công của nhà Tây Sơn rất lớn; dù công cuộc thống nhất đất nước không thành nhưng đã thành công trong việc mở mang bờ cõi sau hàng trăm năm đất nước bị chia cắt bởi cuộc phân tranh giữa hai thế lực Trịnh - Nguyễn. Để ghi nhớ công lao tiền nhân, dân chúng đã lập đền thờ các anh hùng dân tộc của triều đại này, một triều đại với những chiến công hiển hách chống ngoại xâm, bảo vệ sơn hà xã tắc đồng thời đưa ra nhiều kế hoạch cải cách kinh tế, văn hóa và quân sự.

Đoạn viết thêm

Truyện Nền Vua kể trên xảy ra trước thời kỳ mất nước. Còn người xưng "tôi" trong truyện này là võ sư Nguyễn Võ Côn, nay đã 80 tuổi, hiện sống cùng gia đình tại một tỉnh nhỏ thuộc miền Nam nước Pháp. Năm ngoái, tôi, người viết cốt truyện này, cư trú ở Toronto, Canada nhận được thư của võ sư Côn mời qua Pháp thăm gia dình ông được ông cho xem hai báu vật thời Tây Sơn khởi nghĩa: một hộp mi-ca đựng miếng đất mẻ và một hộp mi-ca hình ống đựng lưỡi chủy thủ, như đã nói ở phần trên. Sau đò, bên cốc rượu nho tôi nghe ông Côn tâm tình với nhiều chuyện bất ngờ đến thú vị.

Ông nói cha ông đặt tên ông là Côn vì ông sinh tại huyện An Lão, đầu nguồn dòng sông Côn, tỉnh Bình Định.

Thuở nhỏ đến lớn ông Côn vốn ưa thích phiêu luu mạo hiểm, thường chọn rừng sâu núi thẳm luyện võ công. Khi nhậm chức chưởng môn của dòng Nguyễn Võ ở Sài Gòn, vai mang trọng trách giữ gìn hai di vật đời Tây Sơn, võ sư Nguyễn Võ Côn đã có ý định khi có dịp sẽ đi Rạch Giá lên Tây Sơn tìm hiểu thêm về "nền vua".

Vậy mà sau khi ông nội của võ sư Côn thất lộc mãi đến hai năm sau ông mới thưc hiện được chuyến đi thăm "nền vua" ở ấp Tây Sơn. Lúc bấy giờ không còn ai biết tung tích ông Châu Sía luu lạc về đâu. Ông Côn hỏi thăm di tích nền vua thì được càc bô lão địa phương chỉ dẫn ông đi sâu vào một cánh rừng ở phía Đông Nam.

Theo con đường mòn ông Côn băng rừng lội rạch đi mãi. Trưa trời đứng bóng, nắng vẫn không xuyên qua nổi những kẽ lá. Lúc quẹo cua tới gốc cây mù u định nghỉ chân bất ngờ ông Côn bị kẻ lạ từ trong bụi lao ra tập kích. Ông ngạc nhiên không hiểu tại sao hai tên du kích Việt cộng lại muồn giết mình, nhưng ông chợt hiẻu vì không muốn bị lộ hành tung, hai tên này đã dùng báng súng dánh thẳng vào mặt ông nhằm diệt khẩu. Là con nhà võ chân truyền võ sư Nguyễn Võ Côn bình tĩnh rùn người xuống tránh đòn ác hiểm đồng thời ông nhanh nhẹn nhích tới xòe hai bàn tay thép vỗ mạnh vào mạn sườn để hở của hai tên địch. Bị dính đòn cả hai tên tức thở buông súng ngã vật xuống đất ú ớ ôm mạng mỡ lăn lộn lộ vẻ đau đớn cùng cực. Ông Côn không muốn giết người, dù họ là Cộng phỉ, nên ông lặng lẽ lượm hai cây AK ném xuống rạch xong quầy quả trở về Sài Gòn ngay. Chuyện tìm nền vua đành phải để dịp khác.

Đang say sưa kẻ chuyện chợt nhìn thấy ánh mắt của bạn ông Côn biết ngay tôi muốn nói gí, ông tiếp luôn: "Ông bạn à! Võ học là một nghệ thuật siêu đẳng. Tôi học võ gia truyền để không bị thất truyền. Luyện võ cũng có cái lợi là để cường thân kiện thề và để phòng thân mỗi khi gặp bất trắc. Trong đời võ nghiệp tôi từng hạ nhiều đối thủ nhưng chưa bao giờ có ý dụng võ để hạ độc thủ. Năm xưa trong cánh rừng ở ấp Tây Sơn, Rạch Giá nếu muốn giết người bịt miệng tôi chỉ cần điểm vào tử huyệt của hai anh du kích là xong ngay. Nhưng họ cũng là con người có cha, có mẹ, có anh, có em; cho dù họ bị chủ nghĩa Cộng sản nhồi sọ đến mất cả lương tri, tôi vẫn sẵn sàng tha thứ cho họ, vì họ không hiểu biết, không ý thức hành động của mình, vạn vật đồng nhất mà. Cho tới bây giờ, biết chắc hai anh du kích năm xưa sau cơn đau sẽ thoát nạn, nhưng thưa bạn, tôi vẫn còn áy náy về hành động tự vệ dù chính đáng của mình.

Võ sư Nguyễn Võ Côn còn cho biết dòng dõi gia đình ông xưa kia mang họ Võ theo phò Tây Sơn tam kiệt đổi thành họ Nguyễn nhưng vẫn lót chữ Võ để nhớ họ xưa của mình. Nhưng hào hứng nhất tôi còn được cháu nội của võ sư Nguyễn Võ Côn biểu diễn những đường quyền Bình Định vô cùng dũng mãnh và đẹp mắt, không hổ danh "con gái Bình Định múa roi đi quyền".

Lúc từ biệt tôi được ông Côn tặng cặp rượu nho do chính tay ông cất. Có nhãn hiệu in ấn đàng hoàng, đề: *"Tửu Võ"*. Ý nói rượu của nhà Nguyễn Võ, ông Côn nói vậy. Về nhà một tuần sau tôi mới khui rượu uống và viết ra truyện ngắn này.

Nước Mắt Nguyễn Trãi

1. Ải Nam Quan

Ngày nay ở nước ta có hai di tích lịch sử nổi tiếng bậc nhất đã mất trắng. Đó là Hòn Vọng Phu (thật), tức núi Tô Thị ở Đồng Đăng quê tôi và Ải Nam Quan, nay đổi tên thành Hữu Nghị Quan, một danh xưng sặc mùi Cộng sản.

Ải Nam Quan là ải hướng về Nam, nằm ở địa đầu tỉnh Lạng Sơn, cách Đồng Đăng quê tôi chỉ 5km. Theo sử sách ải Nam Quan do Trung Hoa dựng nên, ban đầu bằng một cánh cửa gỗ dùng làm mốc cắm để ngăn chia ranh giới hai nước Việt-Hoa. Bên phía Bắc cửa ải là huyện Bằng Tường, tỉnh Quảng Tây của Trung Hoa, còn phía Nam cửa ải là xã Đồng Đăng, huyện Văn Uyên, tỉnh Lạng Sơn của Việt Nam.

Xưa nay đa số người Việt vẫn xem Ải Nam Quan là hình tượng đẹp nhất, một cái tên quen thuộc và thiêng liêng nhất không bao giờ phai mờ trong lịch sử nước Việt. Chính cửa ải này là nơi ngày xưa từng diễn ra biết bao biến cố đau thương lẫn oai hùng, hiển hách của dân tộc ta.

Thế mà đau lòng thay! Ngày nay Ải Nam Quan đã không còn nằm ngay trên biên giới Việt-Hoa, mà nó đã lùi sâu vào phần đất của Trung Hoa.

Nhớ lại năm 1407, quân Minh xâm lược Đại Việt ta, cha của Nguyễn Trãi là Nguyễn Phi Khanh bị bắt giải sang Kim Lăng, nước Tàu. Nguyễn Trãi khóc tiễn cha đến tận ải Nam Quan thì Nguyễn Phi Khanh khuyên ông trở về mưu đồ phục thù và rửa hận cho cha bằng con đường cứu nước.

Nói tới Nguyễn Trãi mà tiếc cho nước mắt của ông. Ngày xưa, khi tiễn cha bị đày qua Tàu nước mắt Nguyễn Trãi đã thấm ướt cửa ải nước Việt. Ngày nay Ải Nam Quan đã thuộc phần đất của Tàu, thế thì nước mắt ngày xưa của Nguyễn Trãi nay đã trở thành giọt lệ khô trên đất Tàu vậy.

2. Đồng Đăng

Ải Nam Quan nằm ở địa đầu tỉnh Lạng Sơn. Lạng Sơn có con sông Kỳ Cùng chảy về Đồng Đăng, nơi tôi sinh ra và lớn lên. Đồng Đăng, một thị trấn tuy nhỏ nhưng có nhiều chuyện khá thú vị và kỳ lạ.

Cũng như những địa danh nổi tiếng khác trải dài suốt ba miền đất nước, Đồng Đăng quê tôi cũng đã đi vào ca dao từ bao đời:

Cái cò bay bổng bay cao
Bay qua cửa phủ bay vào Đồng Đăng
Đồng Đăng có phố Kỳ Lừa
Có nàng Tô Thị có chùa Tam Thanh

3. Chợ Kỳ Lừa

Phố Kỳ Lừa có từ tiền bán thế kỷ XV nên chợ Kỳ Lừa

là phiên chợ được hình thành từ lâu đời. Vì lâu đời nên chợ Kỳ Lừa trở thành một truyền thuyết, lịch sử. Đẻ của tôi nói

Kỳ Lừa có nhiều truyền thuyết, nhưng tôi vẫn thích hai câu chuyện Đẻ kể dưới đây:

Tương truyền, tên gọi Kỳ Lừa bắt nguồn từ câu chuyện, ngày xưa, ở khu vực này có một con lừa rất kỳ lạ. Hàng ngày, khi được chủ thả đi ăn cỏ, con lừa tự bơi qua sông Kỳ Cùng tìm sang núi Kỳ Cấp để ăn cỏ non. Đến tối, con lừa lại tự bơi qua sông và tìm về chuồng (có người cho rằng con lừa kỳ lạ này là của Mạc Đĩnh Chi). Người dân các nơi rủ nhau đến xem con lừa kỳ lạ rất đông, từ đó cái tên Kỳ Lừa ra đời.

Tuy nhiên, có ý kiến lại cho rằng, tên gọi Kỳ Lừa bắt nguồn từ địa danh Khau Lừ, Khau là Đồi, Lừ là Lừa, Khau Lừ có nghĩa là Đồi Lừa. Bởi ở khu vực này xưa kia có những đồi cỏ lúp xúp làm bãi chăn thả lừa, ngựa nên gọi là Khau Lừ, về sau mọi người đọc chệch đi thành Kỳ Lừa. Từ đó, chợ Kỳ Lừa là nơi sinh hoạt của các dân tộc ở Lạng Sơn.

Có điều, cho dù có ý nghĩa gì và xuất phát từ đâu thì riêng cá nhân tôi, chợ Kỳ Lừa là nơi tôi đẻ rớt nên khi lớnlên gần như mọi ngõ ngách, mọi đường ngang nẻo dọc tôi đều rành rẽ. Nhưng mà cũng chính ngôi chợ này đã in đậm một nỗi buồn rướm máu trong tâm hồn Đẻ tôi.

Số là trước ngày Bố tôi đi B, vào Nam chiến đấu nhằm ngày giỗ ngoại, Đẻ muốn đãi Bố một bữa giỗ cầy. Dù lúc đó gia cảnh chả khấm khá gì, Đẻ lại đang mang thai tôi sắp tới ngày sinh nở, nhưng Đẻ vẫn xách giỏ ra chợ Kỳ Lừa mua miếng cầy tơ cho Bố. Không may, hôm ấy trời mưa lâm râm, đường trơn, dù cẩn thận Đẻ vẫn ngã, bất thần đẻ rớt tôi ra giữa chợ. Vì Mẹ con tôi bị tai nạn nằm nhà thương nên Bố hụt một bữa giỗ cầy. Về sau, có lần vào ngày giỗ Bố, Đẻ nói: "Tới chết Bố mầy cũng không kịp xơi một bữa giỗ cầy". Bố tôi mất năm 1962 vì bệnh sốt rét ác tính trên đường xẻ dọc Trường Sơn vào Nam.

4. Núi Tô Thị

Ngoài phố Kỳ Lừa, Đồng Đăng còn có núi Tô Thị, tức Hòn Vọng Phu, một truyền thuyết về đá trông chồng nằm ở phía Bắc tỉnh Lạng Sơn vốn nổi tiếng trong thi ca, hội họa, âm nhạc Việt Nam. Nhiều người hỏi nước Việt ta có bao nhiêu Hòn Vọng Phu. Người nói 5, người nói 7. Riêng tôi khi lớn lên đi làm thợ hồ ngược xuôi khắp chốn, tôi đã từng đi qua, chứng kiến tận mắt bốn Hòn Vọng Phu trải dài từ miền Bắc vào miền Trung. Ngoài Hòn Vọng Phu ở Đồng Đăng quê tôi, tỉnh Bình Định, Tuy Hòa và đèo Dục Mỹ cũng có núi Tô Thị. (Miền Nam không có Hòn Vọng Phu, chỉ có Hòn Phụ Tử ở vùng biển Kiên Giang, nay chỉ còn "hòn tử" đứng trơ vơ).

Tuy nhiên, về sau tôi không còn quan tâm nước Việt ta có bao nhiêu Hòn Vọng Phu mà đắng lòng vì di tích núi Tô Thị ở quê tôi bị hủy hoại.

Năm 1991, tượng nàng Tô Thị bị sụp đổ vì lòng tham và vì vô văn hóa của hai người phá tượng để lấy đá nung vôi làm vật liệu xây cất. Việc làm tổn hại một "quốc thể" như thế họ cũng dám làm thì thật là tắc trách.

Để gìn giữ một di tích đã in sâu trong lòng người dân Việt Nam, tỉnh Lạng Sơn đã cho dựng lại nguyên bản núi Tô Thị. Chính tôi cùng toán thợ hồ ở Lạng Sơn đã ra công sức dựng lại di tích lịch sử này. Nhưng mà dù thế nào đi chăng nữa thì cái hồn của Hòn Vọng Phu đã hoàn toàn mất đi giá trị thiên nhiên của nó.

5. Chùa Tam Thanh

Tuy tôi mang tiếng sinh ra và lớn lên ở Đồng Đăng nơi có chùa Tam Thanh, nhưng vì bị thọt chân từ lúc chào đời nên Đẻ cấm không cho tôi lai vãng đến, cho đến khi Đẻ tôi qua đời. Cuộc đời của Đẻ là một chuỗi đau thương trong đó có hai lần bị vấp ngã. Lần đầu, bụng mang dạ chửa Đẻ trợt ngã trong chợ Kỳ Lừa may còn sống sót, lần thứ hai thì mất mạng. Điều kỳ lạ là Đẻ của tôi bị ngã đầu đập mạnh xuống bậc cấp dẫn lên chùa Tam Thanh đúng vào ngày lễ hội rằm tháng Giêng hàng năm. Tôi lên chùa nhặt xác Đẻ bằng đôi chân khập khễnh và tiếng tôi ai oán tru
dài. Đó là lần đầu tiên mà cũng là lần cuối cùng tôi có mặt ở chùa Tam Thanh

Chùa Tam Thanh nằm trong động núi đá nên còn gọi là Động Tam Thanh. Chùa được xây dựng từ đời nhà Lê, trong chánh điện thờ tự nhiều loại hình tôn giáo như Phật A Di Đà, Thánh Mẫu, Sơn Trang…

Chùa nằm lưng chừng núi trong một dẫy núi cao, có nhiều cây cối um tùm. Ngoài danh lam thắng cảnh, chùa Tam Thanh còn được biết đến qua các văn bia có giá trị về tín ngưỡng, tôn giáo, về sử liệu và văn học nghệ thuật của các văn nhân, thi sĩ lưu lại qua các thời kỳ lịch sử.

* * *

Thưa bạn đọc.

Toàn bộ câu chuyên kể trên đều do ông Đèo Văn Rơi, quê ở Đồng Đăng, kể cho tôi nghe. Theo ý ông, tôi chỉ sắp xếp lại sử liệu, sửa đổi chút tình tiết, văn phong và câu cú để viết thành truyện Nước Mắt Nguyễn Trãi mà thôi.

Cũng cần nói thêm, ông Đèo Văn Rơi được con cháu bảo lãnh qua Canada từ năm 1990, hiện sống ở vùng phụ cận thành phố Toronto, thủ phủ của tỉnh bang Ontario.

Nỗi Buồn Tô Thị

Sau cơn nhập đồng rung lắc dữ dội, cuối cùng Trịnh Đãm buông Ngọc Tình ra, ngã vật xuống giường. Hai người nhắm mắt, nằm xoãi tay xoãi chân, thở hổn hển. Một lúc sau Ngọc Tình chống tay ngồi dậy bới lại mái tóc mỉm cười nhìn Trịnh Đãm. Trong ánh sáng mờ mờ của ngọn đèn phòng ngủ, Đãm trông thật mệt mỏi, mau chóng chìm vào giấc ngủ. Khi chạm nhẹ vào vết đạn đã lành trên ngực Đãm, Ngọc Tình cố nén tiếng thở dài. Dường như trong cơ thể rắn chắc của người đàn ông đầy nhục cảm và đầy sức sống này ẩn chứa một linh hồn bí ẩn nào đó luôn độ trì cho anh, giúp anh sống sót sau mỗi trận đánh. Nhiều năm băng mình trong hòn tên mũi đạn, mình đầy thương tích đã nhào nặn Trịnh Đãm thành một bóng ma chai lì ngoài trận mạc. Ngày nay sự tồn tại của anh được pha trộn giữa vũ khí, cát bụi, nỗi buồn và thần may mắn.

Đêm vừa buông xuống.Ngoài trời màn mưa bụi rơi nghiêng trong ánh điện vàng vọt của ngọn đèn đường hắt cái lạnh xuyên qua màn cửa sổ. Nhưng bên trong Ngọc Tình vẫn cảm thấy hạnh phúc, bình thản nhìn Đãm ngủ say sưa. Trên gương mặt sạm nắng phong trần của người ngã ngựa, đôi môi nứt nẻ vẫn đọng nụ cười hồn nhiên như một đứa bé thỏa mãn sau khi được quà. Không như những lần trước kia, xong việc Đãm đều nằm ôm ấp Ngọc Tình, vuốt ve, thì thầm bên tai những lời lẽ dịu dàng, mật ngọt. Nhưng vì đây là đêm cuối cùng nên họ như dòng điện hai chiều không ngừng va chạm nhau ào ạt, mãnh liệt đến mê đắm. Ở bên Đãm, càng thương anh nhiều hơn, Ngọc Tình càng cảm nhận được giá trị tồn tại của bản thân mình.

Tờ mờ sáng hôm sau, Ngọc Tình thức dậy lặng lẽ ra bến xe trở về Sài Gòn. Lúc tỉnh giấc, Trịnh Đãm không thấy Ngọc Tình, anh buồn bã nhìn quanh, lòng trĩu nặng. Căn phòng trọ từ hai hôm nay vẫn còn vương vất mùi hương của đàn bà, thứ mùi của quần áo, của mái tóc mượt mà, của da thịt nồng nàn đã đọng lại, đã thẩm thấu nhiều năm mà Đãm đã quen hơi. Nghĩ tới người bạn đời tưởng không bao giờ gặp lại, Trịnh Đãm thở dài, loạng choạng bước ra khỏi nhà trọ, âm thầm trở vô lại trại tù.

* * *

Lý Ngọc Tình và Trịnh Đãm gặp nhau, yêu nhau từ thời trung học. Ngọc Tình, cô gái sông Hương núi Ngự, theo học trường Couvent des Oiseaux; còn Trịnh Đãm ở miệt U minh, là nam sinh trường La San Tabert. Cuộc gặp gỡ tình cờ trong một buổi dạ tiệc tại nhà bạn bè như cái nghiệp đã buộc họ cuốn hút lấy một nửa mảnh đời của nhau để làm cho tròn cuộc tình duyên đã hứa hẹn từ một kiếp xa xưa nào đó. Lúc Ngọc Tình thi đậu vào trường Đại học Y khoa Sài Gòn, sinh viên quân y năm thứ ba Trịnh Đãm về cưới Ngọc Tình. Tốt nghiệp bác sĩ, Ngọc Tình làm việc ở bệnh viện Vì Dân thì trung úy Trịnh Đãm thuộc Liên Đoàn 21 Biệt Động Quân Ban Mê Thuột đang chiến đấu trên Vùng II Chiến Thuật với tư cách bác sĩ quân y.

Đất nước ngày càng lún sâu vào cơn binh lửa, người phương, kẻ địa đầu giới tuyến khiến cho Trịnh Đãm và Ngọc Tình gặp nhiều trắc trở. Cho đến lúc Ban Mê Thuột thất thủ vào ngày 10-3-1975 mở đầu một loạt biến cố nước mất nhà tan, tình phu thê của họ bị chia cắt bởi chiến tranh.

Từ đó, miền Nam nước Việt xuất hiện vô số hình ảnh những nàng Tô Thị. Sau chiến tranh, thân phận Tô Thị là những người đàn bà bên này vĩ tuyến đã trải qua nhiều nỗi truân chuyên, bất hạnh. Tuy nhiên, bằng một tâm hồn cao cả, thủy chung họ đã chịu đựng khổ đau, lặn lội đường xa, gian nan cách trở đi tìm chồng trong các trại tù Cộng sản trải dài từ Nam ra Bắc. Trong số đó có bác sĩ Lý Ngọc Tình. Mặc dù được giữ lại bệnh viện làm việc, song mỗi khi có dịp Ngọc Tình đều theo phái đoàn Từ Thiện của Y Bác Sĩ lên Ban Mê Thuột chữa bệnh, cấp thuốc, phát quà cho những bệnh nhân nghèo với hy vọng tìm kiếm tung tích Trịnh Đãm, nhưng vô vọng.

Hai năm sau, cuối năm 1977, sau một ngày cùng các đồng nghiệp chữa bệnh, cấp thuốc cho đồng bào thiểu số ở quận Buôn Hô, cách thị trấn Ban Mê Thuột khoảng 40 cây số, bác sĩ Lý Ngọc Tình đang thu dọn thuốc men, đồ đạc thì một người đàn ông Thượng tới gần ngập ngừng chào hỏi: "Chào Bác sĩ...". Ngọc Tình ngước lên mỉm cười: "Dạ, chào ông. Ông cần chi?". Người đàn ông thấp giọng nói ngay: "Thưa, tôi là Y Ksor, đệ tử của ông thầy Đậm". Thấy Ngọc Tình ngơ ngác, tỏ ý không hiểu, ông tiếp luôn: "Dạ, chúng tôi quen gọi bác sĩ Trịnh Đãm là ông thầy Đậm."

Ngọc Tình vốn trầm tĩnh, dịu dàng là đức tính của một lương y. Nhưng vừa nghe có người nhắc đến tên chồngmình, Ngọc Tình đã rúng động, mặt biến sắc. Tuy nhiên, cô vội trấn tĩnh, lấy lại vẻ bình thản ngay. Ngọc Tình đưa mắt nhìn người đàn ông lạ mặt, lộ vẻ hoài nghi. Làm sao ông ta biết được mình là gì của bác sĩ Trịnh Đãm? Hay là trước kia mình từng tới Buôn Hô thăm Trịnh Đãm đóng quân ở đó nên ông ta nhớ mặt? Dù sao sống dưới chế độ Cộng sản, nhất là chế độ mới, nó bắt con người ta phải thủ thế, phải sống giả dối, phải hết sức cảnh giác trước một lời nói, một nụ cười, một ánh mắt. Thấy Ngọc Tình nhìn mình đầy vẻ nghi ngại, ông ta trầm giọng nói nhỏ: "ông Thầy hiện ở trong trại cải tạo Buôn Ma Thuột". Nói xong ông bỏ đi ngay.

* * *

Nằm trong tù "cải tạo" trên cao nguyên Darlac đã gần ba năm trôi qua trung úy Trịnh Đãm vẫn nhớ hoài trận đánh giữa Cộng sản Bắc Việt và phía Việt Nam Cộng Hòa.

Lúc Việt Cộng tấn công vào thị xã Ban Mê Thuột ngày 10-3-1975, vì không có phương tiện quân vận, lực lượng Tiểu đoàn 96 Biệt Động Quân của Trịnh Đãm từ Buôn Hô được điều động chạy bộ hơn 40km về giải cứu Ban Mê Thuột. Tuy nhiên lực lượng quân phòng thủ Ban Mê Thuột dù chiến đấu rất dũng cảm cũng không đủ sức đảo ngược được tình thế, lần lượt tan hàng dưới sức tấn công của ba Trung đoàn Cộng quân đông gấp 10 lần so với quân phòng vệ. Lúc Liên đoàn 21 BĐQ rút về Phước An, Trung đoàn 45/SĐ23 do số binh sĩ đào ngũ quá nhiều phải bỏ Phước An buộc Tiểu đoàn 96 BĐQ lui về Chư Cuk, dọc đường trung úy quân y Trịnh Đãm bị bắt.

Trong những ngày đầu tiên trung úy Đãm bị nhốt vào phòng kín (trước kia là Quân lao Ban Mê Thuột), hai chân anh bị cùm. Trong phòng giam tối om như mực, dù mạnh mẽ đến mấy trung úy Đãm vẫn choáng váng, cảm thấy bất an. Không biết gia đình anh ở miệt U Minh ra sao? Và Ngọc Tình hẳn cũng lo sợ cho số phận của anh đến mức nào. Một tuần sau Trịnh Đãm được tháo cùm đưa xuống phòng giam lớn. Ban ngày cùng các tù phạm tự kiểm điểm, học tập cải tạo theo đường lối xã hội chủ nghĩa, ban đêm bị lùa vào phòng giam khóa chặt cửa ngoài.

Một hôm ban quản giáo xuống chỉ thị cần bốn người thợ mộc và bốn thợ nề để sửa chữa, tu bổ trại giam, bác sĩ Trịnh Đãm xung phong ngay vào toán thợ mộc dù anh chẳng biết gì về nghề này. Sáng hôm sau ba tên cảnh vệ cầm súng AK đưa hai toán thợ xuất trại mua sắm đồ nghề, vật dụng xong trở vô trại bắt tay làm việc ngay. Có lẽ nhờ vậy, ngày tháng vô tình trôi qua, ai bị bắt vô tù, ai được thả, ai bị chuyển trại, ai đi lao động trên rừng trên rú, riêng toán thợ mộc, thợ nề vẫn làm việc tại trại.

Khoảng một năm sau, kỷ luật trại giam có phần nới lỏng hơn, mọi người tự do đi lại trong trại, được phép viết thư về cho gia đình vô thăm nuôi, đặc biệt mỗi sáng thứ bảy, chủ nhật tù phạm được đi "ủng hộ", chiều vô lại trại. Đi "ủng hộ" nghĩa là "trên" cần những vật dụng gì thì tù phạm lưỡi cưa, cái bào, cái bay, xi-măng, gạch, cát, đinh v.v… Riêng Trịnh Đãm quê ở tuốt miệt Hòn Đất (cái nôi của nền văn hóa Óc Eo) khi ho cò gáy, đã hai lần biên thư về được phép về mua những thứ ấy mang vô, như kềm, búa, cho gia đình và Ngọc Tình ở Sài Gòn nhưng cả hai đều không thấy hồi âm, ở Ban Mê Thuột thì không quen ai, cả năm chẳng có ma nào vô thăm nên cuối tuần anh lang thang ngoài phố chán lại sớm đâm đầu vô tù.

Năm tháng vẫn lạnh lùng trôi qua. Cả hai toán thợ mộc và thợ nề, vì giảm dần việc làm, có người may mắn được thả, có người âm thầm chuyển trại vô Méwal hoặc đi Củng Sơn, Phú Yên. Còn thợ vịn như Trịnh Đãm sớm "đánh hơi" đã mau mắn chuyển nghề làm phụ tá cho anh Liên Tổ trưởng trại chuyên lo việc sổ sách hồ sơ tù chính trị lẫn tù hình sự.

Ở tù riết, từ cán bộ tới cảnh vệ đều nhẵn mặt ông trung úy quân y Trịnh Đãm. Có lần Trịnh Đãm lang thang ngoài chợ gặp người bạn tù cũ kéo về nhà nhậu quắc cần câu, sáng bưng đầu vô trại cũng chẳng ma nào hạch hỏi. Thời gian này, hàng loạt người Thượng bị bắt vô tù ghép vào tội danh Fulro phản động, âm mưu chống phá chế độ. Tuy nhiên, họ bị bắt ngày trước,vài ngày sau được thả về hay bị đưa đi đâu không ai biết.

Tháng Giêng 1978, toàn trại lại lao xao chờ đón cái Tết thứ ba trong niềm vui lẫn nỗi buồn. Trịnh Đãm đang chơi cờ tướng giải sầu với các bạn tù trong miếu cô hồn, chợt anh Huyên cán bộ trại xuống vỗ vai anh, nói: "Anh Đãm. Có người vào thăm nuôi". Thoạt nghe, Trinh Đãm không tin vào tai mình, tưởng cán bộ nói giỡn, tới lúc bước ra khu vực thăm nuôi, Trịnh Đãm chợt khựng lại, gần như anh không tin vào mắt mình. Dưới ánh nắng chiều, trước mặt anh là Ngọc Tình, người bạn đời đang đứng đó nhìn anh bằng đôi mắt đẫm lệ. Trinh Đãm vô cùng ngạc nhiên lẫn xúc động, cảm nhận được ngay vợ anh hẳn đã cam chịu trăm bề gian khổ mới có thể tìm ra anh trong hoàn cảnh oái ăm này. Người ta nói đường đời chẳng bao giờ phẳng phiu, nó phải gập ghềnh, nó phải khúc khuỷu, quanh co, như Ngọc Tình, người vợ thủy chung đã phải trải qua gần ba năm trời với biết bao nhọc nhằn, khốn khó, với biết bao thúc đẩy, lo toan, Ngọc Tình mới tìm ra được Trịnh Đãm. Dù vậy, sau gần ba năm gián đoạn, dù có chút mệt mỏi, Ngọc Tình trông vẫn khoẻ mạnh. Cách phục sức vẫn đơn sơ, giản dị, mái tóc mượt mà vẫn óng lên sức sống. Xưa nay các cô gái Huế vẫn thích để tóc thề, nhưng lần này Ngọc Tình búi tóc để lộ cái đẹp trong sáng, thùy mị, có chút hoài cổ. Đặc biệt, đôi mắt biết cười, dù đang khóc, vẫn sáng dịu dàng, đôn hậu.

Từ lúc gặp nhau, Ngọc Tình vẫn không ngừng thổn thức, mắt lệ chan hòa. Dù thương vợ, Đãm cũng không dám ôm vợ vào lòng. Khu vực thăm nuôi trong trại tù này là khoảng sân trống, lộ thiên, không có bàn, không có ghế ngồi. Cuối tuần rất đông thân nhân vô thăm nuôi tù, họ đứng hoặc ngồi chồm hổm tùy thích, nhưng hôm nay là ngày thường, một biệt lệ nên chỉ có hai người.

Chiều đang xuống dần. Những chuyện vui, buồn, tốt, xấu, hận thù, đố kỵ chỉ cần mươi mười phút hai vợ chồng đã có thể hiểu được những gì xảy ra trong quãng thời gian cách biệt nhau, nhất là Ngọc Tình được biết cuối tuần Trịnh Đãm có thể ở qua đêm ngoài phố. Lúc ra về, Ngọc Tình còn thì thầm nhắc lại địa chỉ nhà trọ để ngày mai Trịnh Đãm tìm tới.

Trưa thứ bảy ngày hôm sau, như thường lệ, toàn trại được nghỉ ngơi, Trịnh Đãm lại la cà ngoài phố. Ngang qua rạp hát Lô Đô cũ, anh rẽ vô chợ cá, luồn qua chợ Đê tới căn nhà trọ Ngọc Tình thuê gần đình Lạc Giao. Trịnh Đãm đã trải qua một đêm với người vợ thủy chung trong căn nhà đó. Phòng tuy nhỏ nhưng ấm cúng là không gian của riêng hai trái tim đồng cảm. Sau một thời gian dài cách biệt, gặp lại nhau, cả hai người như hai con thú háo hức chồm lên, ập tới, vồ vập nhau, cuốn hút nhau, cho nhau tất cả. Sáng Chủ nhật ngày hôm sau Ngọc Tình trở về Sài Gòn, Trịnh Đãm mới trở vô lại nhà tù. Lần trở vô này, anh lặng lẽ mang theo trong đầu kế hoạch trốn trại của Ngọc Tình vạch ra cho anh tối hôm qua.

Đúng nửa tháng sau, Trịnh Đãm lại xuất trại vào trưa thứ bảy. Theo đúng kế hoạch, từ Câu lạc bộ Sĩ quan Biên Thùy cũ Trịnh Đãm băng qua đường Thống Nhất đi về hướng sân banh rề rề tới chiếc xe vận tải nhỏ đang đậu trước cửa tiệm gạo Mộc Hương. Trịnh Đãm tự nhiên mở cửa xe vừa leo lên thì tài xế rồ máy chạy ngay. Vừa qua khỏi cột đèn ba ngọn, anh tài khá đứng tuổi đưa giấy tùy thân cho Trịnh Đãm. Đọc trong giấy cái tên Lê Tuất, cô vợ yêu quí tự đặt cho ông chồng, Trịnh Đãm bật cười. Sau mỗi cuộc đổi đời, có người sẵn sàng xả thân vì đại nghĩa, cũng có người vì gia đình như Ngọc Tình, cảm nhận được tâm trạng của chồng. Suốt trên đường đi, theo quốc lộ 21 về Sài Gòn, trời mưa tầm tã vô tình giúp họ dễ dàng vượt qua các trạm kiểm soát. Hơn nữa, anh tài xế cho biết thời buổi này bộ đội chỉ xét hàng buôn lậu chớ ít khi xét người.

Xe chạy suốt đêm tới tờ mờ sáng thì tới Sài Gòn. Anh

tài xế vừa thả Trịnh Đãm xuống chợ Kim Biên trên đường Vạn Tượng, Chợ Lớn thì có người tới chở anh xuống bến Hàm Tử. Dưới ghe, Ngọc Tình đang dang rộng đôi tay đón người ngã ngựa vừa thoát khỏi ngục tù.

Ba giờ sáng Chủ Nhật ngày hôm sau, ông chủ ghe, bạn thân cũng là bệnh nhân của bác sĩ Lý Ngọc Tình, đích thân chở hai vợ chồng Trịnh Đãm ra bến xe Xa Cảng Miền Tây mua vé đi thẳng về Rạch Giá vượt biên.

* * *

Ba mươi tám năm sau.

Mùa hè năm 2018, bác sĩ Lý Ngọc Tình từ kinh đô ánh sáng Paris du lịch qua Canada, ghé thăm thác Niagara Falls. Đây là lần thứ hai bà đến đây. Lần trước, cách đây năm năm, bà đến cùng ông chồng Trịnh Đãm của bà, lúc ông còn tại thế.

Buổi tối đứng lặng lẽ trên lầu khách sạn Hilton nhìn xuống vành thác Horseshoe, bà Ngọc Tình nghe lòng mình dâng lên từng đợt sóng cảm hoài. Ngày xưa, hồi trẻ, cha mẹ mất sớm, em của mẹ ở làng Trùi ngoài Huế thương tình đem bà về Sài Gòn nuôi cho ăn học nên người. Niềm vui có khi đi đôi với nỗi buồn. Lúc tốt nghiệp bác sĩ bà lên xe hoa về nhà chồng không bao lâu nghĩa mẫu của bà thất lộc. Duyên nghiệp của bác sĩ Lý Ngọc Tình, từ hồi trẻ đến tuổi về chiều vui ít, buồn nhiều, là hình ảnh đúng nghĩa của một người đàn bà cô đơn, dù thành công trên đường đời.

Bác sĩ Lý Ngọc Tình đứng lặng rất lâu và chợt nhận ra sự

im lặng đã làm bà nhớ tới nhiều kỷ niệm ngày xưa. Bà nhớ nhà. Bà nhớ cha mẹ, nhớ nghĩa mẫu tình thâm. Bà nhớ Trịnh Đãm, cả một đoạn đời trôi nổi cùng bà hiện về trong tâm tưởng. Bà càng lặng lẽ càng chìm sâu trong nỗi nhớ. Thậm chí bà còn nhớ cả bóng trăng lu như con mắt của trời cao ngại ngùng, bịn rịn, luyến tiếc nhìn con tàu đưa người lìa xa quê cha đất tổ.

Bác sĩ Lý Ngọc Tình đi ngủ rất trễ, vừa quay lưng rời khỏi cửa sổ bà chợt thấm thía khi nghĩ tới hình ảnh nàng Tô Thị lên núi chờ chồng đi chinh chiến miền xa. Đó là vẻ đẹp lung linh trong trang cổ tích nước nhà, cũng là cái đẹp của hình ảnh văn học mang nỗi buồn hóa đá.

Bồ Tát Đình

Trận đại dịch của năm 2020 làm đảo lộn mọi trật tự trên thế giới, cả văn hóa và đạo đức cũng như mạng sống của con người đã bị tước đoạt thật vô lương. Dưới một triều đại bạo ác, con siêu vi khuẩn Coronavirus là vũ khí chiến tranh sinh học có tiềm năng vượt thắng mọi giả hình để sống thực giữa trời và đất. Thức ăn của nó là hai lá phổi con người. Trong nỗi tang thương của thời đại phi đạo đức, ta đều biết mọi tội ác sẽ bị trừng phạt.

Nhà Phật có câu "sanh, lão, bệnh, tử" đều là nghiệp lực. Thế sự thăng trầm, bể dâu tan tác cũng là nghiệp lực. Bằng mối chân tình vô ngã, tôi thành kính chia buồn với tất cả những nạn nhân của ngày hôm nay.

Đau lòng trước những bức tử nhân sinh, tôi vẫn nhớ, ngậm ngùi nhớ, nhớ hoài một người hiền đức, một bồ tát an nhiên tự tại vẫn bước đi trên con đường Bồ tát. Chuyện đã lâu rồi, nhưng tôi vẫn ghi tâm, vẫn trì chú bằng một tâm tình vô ngã. Chuyện xin thưa như vầy.

Cuối cùng tôi cũng bỏ cha tôi mà đi. Anh hai, chị ba, anh tư đã được cha dựng vợ gả chồng ra riêng từ nhiều năm trước. Vì kế sinh nhai ở xa quê nên ít khi mấy người về thăm. Khi tôi vào chùa quy y tam bảo, những ngày tháng tu học ở chùa, tôi biết cha tôi còn lại một mình với tháng cỏ cây, với trăng sao, mưa nắng.

Hồi tưởng lại ngày tháng dưới một mái nhà với cha và các anh chị mà lòng bồi hồi. Khi tôi vừa đủ trí khôn mới biết cha tôi sống cô quạnh một mình, không bà con thân thích và rất nghèo. Nghèo nhưng cha con chúng tôi đều yêu thương nhau, đùm bọc lấy nhau. Tôi là con út nên được chiều chuộng nhiều. Để nuôi con khôn lớn, cha tôi đã nai lưng làm đủ mọi nghề. Lúc thì làm thợ hồ, thợ mộc, lúc thì mần ruộng thuê, vác lúa mướn, lúc thì gác gian, cuối cùng là nghề đưa đò ngang bên Thủ Thiêm.

Thời trai tráng, cha tôi là một nghệ sĩ cổ nhạc. Ông chuyên về đờn cò theo một gánh hát quê lưu diễn khắp Lục Tỉnh Nam Kỳ. Lúc khán giả miền Tây già trẻ lớn bé nức lòng mến chuộng cải lương lại là lúc ông bầu gánh hát chẳng may bị lạc đạn của Tây, bèn rã gánh. Sầu đời, cha tôi lặn lội lên Sài Gòn tìm kế sinh nhai, rồi theo dân tứ xứ kéo quaThủ Thiêm dựng làng lập ấp ven sông.

Thủ Thiêm xưa là vùng đất trũng, mọc đầy cây bàng và lác, lưu dân đến lập ấp nên gọi là ấp Cây Bàng cạnh bến đò Cây Bàng.Trải qua nhiều năm tháng lần hồi mới có mặt lũ trẻ chúng tôi. Thời đó, cuộc sống của cha tôi lúc bước chân ra khỏi cửa là chạm mưa, chạm nắng, đất bờ sông lúc nào cũng như nghiêng xuống, con đò thì chòng chành trước những xuồng máy đuôi tôm ngày càng nhiều. Nhất là thập niên 1960, con phà hình hột vịt do hãng đóng tàu Caric của Tây bên Thủ Thiêm hạ thủylà gây nhiều sự chú ý. Phà rất đơn sơ, ngoài chở khách còn chở cả xe đạp, xe gắn máy qua lại trên sông. Nhiều đêm, thấy cha ngồi một mình lặng lẽ nhìn con phà dưới bến tôi thương ông vô hạn.

Tôi có cảm tưởng như con phà vô tình át tiếng đò chèo của cha tôi, đẩy gia cảnh chúng tôi vào nơi chông chênh, khốn khó. Lạ một điều là trong mắt chúng tôi cuộc sống có vất vả, có mưa phơi nắng trải, dù mỏi mệt nhưng cha vẫn luôn gọn gàng, ngăn nắp, hòa nhã và đặc biệt rất nghệ sĩ.

Nghèo xơ nghèo xác nhưng tấm lòng cha tôi lại giàu vô lượng. Dưới mái nhà tranh vách đất đơn sơ chật hẹp cạnh bờ sông, ông âm thầm nuôi bốn anh chị em chúng tôi cho tới ngày khôn lớn.

Tôi vẫn nhớ chị ba tôi thủ thỉ lúc tôi chập chững biết đi, vòi vĩnh mẹ thì cha ôm tôi vào lòng chỉ lên bàn thờ nói mẹ mất lâu rồi. Ngoài sự đùm bọc của cha,anh chị em tôi chưa từng biết mẹ chúng tôi là ai, không biết mẹ chúng tôi qua đời từ lúc nào, chỉ thấy bức di ảnh một người mẹ đã mờ nhạt lồng trong khung kính cũ kỹ đặt trên kệ thờ nhỏ rí ở góc nhà.

Rồi cái gì tới sẽ tới. Chờ đứa con út là tôi có đủ trí khôn cha mới cho chúng tôi biết sự thật. Một sự thật bất ngờ và vô cùng đau đớn mà lúc đó chúng tôi đều không tin vào tai mình. Cả bốn anh chị em tôi lần lượt bị đời vứt bỏ ở những bãi rác công cộng được cha thương tình đem về nuôi nấng. Sau giây phút ngỡ ngàng về sự thật hết sức đau lòng, không ai bảo ai, chúng tôi đều quỳ sụp xuống lạy tạ cha tôi và khóc. Đời tôi chưa bao giờ nghe mình khóc thương tâm đến như vậy. Mà có riêng gì tôi đâu, cả ba anh chị của tôi cũng nước mắt nước mũi ròng ròng, vật vã, xót thương. Cây lúa lớn lên từ đất, từ ơn mưa móc; còn chúng tôi lớn lên từ mồ hôi, nước mắt của cha tôi. Cứ vậy anh chị em chúng tôi nương tựa nhau dưới mái nhà nghèo khó, nhưng vô cùng hạnh phúc trong vòng tay ấm áp của người cha bồ tát. Khi nhận thấy chúng tôi đã cứng cáp trong đôi cánh bay, ông lần lượt dựng vợ gả chồng xong ông tung hết lũ con ra ngoài đời. Riêng tôi lại hướng về ánh sáng của Phật đạo.

Ngày tháng tu tập ở chùa, tôi luôn luôn tưởng nhớ đến cha già, một người cha thường khiến cho bốn anh chị em chúng tôi đều hết lòng thờ phụng, kính yêu. Cha tôi, dù không phải là cha ruột, hình thành con người cho chúng tôi, nhưng cha là món quà vô giá mà Trời Phật đã ban ra để cứu vớt chúng tôi.

Ngày xa xưa cha tôi sớm cô quạnh một mình. Chúng tôi là những con chim non bất hạnh được cha lượm về dưỡng dục cho đến khi khôn lớn chúng tôi bay đi, cha tôi vẫn cô quạnh một mình.Và cha đã ở vậy cho đến cuối đời.

Cha tôi, một người cha vỏ ngoài bình thường nhưng bên trong lại chứa đựng một trái tim bồ tát. Sống trong giáo pháp nhà Phật, tôi tin rằng cha tôi là một vị Bồ Tát hóa thân dưới một ẩn tướng để cứu độ lũ con bị đời ruồng bỏ.

Cha tôi họ Lý tên Đình. Trên tấm mộ chí đơn sơ của Cha tôi, ngoài tên họ Lý Bố Đình, phía dưới còn khắc thêm "pháp danh" thật nhỏ, thật khiêm nhường mà lúc còn tại thế Cha tôi chẳng hề hay biết:

Bồ Tát Đình.

Tình Rừng

Đèo Âm-Rắc (M'drack) nằm trên Quốc lộ 21, cách Ban Mê Thuột khoảng 100km. Đoạn đèo dài 28km quanh co, đổ dốc hiểm trở, một bên là vách núi, một bên vực sâu, cỏ lau bạt ngàn, vào mùa mưa thường xảy ra nhiều tai nạn. Tuyến đường từ Ninh Hòa lên Banmêthuột, ngoài đèo M'drack còn có đèo Dục Mỹ, đèo Dốc Cao và đèo Phượng Hoàng. Đứng trên đèo M'drack, tháng năm gió Lào thường thổi từng đợt vi vu trên đầm cỏ lau tạo thành những dợn sóng trắng phếu đuổi nhau chạy miết đến hút tầm mắt về phía núi. Đặc biệt, cách đèo M'drack khoảng 20km ở hướng Tây Nam có một buôn Thượng chỉ non chục nóc nhà sàn lụp xụp, được bao kín mít bởi cánh rừng già trăm năm. Đó là buôn Cho của sắc tộc M'dhur, một nhánh nhỏ của người Êđê. Buôn Cho nằm ẩn mình hun hút trong núi rừng trùng điệp nếu không có thảm cảnh chiến tranh thì cả đời chẳng ai héo lánh tới.

Đầu thập niên 1960, tuyến đường của quốc lộ 21 từ quận Phước An đi Ninh Hòa thỉnh thoảng bị Việt Cộng đắp mô. Sau mùa mưa, phu lục lộ không kịp sửa chữa nên mặt đường càng gập ghềnh, bừa bộn, lồi lõm những ổ gà, ổ voi. Vào mùa mưa đường càng trơn trợt, lầy lội, nhiều xe bị lún sình, nằm ụ dọc đường. Nhất là đèo M'drack, Việt Cộng thường chận xe cộ lên xuống đòi nộp thuế mãi lộ, gạo, muối, cá khô và những vật dụng cần thiết. Trêntuyến đường này, thỉnh thoảng thầy trò thiếu úy Thân và binh nhất Quách Beo đi công tác Dục Mỹ, Nha Trang tiếp nhận các vật dụng quân cụ cần thiết.

Binh nhất Quách Beo thuộc ban Quân xa Tiểu đoàn Quân Cụ Banmêthuột, là một thợ máy kiêm thợ mộc có tay nghề. Quách Beo tuy còn trẻ nhưng tướng tá vạm vỡ, đi đứng dềnh dàng như con gấu. Hàng ngày, ngoài công việc bảo trì, sửa chửa đủ loại xe nhà binh, rảnh rỗi anh còn lui cui cưa, bào, đục, đẽo, sơn phết doanh trại. Quê của Quách Beo ở miệt vùng Thất Sơn Châu Đốc, nơi có lắm truyền thuyết huyền bí; sau một khóa huấn luyện tân binh quân dịch tại Trung Tâm Huấn Luyện Quang Trung, Quách Beo chọn ngành Quân cụ tình nguyện lên tuốt cao nguyên miền Thượng lập thân. Nghe đồn anh có võ Thần quyền còn gọi là võ Bùa vì Quách Beo rất tự hào với chiếc nanh heo lúc nào cũng đeo trước ngực. Có điều anh chàng rất bảnh chọe. Cuối tuần là chặt láng. Áo quần tươm tất, nai nịt gọn gàng, xịt dầu thơm, tóc sức "bri-zăn-tin" khệnh khạng đi bát phố.

Tháng 5 năm 1957, trên đường đi công tác Dục Mỹ, thầy trò Quách Beo gặp phải cơn mưa tối tăm mặt mũi gần tới đèo M'drack mới tạnh hẳn. Đèo M'drack vừa dài vừa quanh co, nổi tiếng hiểm trở, dốc chuồi đến chóng mặt, gặp mưa đường càng trơn trợt nên anh tài xế giảm hẳn tốc độ, cẩn thận cho xe chạy thật chậm.

Đi công tác lúc nào cũng vậy, Quách Beo thường cụ bị theo cái mền nhà binh và tấm nệm mỏng lét đặt sau sàn xe.

Dọc đường ít khi gặp mưa, chàng tuổi trẻ hứng chí hát hò đã đời rồi dụi đầu xuống nệm ngủ thẳng cẳng. Lần này, sau khi mưa dứt hột Quách Beo khoan khoái vạch tấm bạt thò đầu ra, vươn vai phồng ngực thở hít khí rừng khí núi, ngắm cảnh hoang liêu chập chờn những làn sương trắng mỏng như khói từ những khe núi phả xuống bao trùm ngọn đèo. Ở núi chiều xuống rất nhanh nên không còn bóng dáng xe cộ xuôi ngược.

Đi được nửa đường đèo tới khúc quanh trơn trợt nguy hiểm nhất thì trời lại đổ mưa, thiếu úy Thân vội trấn an người tài xế. Có điều trong thời chiến, đôi khi số phận người lính cũng giống như khúc quanh của ngọn đèo, vốn nguy hiểm lại ẩn chứa nhưng bất trắc khôn lường. Mà thật vậy.

Anh tài xế rà thắng vừa cho xe áp sát vách núi quẹo khúc quanh thật gắt thì xe cán trúng mìn chôn bên đường, cùng lúc một luồng hơi nóng từ trên chóp núi bắn vụt xuống. Đúng là họa vô đơn chí. Chiếc GMC to lớn, kềnh càng làm vậy, chỉ cần một phát bazooka và trái mìn Việt Cộng quá đủ để nhấc bổng chiếc xe lên, xé banh từng mảnh bốc lửa ngùn ngụt xong ném tất cả ào xuống vực sâu.

Nằm chết ngất dưới vực sâu không biết bao lâu, một ngày, hai ngày hay lâu hơn, binh nhất Quách Beo vẫn không chết. Có thể nhờ sức vóc trẻ trung khỏe mạnh hay nhờ nanh heo yểm bùa đeo trên cổ đã giúp Quách Beo thoát khỏi tay tử thần? Tuy nhiên khi tỉnh dậy, anh thấy người vấy đầy máu, trán, ngực, cánh tay và đùi trái bị miểng cắt ngang dọc bầy nhầy những lằn dài, máu vẫn còn ri rỉ.

Quách Beo run rẩy ngóc đầu nhìn quanh quất không thấy người tài xế chỉ thấy thiếu úy Thân nằm bất động cạnh gốc cây dầu. Quách Beo cố trườn tới gần để rồi sởn cả tóc gáy. Khuôn mặt thiếu úy Thân bị cắt phăng mất phân nửa, óc bết nhầy nhụa lên tóc, máu từ trong con mắt còn lại mở trừng chảy thành dòng xuống cổ đọng thành vũng, đặc quánh, hai cánh tay và chân trái đứt lìa, ngực mở toang, ruột trào ra khỏi bụng thành một nùi nhuộm đỏ cả đám cỏ lau.

Nhìn cảnh tượng hãi hùng trước mắt, Quách Beo cố sức bò ra khỏi vùng tử địa khoảng hai mươi thước, vừa chạm lối mòn luồn giữa đám cỏ tranh cao lút đầu thì kiệt sức. Trước lúc ngất đi anh loáng thoáng nghe như có tiếng chân người đạp cỏ tranh lào xào đi tới.

* * *

Ngót mười năm sau, năm 1967, binh nhất Quách Beo của mười năm trước đã trở thành người Thượng chính cống, mang tên Y Heo Mlô, gọi tắt là Heo, có vợ tên H'mái, người trong bản thường gọi là Meo, con gái của già làng. Sau hơn bốn tháng được đồng bào buôn Cho cứu chữa bằng lá thuốc và rễ cây rừng khó khăn lắm Quách Beo mới dần dà hồi phục, song anh mất hết ký ức. Quách Beo hoàn toàn không biết gì về quá khứ của mình chỉ mơ màng biết anh là Y Heo thuộc người của buôn Cho.

Dù vậy, Quách Heo vẫn còn yếu, chân tay run rẩy không làm được việc gì ngoài việc bập bẹ học tiếng của người M'dhur do vợ anh dạy. Qua khuôn mặt đờ đẫn, mắt nhìn xa xăm, vợ dạy sao anh học vậy, như người máy.

Dĩ nhiên, Quách Beo cũng không hề biết người vợ đã nhọc nhằn, kiên tâm nuôi anh từng muỗng cháo ngô, mớm từng chút nước suối, cố giằng co, níu kéo anh ra khỏi tay tử thần.

Từ đó, xuôi theo năm tháng dần qua Quách Beo tìm lại sự sống và sống bằng cuộc sống bình thường như người làng Cho mình trần, đóng khố, ngậm dọc tẩu. Từ việc ăn uống, làm rẫy, tỉa lúa, thu hoạch, nghỉ ngơi cho tới săn bắn, đặt bẫy, bắt cá..., anh đều khá thuần phục như người đàn ông M'dhur chính cống.

Và rồi cũng như bao trai làng khác, một ngày đẹp trời, Y Ilco Mlô được người con gái thanh xuân để ngực trần, quấn yêng tên H'mái cưới về làm chồng. Người Êđê theo chế độ mẫu hệ, con gái tới tuổi cặp kê đi cưới chồng, người Thượng gọi là *"bắt cái chồng"*, một tập tục dễ thương được lưu truyền từ ngàn đời đã trở nên tự nhiên đến bình thường.

* * *

Cũng vào quãng thời gian này, một hôm toán thợ săn của ông Ba Lâu lần theo vết máu của con mãnh hổ bị ông Ba bắn cố chạy thoát thân về hướng Đông Bắc đèo M'drack. Mùa mưa, rừng ẩm ướt, trơn trợt gây trở ngại cho toán thợ săn đang ra sức truy lùng ác thú.

Thập niên 1960 không còn nhiều thú dữ như thời Pháp thuộc. Săn được cọp, tuy không ăn thịt, nhưng móng cọp, nanh, xương cọp và bộ da cọp rất quí giá. Cọp chết để da, người ta chết để tiếng là vậy. Chưa kể râu cọp dùng để chế thuốc độc.

Đang đội mưa rượt theo dấu vết mãnh thú, chợt cả toán không ai biểu ai đều nhất loạt khựng lại, ngồi thụp xuống, căng mắt nhìn về phía trước, lóng tai nghe. Theo ngọn gió Đông thổi về họ nghe trong mưa rả rích văng vẳng tiếng trẻ con hồn nhiên ca hát pha chút diễu cợt. Từ trong sâu thẳm của núi rừng hoang dại tự nhiên lại nổi lên âm thanh kỳ lạ, một loại âm thanh khúc khích của trẻ con dù có tính cách hồn nhiên nhưng nghe rất ma quái và man rợ. Hơn chục năm lăn lộn trong nghề săn bắn, ông Ba Lâu ít nhất cũng đã ba phen gặp phải ma rừng. Dù vậy, sau khi quan sát tình hình địa thế, ông khoát tay ra hiệu cho cả toán tiến về phía tiếng hát.

Họ men theo dòng suối, đi mãi xuống gần thung lũng. Trời đang ngã về chiều. Rừng như ngủ trong sương. Vừa xuống tới thung lũng toán thợ săn ngạc nhiên khi tận mắt nhìn thấy một buôn Thượng nghèo xơ nằm sụp trong cánh rừng rậm rập, âm u, nếu không tinh mắt không ai có thể trông thấy. Lúc này, không ai nghe thấy tiếng cười đùa của trẻ con nữa, nhưng hầu như ai cũng còn lạnh gáy. Đúng lúc đó, một nhóm người Thượng đi săn trở về. Họ cầm giáo mác và mang cung tên, hai người đi sau khiêng con nai chà khá lớn. Vừa nhìn thấy toán thợ săn, người Thượng đi đầu dừng lại quan sát giây lâu xong hỏi ngay: "Ba Lâu hả?".

Nghe giọng khàn khàn, lơ lớ của người đàn ông Thượng, không riêng gì ông Ba Lâu, cả toán thợ săn đều giựt mình không ngờ nổi giữa chốn thâm sơn cùng cốc này lại có người lại biết ông. Vững tâm ông Ba tới gần nhìn kỹ thì nhận ra ngay Y Xá, người bạn cùng đơn vị ngày xưa đã mất tích cả chục năm trước. Thì ra tiếng gọi thiêng liêng của Mẹ Núi đã kéo binh nhì "đơ-dèm-cùi-bắp" tên Y Xá… đào ngũ trở về với chốn sơn lâm huyền bí.

Bữa tiệc rừng do tù trưởng Y Xá mừng gặp lại bạn xưa khoản đãi lúc trời vừa sụp tối. Khác với bên trong nhà sàn: mùi bếp lửa quanh năm âm ỉ cháy, mùi người khét nắng, nặng mùi thuốc lá rừng, váng vất mùi rượu cần … Tất cả trộn lại thành nếp sống cố hữu của người sơn cước thì ngoài kia rừng đêm lạnh buốt, đen kịn, ma quái, rình rập, đe dọa trùm phủ.

Ngồi quanh đống lửa, chủ khách chào hỏi xôn xao, hỏi thăm nhau những chuyện thường ngày trong làng, chỗ này bàn bạc về săn bắn, chỗ kia tâm sự về mùa màng, chỗ nọ tay bốc thức ăn, tay vít cần trúc cong xuống kê miệng lim dim hút rượu cần.

Ngồi hai bên thành hàng dài, có một anh thanh niên dáng người vạm vỡ, nước da đen xạm, luôn luôn ngồi im lặng, nét mặt lúc nào cũng đờ đẫn, có lúc ngơ ngác, đăm chiêu. Dù ở trần, đóng khố nhưng y không có nét gì là người sơn cước cả. Nhất là gương mặt sần sùi, dù nhuộm đầy mưa nắng vẫn phảng phất chút thành thị. Ông Ba Lâunghĩ mãi vẫn không nhớ đã từng gặp người bạn trẻ này ở đâu. Đến lúc y chồm tới bốc miếng thịt nai, sợi dây dù đính nanh heo lủng lẳng bật ra, ông Ba mới giựt mình sực nhớ tới Quách Beo, anh binh nhất đã tử nạn trên đèo M'drack mươi năm trước. Tù trưởng Y Xá biết ý, sau bữa tiệc đã rì rầm kể cho ông Ba nghe về tình cảnh đáng thương của người thanh niên lực lưỡng mà lạc loài này.

M'drack mươi năm trước. Tù trưởng Y Xá biết ý, sau bữa tiệc đã rì rầm kể cho ông Ba nghe về tình cảnh đáng thương của người thanh niên lực lưỡng mà lạc loài này.

Mỗi con người sinh ra đều có sẵn số phận khác nhau một cách lạ lùng. Như Quách Beo, sau tai nạn thảm khốc đã mất hết ký ức cũng là do phận số. Anh không hề biết mình từng là người Kinh bảnh chọe mang tên Quách Beo, chỉ trong phút chốc bị mệnh đời quái ác biến anh thành người sơn cước dưới cái tên mộc mạc Y Heo Mlô. Nhưng nghĩ cho cùng dù suốt đời sống trong trạng thái mơ màng anh Heo cũng biết yêu người vợ tên Meo của mình. Những lần đầu gối tay ấp, anh cũng biết thủ thỉ bên tai vợ: *"Heo yêu Meo"*.

Thưa Quí bạn đọc.

Câu chuyện kỳ lạ kể trên do ông Ba Lâu kể lại cho ba tôi, nhân lúc tôi từ mặt trận trở về ba tôi kể lại cho tôi nghe. Chuyện xẩy ra lâu rồi, nay tôi mạn phép viết ra đây để tưởng nhớ - dù muộn - những linh hồn đã khuất, đã trở về với cát bụi, với núi rừng hoang lạnh âm u.

Gác Xép

Đang ngủ trên gác xép nửa đêm Thế giựt mình choàng tỉnh vì có tiếng người đập cửa ở dưới nhà. Tôi nằm kế bên cũng thức giấc, ngẩng đầu lên nghe ngóng rồi hoảng hốt ngồi bật dậy la thầm: "Chết rồi anh nờ! Mạ em trên Đà Lạt xuống tề".

Hơn bốn tháng trước, khi lén đưa Thế về giấu trên gác, tôi có nói mỗi lần về Sài Gòn mạ của Trảng thường ngủ trên gác này, nhưng năm ba tháng có việc bà mới về; còn nếu đêm hôm Công an xét nhà Thế cứ trèo lên núp trên nóc gia ở ban-công phía sau là an toàn. Trong chập chờn, thấy tôi lộ vẻ lo lắng, Thế thương cảm, choàng tay ôm lấy tôi trấn an rồi hé cửa vọt ra ban-công phía sau, tôi sốt ruột cũng ra theo. Thế quơ vội dôi dép mòn đế, há miệng thảy xuống đường hẻm, rồi nhanh nhẹn đu tường tuột xuống đất, tôi nhìn theo mà ứa nước mắt.

Ban đêm con hẻm tối om. Thế đang lò mò tìm đôi dép, đúng lúc hai người đàn ông rọi đèn pin trong hẻm đi ra, tôi vội hụp xuống. Nửa đêm nửa hôm bất ngờ đụng phải kẻ lạ mặt, một người la lên: "Ai đó? Làm gì ở đây? Ăn trộm hả? Rồi tri hô: Ăn trộm! Ăn trộm! Bắt lấy nó! Bắt lấy nó!".

Nghe la tôi điếng hồn lum khum nhìn xuống. Trong lúc bối rối Thế chưa kịp phân trần anh đã bị tóm cổ. Một người kẹp cổ Thế ghì đầu xuống, người kia bẻ quặt cánhtay anh ra sau, sừng sộ: "Tổ trưởng dân phố đây. Ăn trộm hả? Gặp tao là mầy xong đời". Người kẹp cổ Thế hổn hển giục: "Trói nó lại, giải tới đồn Công an đi, anh Năm".

Nghe nói tới Công an, Thế chợt bừng tỉnh. Tôi biết máu giang hồ trong anh lại sôi lên. Liền đó tôi thấy người kẹp cổ Thế la "ối" một tiếng, rướn người lên, vòng tay nới lỏng. Chỉ chờ có vậy, Thế hụp đầu xuống xoay mình đánh thốc vào hông người này, đồng thời xô mạnh hắn vào người kia khiến cả hai mất thăng bằng té lăn ra đất. Mặc tiếng la "bắt lấy nó", Thế băng mình vọt ra đường cái, bỏ dép chạy thục mạng về hướng chợ Thái Bình. Lúc đó cả tôi và Thế đều không ngờ lần bỏ chạy đó là lần cuối cùng Thế chạy ra khỏi cuộc đời tôi.

Thế sinh ra dưới một ngôi sao xấu, anh thường nghĩ vậy. Khi trở nên gắn bó, Thế tâm sự tôi nghe mà đau thắt trong lòng. Cuộc đời của Thế có thể nói là một chuỗi bi kịch. Vừa bưng đầu ra đã khóc chóe trước cổng tam quan của một ngôi chùa ở miệt Hạnh Thông Tây. Nhà chùa thương tình đem vô nuôi. Mười ba tuổi bỏ chùa đi bụi với bọn trẻ đánh giày. Mười bảy tuổi thành quân đầu trộm đuôi cướp, khét tiếng trong giới giang hồ với hỗn danh "Thế chém". Mười tám tuổi trốn quân dịch bị bắt lính thảy vào Trung Tâm Huấn Luyện Quang Trung. Nhiều lần định đào ngũ nhưng không biết nghĩ sao Thế lại thôi. Ra trường dưới hình thù một anh lính "đơ-dèm cùi bắp" thuộc Sư Đoàn 18 Bộ Binh đóng ở Xuân Lộc, Long Khánh. Sẵn máu giang hồ, coi cái chết nhẹ tợ lông hồng, Thế đánh giặc rất hăng, coi giặc như kẻ thù truyền kiếp. Sau những trận đánh ác liệt, Thế thường lập được nhiều chiến công hiển hách, nhờ vậy binh nhì Trương Hữu Thế được đặc cách lên lon vùn vụt ngoài mặt trận.

Năm 1963, Thế theo học khóa Sĩ quan đặc biệt tại trường Bộ Binh Trừ Bị Thủ Đức. Ra trường đầu quân vào Lực Lượng Biệt Kích Dù, trực thuộc Bộ Tổng Tham Mưu Quân Lực Việt Nam Cộng Hòa. Ngoài các hoạt động nhảy toán ra Bắc làm nhiệm vụ tình báo, Thế còn giả dạng thường dân xâm nhập vào Nam Lào thám thính và triệt hạ các tuyến đường giao liên của Việt Cộng.

Sau nhiều năm chiến đấu sống chết ngoài mặt trận, súng đạn đã nung đúc trung úy Thế trở nên dày dạn hơn, lì lợm hơn nhưng đầm tính hơn. Máu du côn hung hãn ngày xưa chuyển dần thành dòng máu anh hùng. "Thế chém" ngày xưa chưa từng chém chết ai, nhưng "Thế độc" sau này lại đốn ngã nhiều quân thù bên kia chiến tuyến.

Có lần tò mò tôi hỏi sao gọi là "Thế chém", anh lắc dầu thở dài không nói. Tôn trọng sự im lặng của Thế tôi cũng không hỏi nghĩa "Thế độc" là gì, như đồng đội thân thiết của anh thường gọi. Nhưng mà, dù tôi không biết trong quá khứ "Thế chém" từng chém những ai hay bị ai chém mà khi tôi gặp Thế thì trên mặt anh đã hằn sâu một vết sẹo dài sọc, đỏ ửng bên má trái. Đó cũng là hình ảnh kỷ niệm thuở ban đầu tôi gặp Thế, đã hằn sâu trong trí nhớ của tôi như một món quà trân quí của tình yêu mà trời đất đã ban tặng cho tôi. Tôi là người yêu đầu đời của Thế. Tôi biết chắc điều này là nhờ bạn bè lính tráng của Thế cho biết rằng đường binh nghiệp của trung úy Lương Hữu Thế lên như diều gặp gió nhưng đã 25 tuổi đầu mà đường tình yêu vẫn vắng bóng hồng, cho tới khi gặp tôi. Nói không quá, ngầu như "Thế chém" vang bóng một thời, hay ngầu như "Thế độc" bắn giết nhau với kẻ thù trên rừng núi, có lẽ vì quá ngầu nên Thế chưa từng biết yêu là gì, nói chi đến gái, kể cả các cô gái ăn sương.

Cho đến một hôm tôi đạp xe mini tới Thảo cầm viên Sài Gòn (còn gọi là Sở Thú) dạo mát. Buổi trưa đầu tuần, vườn Bách thảo hầu như vắng bóng người. Tôi ngồi trên ghế đá cạnh hồ nước trước đền thờ vua Hùng đọc sách. Lúc lật sang trang tôi ngước lên tình cờ thấy anh lính rằn ri đang nhìn về hướng tôi. Ngồi trên bậc thềm Viện Bảo Tàng Quốc Gia, người lính châm thuốc hút. Thật tình tôi không để ý tới anh ta nên cúi xuống chăm chú đọc tiếp. Nắng trên cao lỗ chỗ đổ xuống trang sách làm tôi phải nhích sang một bên.

Đang say sưa thả hồn theo từng dòng chữ thình lình một đám năm sáu anh thanh niên áo quần xốc xếch, mặt mũi bặm trợn ào tới vây quanh tôi chọc ghẹo. Có lẽ những hành vi sàm sỡ của đám người này làm người lính chú ý. Tôi bực mình đứng dậy bỏ đi. Lợi dụng chỗ vắng người bọn họ cố tình chặn tôi lại; người giựt sách, kẻ làm càn vuốt tóc, sờ tay sờ chân. Tôi càng cự nự họ càng làm tới. Coi trời bằng vung, bọn họ lôi tôi vô bụi cây.

Đúng lúc đó, một tiếng gằn dữ dội "Buông cô ta ra!" khiến cả bọn khựng lại: Quay đầu lại bọn họ thấy một người lính rằn ri mặt thẹo trông dữ tợn, mắt trợn trừng tóe lửa đang xăm xăm bước tới. Thấy người lính to như ông hộ pháp tiến tới, đám ba que xỏ lá buông tôi ra luýnh quýnh thụt lùi, trừ một tên, có vẻ đầu sỏ, ra oai vung gậy bổ xuống đầu anh lính. Anh gầm lên, phóng tới đá văng cây gậy rồi áp sát, bẻ quặt cánh tay hắn ra sau, vặn mạnh khiến hắn la làng. Để dằn mặt đám lưu manh, anh lên gối thúc vào bàn tọa tống hắn văng ùm xuống hồ nước. Cả đám lâu la thấy thế đều thất kinh hồn vía hè nhau bỏ chạy, mặc cho tên đầu sỏ run rẩy lóp ngóp bò lên chạy biến.

* * *

Hồi ký trên của cô Huỳnh Thị Ngọc Trảng viết trong cuốn sổ tay chỉ có bấy nhiêu, còn lại là những trang trống. Bìa cuốn sổ tay đã cũ, vài trang hơi sờn, nét mực đã phai, nhiều chữ bị nhòe, vừa đọc vừa đoán. Tuần trước, Bích Thủy, em của Ngọc Trảng, đưa tôi cuốn sổ tay này nhờ tôi đọc, sửa lại câu cú xong gởi đăng báo giùm, nếu được. Đọc xong tôi đạp xe tới nhà Bích Thủy trên đường Lương Hữu Khánh xin gặp Ngọc Trảng để hỏi thêm vài điều cần biết. Thường ngày Bích Thủy rất liến thoắng, hay đốp chát lấn lướt tôi trên phone, nhưng lần này cô nín lặng một hồi mới sụt sùi kể lể làm tôi chưng hửng.

Thì ra cách đây hơn 30 năm, chị Ngọc Trảng của Bích Thủy bị xe đụng chết trên cầu chữ Y lúc chị đạp xe về nhà dưới cơn mưa tầm tã. Bích Thủy cũng tiết lộ cho tôi biết lòng biết ơn của chị với trung úy Thế là thủy chung cùng anh, người lính Biệt Kích Dù đã từng cứu chị thoát khỏi tay bọn côn đồ trong vườn Bách thảo năm xưa.

Khi mất nước, Biệt Kích Dù là lực lượng cuối cùng của phe miền Nam hạ khí giới. Trung úy Lương Hữu Thế đi tù rồi vượt ngục về Sài Gòn được chị Ngọc Trảng liều mạng giấu anh trên căn gác xép. Nhưng ông trời khéo trêu ngươi.

Từ cái đêm anh Thế bỏ dép chạy thoát khỏi tay phường đội không ai biết việc gì đã xẩy ra cho anh sau đó mà anh không bao giờ quay trở lại. Chị Ngọc Trảng âm thầm tìm kiếm, hỏi thăm tin tức, nhẫn nại chờ đợi nhưng anh vẫn biệt mù tăm cá. Có lẽ vì vậy chị sanh bệnh trầm cảm xẩy đến cái chết thương tâm.

Bích Thủy nói: "Từ ngày chị em mất, không lâu sau mạ em cũng qua đời, vợ chồng em dọn về đây cho tới bây chừ". Chỉ tay lên gác, Thủy nhỏ nhẹ: "Anh lên gác xem. Vợ chồng em thờ ba mạ em và chị Ngọc Trảng trên nớ".

Đó là căn gác nhỏ buồn thiu. Vì là chỗ thờ tự lâu năm nên căn gác cứ bàng bạc một không khí huyền hoặc mờ ảo. Vậy mà ở đây đã từng nẩy nở một cuộc tình bí mật, kỳ lạ, diễm lệ và phi thường, Nhưng cũng ở đây, trên căn gác xếp cô đơn này có hai linh hồn bất hạnh từng gánh chịu nỗi đau khổ trong cuộc làm người cho đến chết. Những người sống trên căn gác bây giờ đều không còn nữa. Nhưng vong linh họ vẫn bay thấp thoáng trong chiêu niệm của người thân.

Lúc tôi từ giã ra về Bích Thủy chỉ cây vú sữa trồng trước sân nhà nói: "Anh Tấn thấy cái chảng ba không? Lúc trốn tù về anh Thế đã ngủ trên đó."

Hồi Ký Lương Hữu Thế

Tuần rồi, vợ chồng David Bích Thủy, ở bên nhà đáp chuyến bay du lịch qua Canada ghé Toronto thăm gia đình tôi.

Bích Thủy, em của Huỳnh Thị Ngọc Trảng, (bạn đọc đã biết qua trong truyện Gác Xếp của tôi) sau nhiều năm gặp lại cô hoàn toàn thay đổi từ sắc diện tới tánh tình: xinh đẹp, lịch thiệp và khả ái.

Không như ngày xưa, sau những giờ học đàn hát, Bích Thủy thấy ông thầy dạy nhạc là tôi, hiền lành, ít nói, hay nhường nhịn nên dễ bề ăn hiếp; hễ đề cập tới bất cứ chuyện gì lớn nhỏ, ngoài âm nhạc, đến hồi gay cấn cô như con nhím xù lông, cô phùng mang, trợn má nhảy chồm chồm y hệt con trai lấn lướt tôi, ăn thua đủ với tôi cho bằng được. Nhiều phen biết mình vô lý rồi đuối lý cô phụng phịu làm mặt giận, cô giãy nẩy đòi tôi phải năn nỉ cô, bắt tôi chở cô bằng xe Honda Dam của cô đi ăn kem tuốt bên Dakao, (dĩ nhiên tôi phải móc hầu bao dù nghèo rớt mùng tơi) trong khi tiệm kem gần nhà ở Cầu Kho thì lắc đầu nguầy nguậy. Chiều cô, tôi phóng xe phom phom trong cơn gió nồng nã. Lúc lạng vòng hồ Con Rùa tôi bị cô chọt móng tay nhọn liễu vào ba sườn, gắt "răng anh chạy mau dữ rứa?". Lúc tôi chậm lại cô cũng gắt "Răng anh chạy chậm dữ rứa?", không biết nghĩ gì Bích Thủy chợt phá lên cười ngặtnghẽo, chu mỏ thổi phù phù vào lưng tôi rồi áp má vào. Nghĩ lại tôi mắc cười cho cái tánh trẻ con của cô và cái tật nhát gái của mình từ cái hồi thật xửa thật xưa thân ái đó.

Đặt nhẹ tách cà phê xuống bàn, đôi mắt đẹp của Bích Thủy chợt ánh lên niềm vui. Nhìn cây đàn guitar cũ kỹ dựng trong góc, cô học trò xứ Huế ôn tồn nói: "Ông thầy còn đàn hát như xưa, ông thầy hì?". Tôi lắc đầu cười đàn thì còn nhưng hát thì chịu. Ngày xưa giọng hát của tôi khỏe như lệnh vỡ, không cần micro, micriết hay loa liết chi; còn bây giờ dây thanh quản đã chùng xuống tệ hệ như sợi tơ chùng.

Ngược lại qua ngón đàn điệu nghệ của người bạn đời David, Bích Thủy say sưa thả hồn qua từng lời ca tiếng hát. Giọng hát chanh chua, lập cập rớt nhịp ngày xưa của cô gái Huế giờ được thay bằng tiếng hát ung dung, ngọt ngào, truyền cảm. Căn nhà chúng tôi từ lâu lắm vắng tiếng cười đùa đàn địch xôn xao nay được tài nghệ của đôi bạn làm cho sinh động hẳn lên. Nắng chiều xuyên qua cửa kính làm hình bóng của họ rạng rỡ như một bức tranh sống thực.

Bích Thủy hát một lúc ba bản tình ca (*) tôi viết tặng cô vào giữa năm 1966 ở Sài Gòn. Cả ba bài hát đều đã trên 50 năm rồi tôi không còn nhớ nổi một lời nào. Cô làm tôi thật xúc động. Lắng nghe cô hát với tiếng đàn êm dịu của David lòng tôi không ngừng dâng lên từng đợt sóng cảm hoài.

Tôi vẫn nhớ thuở mới về với Bích Thủy, David là giáo sư Anh ngữ của các trường tư thục Sài Gòn. Anh chàng đạo mạo đến cứng ngắc, chẳng chảy một chút máu văn nghệ văn gừng nào trong huyết quản của nhà mô phạm. Vậy mà vướng phải cô gái Huế có tâm hồn yêu ca hát này, đã uốn nắn làm sao mà nay chàng trổ hết ngón đàn tài hoa nâng tiếng hát của người trăm năm bay bổng. David, chàng trai nước Mỹ tốt nghiệp trường đại học Stanford, California, yêu nước Việt, yêu cô gái Việt, nói tiếng Việt rành như lặt rau.

Lúc bịn rịn ra về, Bích Thủy đặt vào tay tôi một xấp giấy học trò đã ố vàng bọc cẩn thận trong bao nylon trong suốt. Giọng buồn buồn, Bích Thủy nói thật mơ hồ: "Anh đọc hồi ký này đi, rồi buồn với chị em em".

* * *

Đời tôi có rất nhiều bạn bè, già trẻ lớn bé, nam hay nữ không thiếu một ai. Tất cả xa hay gần, giàu hay nghèo, bình dân hay quí phái đều lương thiện. Có người còn đó, có người đã chết đi. Người còn sống không nói làm gì, người chết thường hay để lại cái gì đó để người thân ôm lấy mà sầu mà thương mà nhớ. Như ông Lương Hữu Thế chẳng hạn.

Ông trung úy Biệt Kích Dù một thời oanh liệt này, từ khi rời khỏi căn gác xép của người tình Huỳnh Thị Ngọc Trảng trên đường Lương Hữu Khánh, ông đã để lại trên gác một nỗi buồn sâu thẳm. Nỗi buồn đó trải dài trên từng trang giấy học trò ông Thế gọi là hồi ký. Lúc David quét dọn màng nhện trên trần nhà tình cờ tìm thấy xấp giấy đã vàng ố này, đúng lúc vợ chồng anh qua Canada, Bích Thủy mang theo.

Khi rút tập hồi ký ra khỏi bao nylon, việc đầu tiên đập vào mắt tôi là cái tựa "Hồi Ký Lương Hữu Thế" viết trong ngoặc kép. Sau chữ Hồi Ký, ba chữ Lương Hữu Thế được (hay bị) gạch bỏ bằng một gạch đỏ rất thẳng nét. Không biết ông Thế hay Ngọc Trảng đã dùng viết nguyên tử gạch bỏ tên họ Lương Hữu Thế với dụng ý gì đó. Cũng có thể là một cái "mode" của tựa đề không chừng?

Tôi chăm chú đọc từng trang hồi ký của ông Thế mà nghe lòng bùi ngùi. Dù không tin vào sự tuyệt tình của kiếp số, tôi vẫn phải tin vào vận mệnh thê thảm của hai con người: Lương Hữu Thế và Huỳnh Thị Ngọc Trảng. Trong xấp hồi ký của mình, ông Thế viết:

"Tôi, Lương Hữu Thế, thuộc thế hệ lớn lên trong chiến tranh. Là lính tác chiến sống chết ngoài mặt trận nhiều hơn trong thành phố nên tôi không còn tâm trí nghĩ đến chuyện yêu đương, cho tới khi tôi gặp Ngọc Trảng như một duyên phận đưa đẩy từ kiếp nào. Nhưng thời buổi loạn lạc, đường binh nghiệp vẫn đẩy tôi đi vào chiến trường nên dù yêu nhau tha thiết rất ít khi Ngọc Trảng và tôi ở bên nhau.

Rồi mất nước, đi tù Cộng sản tôi mới biết mình bị lừa. Từ trại tù "cải tạo" Suối Máu tới Bù Gia Mập tôi đã manh nha ý định vượt ngục. Khi nghe tin mình sắp chuyển trại ra Bắc, lợi dụng đêm khuya trời mưa như trút nước tôi trốn khỏi trại giam, như con thú bị săn đuổi tôi cố gắng chạy khỏi vùng này càng xa càng tốt.

Trại tù Bù Gia Mập cách Sài Gòn khoảng 80 cây số. Nếu đi bằng xe đò hay xe gắn máy mất chừng nửa ngày đường. Riêng tù trốn trại như tôi, dù nhờ trời phù hộ, cũng đã nuốt hơn nửa tháng trời tôi mới mò về tới Sài Gòn. Để tránh tai mắt soi mói quanh vùng, tôi chỉ di chuyển về đêm, vừa đi vừa nghỉ, cảnh giác cao độ và lẩn tránh tối đa khi trời vừa rạng sáng. Di chuyển ban đêm tuy lắm rủi ro nhưng có cái lợi là ít bị phát giác. Hơn nữa trong thời chiến, Biệt Kích Dù như chúng tôi lạc trong rừng dù ngày hay đêm đều biết thuật mưu sinh thoát hiểm. Đây là lúc tôi phải áp dụng để sống còn.

Khi biết mình đã chạy xa khỏi vùng kiểm soát của Bộ đội trại giam tôi vẫn đi nhưng chậm lại. Bằng mọi giá, tôi băng rừng, vượt sông, lội suối hướng về Sài Gòn. Mặc dù tôi cố nhín khẩu phần cơm cháy lén mang theo, nhưng sau một tuần cũng không còn sót hột nào. Tôi vẫn đi, đói thì ăn lá rừng, trái điều hoang, nuốt sống ếch nhái, uống nước suối, nước ao hồ cầm hơi. Đôi khi lủi vô ruộng bắp hay rẫy khoai mì của dân tôi trộm ăn lấy sức. Ngày thứ mười, khi băng qua ngọn đồi tre lồ ô tôi gặp hai vợ chồng người Thượng (vùng này dân tộc Sê-Tiêng chiếm đa số) đang ăn cơm dưới bụi tre thấy tôi xơ xác họ tốt bụng ngoắc vô cho ăn, tôi nhớ hoài.

Khi màn đêm vừa buông xuống tôi lột đôi giày rách bươm bơi qua sông bằng một bọng cây khô. Đây là chi lưu sông Vàm Cỏ Đông, con sông từng diễn ra nhiều trận đánh khốc liệt. Nhánh sông nhỏ thôi, nước lừ đừ chảy lấp lánh ánh sao trời đủ để tôi nhớ lại bài học vượt sông ngoài bãi tập Trường Bộ Binh Thủ Đức năm nào.

Lên bờ trời lạnh run, chân đau buốt. Tôi cởi quần áo vắt khô rồi mặc vào mới thấy mình đuối sức. Chọn một nhánh cây vừa tầm tôi trèo lên ngủ dưỡng sức. Sáng sớm hôm sau đi thêm ba ngày nữa, tôi cố gắng lẫn tránh những nơi có người, có nhà dân, khu kinh tế mới, kể cả trại cùi…Cứ trong rừng mà đi tới chiều thì nghe tiếng xe hơi chạy trên đường lộ, tôi vội lùi sâu vô cánh rừng nằm rạp xuống nghe ngóng. Khoảng năm mười phút sau tôi nhổm dậy nương theo cánh rừng dọc con lộ lầm lũi vượt qua một ngọn đồi thấp thì gặp xe lửa chở hàng đang qua cầu chạy thật chậm. Tôi bám theo nhảy lên toa chứa hàng chui vào một lỗ trống ẩn núp. Dù mệt lả, con mắt nặng trĩu cố mở ra nhưng không cưỡng lại nổi, tôi phó mặc cho trời nhắm mắt ngủ lúc nào không hay. Khi tàu ngừng lại tôi mới biết mình vừa tới ga Bình Triệu.

Các trang kế tiếp, ông Thế kể về cuộc sống trôi sông lạc chợ của mình làm tôi liên tưởng tới một thời tôi cũng lang thang đầu đường xó chợ như ông. Tôi cũng quí ông Lương Hữu Thế ở sự tiết chế, ở lòng tự trọng, ở cái nhân cách của một sĩ quan Quân Lực Việt Nam Cộng Hòa tuy sa cơ thất thế ông vẫn đứng thẳng, không rụt rè, nhút nhát, không cúi đầu bi lụy. Ông viết:

Sài Gòn trời đất thênh thang vậy mà không một chỗ nào cho tôi dung thân. Suốt thời gian chạy trốn tôi luôn luôn nghĩ tới Ngọc Trảng, nôn nóng muốn gặp lại người phụ nữ tri kỷ của mình. Vậy mà khi đứng ở ngã ba đường

Lương Hữu Khánh, Bùi Thị Xuân tôi lại băn khoăn. Nhìn lại mình, tôi không hề than thân trách phận, không oán trời trách đất hay trách cứ ai, nhưng sẽ tự trách mình nếu vì bản thân mà liên lụy tới Ngọc Trảng là điều không thể. Nghĩ vậy tôi lặng lẽ bỏ đi .Tôi đi nhưng không đi trong dáng đi của kẻ tuyệt vọng. Tôi đi đứng bình thường, tự nhiên như người tự do đi lại. Từ đó tôi sống như phường trôi sông lạc chợ giữa Sài Gòn đã đổi tên.

Cảnh đời có những cái bất ngờ khó có ai lường trước được. Oai hùng như ông Trung úy Biệt Kích Dù Lương Hữu Thế có lúc thấy ông cũng thật lạ đời. Từ khi bị lưu đày ngay trên quê hương của mình lòng ông lại... "nổ" ra thơ. Ông lính rừng trở thành nhà thơ thất chí. Thơ bạc phần bạc phước theo bước chân ông lang bạt kỳ hồ, đêm hôm cùng ông rúc đại vô cái hốc bà tó nào đó của nhà ga xe lửa chợ bùng binh, ngủ bậy:

Nửa đêm nằm mộng thấy trời xanh
Trên thân tôi tàu chạy vòng quanh
Giựt mình tỉnh giấc tai còn thoáng
Một tiếng còi tàu rúc lạnh tanh

Đêm lang thang ở Ngã Tư Bảy Hiền, ông không có nhà để ngủ, thấy quầy bán nước mía bên hè phố ông bèn rúc đầu vô trong lòng xe nằm co quắp, ông ngủ với câu thơ trào lộng vừa bi vừa hài:

Một góc đen thui một góc đời
Tôi nằm trong đó ngủ buồn chơi
Nửa đêm gió lạnh thân co quắp
Trời thương trời đắp cái tả tơi

Tôi không biết trên đời này có ai khác từng ngủ trong lòng xe nước mía như ông Thế hay không, nhưng tôi biết ông Thế không tài nào ngủ được vì chật, nóng, ngộp, muỗi, lạ chỗ, nhất là vì… ông mắc làm thơ nhớ em:

Tôi gặp em một đêm không sao
Con trăng chết giữa đám mưa rào
Vì yêu trong cảnh đời bạo ngược
Em vội biệt mù theo chiêm bao

Thơ của "nhà thơ thất chí" như ông Thế quả là thê thảm, chẳng có cảnh nào vui. Ngay cả cái đêm ngủ lậu trên gác trọ, dù một đêm thôi, ông cũng cẩn thận nhờ cô bạn nhỏ chủ quán trọ tốt bụng khóa cửa ngoài để lỡ nửa đêm Công An thình lình đi xét "hộ khẩu" nghĩ phòng trống không ai ở. Ông Thế nằm lặng trong đó tha hồ nhai cái cơ cực cay đắng suốt đêm rồi cũng ứa ra thơ:

Cửa phòng tôi khóa ngoài mấy lượt
Nằm bên trong ngủ thật ê chề
Nhiều đêm nghe tiếng đời xuôi ngược
Tưởng bước em xưa nhớ lại về

Một khi con người khốn khổ đi đến tận cùng nỗi khốn khổ, cuối cùng trời cũng để mắt đoái thương. Lần này ông Thế kể thật thoải mái:

Một buổi sáng trời trong mây trắng gió hiu hiu, đời nghiêng nghiêng, thế thái nghiêng nghiêng xui tôi mò xuống bến Hàm Tử, nhằm giờ thiêng tôi "lượm" được một chân bốc vác hàng hóa trên những chuyến ghe cập bến. Trong số 13 người thợ, với sức làm việc của tôi gần gấp đôi người khác khiến cô Lỳn, con ông bà chủ ghe Chợ Lớn, mỉm cười hài lòng, song lúc đếm thẻ trả tiền cô không bao giờ nhìn thẳng mặt tôi. Tôi biết cô sợ vết sẹo chai lì, nổi cộm, dài sọc, xám ngoét như con đỉa trâu nằm vắt xéo trên gương mặt dữ tợn của "Thế chém" này. Cả những thầy thợ khiêng vác trên ghe thấy tôi ham việc cũng lườm lườm ra vẻ không ưa. Nhưng mà không sao, không sao. Miễn có cơm ăn áo mặc hàng ngày, ban đêm có ngủ bờ ngủ bụi cũng tốt. Miễn là đừng ai đụng tới mình là được rồi.

Ấy vậy mà có anh mặt rô Chợ Lớn, cũng thuộc giới thợ thuyền bốc vác dám vuốt râu hùm Lương Hữu Thế mới mệt. Hình như trong cuộc đời làm người hiếm khi ông Thế được yên thân. Ông kể:

Sẫm tối thứ bảy vừa xong việc, lãnh lương, tắm rửa, cơm nước dưới ghe xong tôi thay đồ lên bờ tản bộ về hướng chợ Cầu Muối tìm chỗ ngủ. Đã nhiều đêm tôi từng mò xuống chợ Kim Biên, Chợ Lớn ngủ bụi. Chợ Kim Biên nằm sát chợ vải, chợ đèn lồng, nổi tiếng sầm uất với đủ loại mặt hàng từ thượng vàng đến hạ cám. Chợ nằm trên đường Vạn Tượng bị nhiều cửa hàng lấn chiếm trở nên chật chội, bát nháo. Nhờ vậy ban đêm là chỗ tương đối lý tưởng cho những phần tử cù bơ cù bất như tôi ngủ bụi. Để tránh bị bắt, tôi phải thường xuyên đổi chỗ ngủ nên lần này tôi thả ngược về hướng Cầu Muối trú đêm.

Ánh trăng thượng tuần tháng tám chờn vờn trôi dưới sông kéo tôi xuống bến ngắm con trăng đục ngầu. Ngồi trên mõm đá chung quanh không có bóng người lai vãng, vừa châm điếu thuốc chợt nghe có tiếng "Nó đó! Mã đại ca!" (bằng tiếng Tàu) là tôi biết có chuyện rồi.

"Mã đại ca" tức Mã Tèn, từng là tay khét tiếng trong giới giang hồ đại đạo. Mã Tèn chuyên xử dụng ngón Cầm Nã Thủ và Long Trảo Thủ để hạ những tên sừng sỏ ở cả hai vùng Bình Đông, Bình Tây, Chơ Lón. . Có lần giành địa bàn làm ăn, Mã Tẻn mạnh tay đánh chết địch thủ đã bỏ trốn qua Vân Nam. Nhiều năm y biệt tích giang hồ chúng nay y lại tái xuất ở đây.

Nhìn ra tôi thấy một đám lô nhô đang hung hổ bước tới. Lúc chúng tới gần tôi mới nhận ra thằng Nghiềm mặt la mày lét, cùng đội bốc vác với tôi dưới bến Hàm Tử. Hằng ngày vào giờ giải lao nó hay rề rà bên tôi nịnh hót, điếu đóm, ai ngờ nó "cõng rắn" tới mổ tôi đây. Thời trôi nổi trong giới giang hồ tôi đã quá quen cái cảnh ỷ thế hiếp cô nên tôi vẫn tỉnh bơ ngồi hút thuốc phà khói về hướng bọn chúng.

Dưới ánh trăng lờ mờ, bọn chúng có sáu tên mặt mũi non choẹt, trừ tên xì thẩu "Mã đại ca" bụng bự, đầu trọc lóc, mắt hí rị, ria mép lơm xơm.là đáng mặt đại ca. Đứng xoạt cẳng trước mặt tôi, tên "Mã đại ca" hất hàm sẵn giọng: "Nị. Lương Hữu Thế?". Búng điếu thuốc xuống sông, tôi chĩa ngón cái vào ngực mình, gật đầu xác nhận: "Ngộ. Lương Hữu Thế".

Chỉ chờ có vậy, tên "đại ca" nhào tới xòe bàn tay

dùng thế Cầm Nã Thủ chộp vào mặt tôi một cú vô cùng ác liệt. Người bị dính đòn này không mù mắt cũng tan nát mặt mày, tê liệt tứ chi không tử vong cũng bất tỉnh. Né tránh cú Trảo pháp sắc bén đó tôi biết tên này đích thực có nghề. Chộp hụt cú đầu tên đại ca biết tôi không phải tay vừa, hắn vội bước lùi ba bước xuống tấn thủ thế. Đã lâu rồi tôi không dụng võ, nay có tên xì thẩu Chợ Lớn đánh thức nó dậy. Thuở thiếu thời tôi được một ông thầy võ lang thang ngoài Bình Định vô dạy tôi vài chiêu thức phòng thân. Về sau đi lính ở Nha Kỹ Thuật tôi học thêm nhiều môn phái khác, nhất là phái võ Taekwando, chuyên tấn công địch thủ. Tuy nhiên lần này gặp kình địch tôi đâm ra thận trọng hơn.

Đoạn tôi thích nhất là sự thành thật của ông Lương Hữu Thế. Thành thật là một trong những bài học về đức tính mà người lính Việt Nam Cộng Hòa được trau dồi trong thời kỳ huấn nhục ở quân trường. Dù quần nhau dữ dội nhưng ông Thế không giấu chuyện ông thường bị dồn vào thế hạ phong. Lương Hữu Thế với hỗn danh "Thế chém" thuở giang hồ, "Thế độc" thời ở lính, không phải lúc nào cũng là siêu nhân đánh đâu thắng đó. Gặp địch thủ cao tay hơn Lương Hữu Thế có phần yếu thế. Ông kể:

Họ Mã rõ ràng là tay giang hồ hiếu chiến. Bị tôi đấm tét môi tóe máu, ngã xuống đất Mã Tèn vẫn bình thản bám chặt chân trái xuống đất lầy, chân phải giơ lên sẵn sàng trả đòn nếu tôi ập xuống. Gặp tay lợi hại tôi vẫn đứng yên chờ y nhổm dậy. Quệt máu ứa trên mép chùi vào quần, Mã Tèn lại đi vài đường quyền rồi lao vào tôi. Y dùng hư chiêu bên trái, nhưng thực chiêu lại ở bên phải, xoè năm ngón tay Cầm Nã Thủ cứng như thép nguội chộp vào yết hầu tôi. Tôi ngả người ra sau né tránh nhưng không tránh được móng vuốt bén nhọn chụp xuống bả vai tôi cào rách toạc ống tay áo kéo theo một lằn dài xước thịt nhòe máu. Thấy tôi loạng choạng giụt lùi, họ Mã không bỏ lỡ cơ hội, dùng thế liên hoàn cước phóng lên đá vào bụng tôi té ngửa, tưởng nằm luôn song vì ý chí quyết đấu, vì danh dự tôi vùng dậy.

Lạ một điều là ngoài những tiếng hầm hè, đấu đá nhau kịch liệt giữa hai đối thủ, tuyệt nhiên bọn đàn em đứng ngoài đều kín tiếng. Hình như "Mã đại ca" dặn trước không cho chúng reo hò cổ võ ầm ĩ, gây náo động dễ bị Công An, phường đội tới vây bắt. (Bạn đọc đều biết Mã Tèn lẫn Lương Hữu Thế, cả hai ông đều đang sống ngoài vòng pháp luật).

Tuy cánh tay bị thương, họ Lương vẫn bình tĩnh đối phó tình huống bằng cách đổi cách đánh. Ông viết:

Xưa nay Lương Hữu Thế tôi không quen biểu diễn đòn phép hoa mỹ lòe thiên hạ, tôi đánh là xáp vô đánh. Lần này tôi dùng cước pháp, một nghệ thuật đặc thù rút từ võ cổ truyền Việt Nam do võ sư Ba Nhọn, ông thầy võ lang thang truyền thụ. (Tôi ngờ rằng ông họ Lương này chơi đòn chính trị: Giao Chỉ triệt Tàu phù.)

Thấy tôi thi triển cước pháp, Mã Tèn có vẻ dè dặthơn. Nhưng bổn tính hiếu thắng y gầm ghè xông tới. Bất thần Mã Tèn phục xuống vận nội công định chụp hai chân tôi hất lên, nhưng… Thay vì lùi lại tôi phóng lên song phi vào mặt để hở của Mã Tèn "bốp, bốp" khiến y bật ngửa. Hoảng hốt "Mã đại ca" lồm cồm bò dậy, loạng choạng giựt lùi ra xa. Để kết thúc trận đấu tôi lao tới gần địch thủ, nhanh nhẹn chúi xuống chấm hai tay trên mặt đất làm điểm tựa tôi tung người lên lia cả hai ngọn cước "hốt xác" vào ngực Mã Tèn. "Hự! lên một tiếng, Mã Tèn gập người xuống ôm ngực, miệng hộc ra từng búng máu. Tôi trụ hình, định thần nhìn đám đàn em của Mã đại ca mới thấy chúng đứng chết trân tại trận.

Nôn nả lật qua trang hồi ký kế tiếp để xem ông Lương Hữu Thế xử trí ra sao sau trận đánh kết thúc. Ông sẽ đi đâu, về đâu hay làm gì để tồn tại trong cuộc sống vô cùng nghiệt ngã này, nhưng tôi chợt khựng lại. Tôi nhận ra bản copy thiếu mất trang 12, 13, 14 và 15. Coi lại các trang đầu tôi thấy rõ ràng ông Thế đã cẩn thận đánh số thứ tự ở dưới góc phải mỗi trang giấy. Vì vậy tôi ngờ rằng trên bốn trang thất thoát này, hẳn ông Lương Hữu Thế đã viết ra trường hợp nào ông và người tình Huỳnh Thị Ngọc Trảng gặp lại nhau, và làm thế nào Ngọc Trảng dưa được ông Thế về nhà, giấu ông trên căn gác xép suốt nửa năm trời mà không bị phát giác. Về cuộc sống mới trên căn gác nhỏ, ông Thế kể:

Khi tôi đã an trú trên gác đâu vào đó, cũng như tìm được chỗ ẩn núp an toàn trên máng xối, nếu đêm hôm bị Công An xét nhà, Ngọc Trảng mới cho biết: "Em và mạ em ngủ trên ni, anh nờ. Nhưng ít khi mạ về lắm. Ví lo quán xuyến vườn lan và nông trại rau quả trên Đà Lạt nên hàng tháng mạ chỉ gởi tiền về nuôi tụi em, vì rứa chỉ có em ngủ trên ni thôi, anh nờ".

Tuy nhiên, để tránh bị mấy đứa em ở dưới nhà phát giác có "kẻ lạ" trên gác, ngày cũng như đêm chúng tôi tránh đi lại để giảm thiểu tiếng động. Không được cựa mình mạnh, thở mạnh, tránh ho hen, tránh nói chuyện, chỉ ra dấu, khi cần mới bút đàm. Người con gái Huế tánh tình vốn dịu dàng, đôn hậu, nhưng một khi liều lĩnh thì không ai bằng. Trong đôi mắt đẹp mà buồn vời vợi của Ngọc Trảng, ngoài tia nhìn âu yếm, yêu thương tôi hết lòng, thỉnh thoảng lại ánh lên nỗi âu lo phiền muộn. Sau một tháng trú ẩn trên gác, nhiều lần tôi có ý rời khỏi để tránh liên lụy tới Ngọc Trảng và gia đình, nhưng tôi được đáp trả bằng những cái lắc đầu cương quyết từ chối. Lúc đó, lúc phật ý, đôi mắt Ngọc Trảng có lửa, lửa yêu thương, lửa giận hờn. Đôi mắt đó đẹp quá, đẹp đến hút hồn làm tôi nhiều khi không dám nhìn vào. Đôi mắt của một cô gái biết yêu người, biết giúp đỡ, chiều chuộng và thủy chung hết mực, nhưng sao lại buồn đến vậy và yểu mệnh vô chừng.

Mỗi buổi sáng chở ba đứa em tới trường về Ngọc Trảng đưa tôi xuống dưới nhà tắm rửa, vệ sinh xong tôi dợt lại vài đường quyền cho giãn gân giãn cốt rồi rút lên gác ngay. Dù sao quẩn quanh trong cái thế giới u uẩn, chật chội, nhỏ bé của căn gác này, ông trời vẫn để tôi sống bình yên và Ngọc Trảng đã cho tôi biết bao hạnh phúc. Tôi như ông Trùm một cõi. Như ông vua không ngai mà Ngọc Trảng là ái khanh, là phi tần mỹ nữ. Ngày đêm tôi được cung phụng đủ điều. Được chiều chuộng, yêu thương, được cho tất cả. Rảnh rỗi tôi đọc sách; con mọt sách tưởng đã chết trong chiến tranh lại thức dậy, lại bò vào sở thích của tôi. Được dịp, Ngọc Trảng hoan hỉ rinh về một lô sách đủ loại cho tôi đọc.

Tôi say sưa đọc cho qua ngày đoạn tháng. Rồi cái con người súng đạn trong tôi lớ ngớ làm sao lại mọc ra những thơ và thẩn. Tôi hí hoáy làm thơ và hì hục viết hồi ký. Có điều chữ nghĩa trong tôi trút xuống trang giấy hễ đọng lại là toàn những mẩu chuyện buồn. Là vì đời tôi có bao giờ được vui đâu. Có những buổi chiều lén mang cơm nước lên gác cho tôi, thấy tôi ngồi im như tượng, con mắt trống lơ nhìn vào đâu đâu, Ngọc Trảng lại ứa nước mắt. Người tình bé nhỏ của tôi lại sà xuống vỗ về, an ủi tôi, thủ thỉ bên tai tôi những lời lẽ hiền hòa cố hữu của người con gái Huế.

"Răng anh cứ buồn hoài rứa?". Ngọc Trảng thường nói với tôi như vậy. Hay tại tôi quen tự do bay nhảy, quen lăn lộn trong chốn giang hồ, quen chiến đấu ngoài mặt trận, vì thời thế, vì vận nước đổi thay đã ảnh hưởng tới bản tính của tôi? Cũng có thể do tôi lo lắng hay lo xa sợ mất Ngọc Trảng trong một biến cố đột ngột nào đó. Thực lòng mà nói lúc lao mình trong hòn tên mũi đạn, giành giựt từng tấc đất, từng sự sống giữa trùng trùng cái chết nên khi trở về thành phố, không như những người lính khác, tôi thờ ơ với tất cả đàn bà con gái. Thực lòng tôi, Lương Hữu Thế, đã nghĩ như vậy cho tới ngày tôi gặp Ngọc Trảng trong khuôn viên Tao Đàn Sài Gòn. Cái đẹp trong sáng đầy sức sống của người con gái ấy đã đánh thức trái tim ngủ lịm của tôi trong một thời gian thật dài. Và cuộc gặp gỡ trong vườn Tao Đàn trưa hôm đó hẳn là duyên nghiệp từ kiếp nào đột ngột sút ra trôi về đây để hai con người chúng tôi tìm thấy một nửa đời nhau. Tôi biết tôi yêu quí Ngọc Trảng biết chừng nào, vì đó là người phụ nữ đầu tiên của đời tôi.

Cái đẹp vượt bực của Ngọc Trảng là do trời ban đã đành, ngược lại thay vì kiêu sa, kiêu hãnh, kiêu kỳ gì đó, Ngọc Trảng của tôi lai dịu dàng, đôn hậu, nhiều khi thật hồn nhiên. Có những buổi trưa, chiều hoặc tối, sau lúc mặn nồng, Ngọc Trảng ngủ luôn trên mình tôi, tóc xõa xuống đẹp như một thiên thần và hồn nhiên như một em bé. Những lần như vậy, tôi nhẹ nhàng ôm lấyNgọc Trảng, nằm im nghe hơi thở dịu nhẹ và nghe tiếng đập của trái tim người nữ nồng nàn.

Thời gian ẩn náu trên căn gác, chúng tôi sống, hay tôi sống như một Ann Frank thời đại. Tôi không còn nhớ từ bao giờ tôi đã tách rời khỏi thế giời bên ngoài, cái thế giới đầy nhiễu nhương nhưng ràng ràng trước mắt, có thể nghe được, ngửi được, với tới được nhưng tôi không tài nào chạm vào được. Thời đệ nhị thế chiến, Hòa Lan bị Đức quốc xã chiếm đóng rồi diễn ra cuộc biểu tình bài người Do Thái, buộc cô bé Ann Frank và gia đình ẩn trốn trong một căn nhà kho ở Amsterdam. Năm 1944 gia đình cô bé bị phát giác, bị bắt nhốt vào trại tập trung Auschwitz, Ba Lan, cuối cùng chuyển đến Bergen Belsen, Ann Frank cùng mẹ và chị gái đã chết ở đó.

Hồi ký Lương Hữu Thế viết tới đây là hết, mấy trang sau không thấy viết thêm chữ nào. Nếu đọc lại truyện Gác Xép của tôi trên facebook, bạn đọc sẽ nhớ ra đêm định mệnh xẩy ra tại căn nhà chị em Huỳnh Thị Ngọc Trảng trên đường Lương Hữu Khánh ra sao. Tôi mạn phép sơ lược lại: Cái đêm tịch mịch đó, mẹ của Ngọc

Trảng trên Đà Lạt đột ngột trở về khiến Lương Hữu Thế phải lìa khỏi tổ ấm. Đã vậy ông Thế còn mắc cái eo. Lúc đu tưởng tuột xuống hẻm ông đụng phải hai tay phường đội tình nghi ông ăn trộm bắt ông giải về đồn Công An. Dĩ nhiên Lương Hữu Thế không phải là kẻ trộm nên ông buộc lòng chống cự lại để chạy thoát thân. Đúng lấp ló trên ban-công nhìn xuống Ngọc Trảng chứng kiến cảnh đau lòng trong ràn rụa nước mắt. Chính Ngọc Trảng không ngờ lần bỏ chạy đó lại là lần cuối cùng ông Thế chạy ra khỏi cuộc đời cô.

Viết tới dòng này hình ảnh gác xếp buồn hiu hắt lại hiện về trong trí nhớ tôi. Cái gác xép của 40 năm trước từng là tổ ấm bí mật của đôi uyên ương bạc phận. Và cây vú sữa trong sân nhà, khi tôi hỏi Bích Thủy nói vẫn còn đó, cũng là nơi ông Thế từng ngủ qua đêm trên chảng ba. Ngày nay, sau 40 năm dâu bể trôi qua với

biết bao biến thiên trong lịch sử, trong xã hội, trong đời người, mọi sự đều đã đổi thay đến tận cùng gốc rễ. Qua facebook, Tuyết, em tôi cho biết hiện nay đường Lương Hữu Khánh vẫn không đổi tên, nhưng căn nhà xưa có cái gác xếp và cây vú sữa không còn nữa.

Đọc qua tập Hồi Ký Lương Hữu Thế tôi chắc bạn đọc cũng nhận ra cái kết thúc của hai người thật là cay đắng. Nhưng nghĩ cho cùng, Lương Hữu Thế được ông trời dành cho một niềm an ủi. Đó là ở cái tuổi 30, một người dãi dầu sương gió như ông Thế lần đầu tiên mới hiểu thế nào là tình yêu đôi lứa Ngọc Trảng đã ban cho ông tất cả. Ngọc Trảng, cô gái đất Thần Kinh thông minh, hiền hậu và thủy chung, là mối tình đầu cũng là mối tình tuyệt vời của ông, Lương Hữu Thế.

(*) NÓI VỚI HẠT LỆ, TRẦM HƯƠNG, CHÊNH VÊNH MÔI.

Nói với em là nói với một con tim, được bao bằng mái tóc, được bao bằng mái tóc, ru nồng nàn trong thiên thu.

Nói với em là nói với đàn chim xanh, mùa thu về trong mắt, nhẹ ôm cành hoa trắng, bay trần truồng trong cô đơn.

Nói với em là nói với một cuộc tình, mùa đông se giọt rượu nồng, khỏa thân trên bờ mi cong.

Nói với em là nói với hạt lệ sầu, mù giăng trong tình muộn màng, khổ đau bay về thiên đàng.

Nói với em là nói với hàng cây khô, được ôm người con gái, ngủ mê dòng tóc rối, đêm mạc sầu thay áo xanh.

Nói với em là nói với lòng cô đơn, ngàn năm ngồi im tiếng, ngàn măm ngồi ôm bóng, trong tội tình nghe hơi run.

Huyền Phổ Đại Huynh

Thuở thiếu thời, đại huynh Huyền Phổ từng là đệ tử tục gia của hòa thượng Tuyết Đình Phúc Dụ, phương trượng chùa Thiếu Lâm, một ngôi chùa nổi tiếng về sự kết hợp giữa Phật giáo Thiền tông và võ thuật, Chùa do vua Hán Vũ của nhà Bắc Ngụy xây năm 497 trên đỉnh Thiếu Thất tại Tung Sơn, Hà Nam, Trung Hoa. Khi hạ sơn trở về cố quốc, thay vì mở trường phát huy võ thuật hoặc vào chùa quy y tam bảo, đại huynh Huyền Phổ lại khoác áo nhà dòng. Âu cũng là duyên nghiệp.

Là tín đồ bác ái thuộc Kitô hữu, linh mục Huyền Phổ không ngự trong nhà thờ Chúa mà đơn thân độc mã, một mình một ngựa hoạt động tông đồ đặc biệt mang sứ mạng đi rao giảng Phúc Âm Chúa Kitô khắp vùng Việt Bắc, nhất là ở các thôn làng hẻo lánh miệt vùng biên.

Tuy là linh mục tràn đầy tình thương Thiên Chúa chưa từng giết hại bất cứ một sinh linh nào, dù là con ong cái kiến, nhưng Cha Huyền Phổ rất ghét những kẻ gian hùng. Có bốn hạng tà đạo một khi không còn cải hóa được nữa Cha đành ra tay trừng trị: "Giặc ngoại xâm. Kẻ giết người. Quân đầu trộm đuôi cướp. Bọn hiếp đáp dân lành". Thời linh mục Huyền Phổ còn tại thế, câu chuyện về Cha khá đặc biệt. Một tông đồ của Chúa lại là môt cao thủ võ lâm ưu thời mẫn thế. Tuy đã ngoài bốn mươi, trong chiếc áochùng đen, Huyền Phổ vẫn nhanh nhẹn, lừng lững như một con gấu trên đường vân du hành hiệp và truyền đạo. Một linh mục bụi đời với tấm thân gồ ghề, hình tượng hiệp nghĩa cỡi ngựa ô thường xuất hiện giữa đám thảo dân hiền lành, nhỏ bé ở Lạng Sơn, Cao Bằng, Lào Cai, Sapa, Mẻo Vạc, Mù Cang Chải, Tả Giàng Phình… Dắt ngựa rảo giữa chợ phiên linh mục Huyền Phổ luôn luôn thân thiện, hào phóng, vui tay phát quà bánh cho trẻ con, rao giảng tin lành cho người lớn, nên tên tuổi Cha đã mau chóng trở thành một trang dị khách, lưu truyền suốt chiều dài dẫy núi Hoàng Liên Sơn hùng vĩ.

Dưới thời Pháp thuộc, linh mục Huyền Phổ vẫn lịch thiệp, hòa nhã trong sứ mạng truyền giáo. Nhưng ban đêm Cha Phổ thoát xác, biến hình, đội lốt "người áo đen" trở thành một nhân vật kỳ bí, xuất quỷ nhập thần, thường ra tay trừng trị những hung thần ác sát khiến cho các quan thầy Pháp và bọn tay sai Việt gian kể cả cán bộ Việt Minh nhiều phen thất kinh hồn vía. Chúng treo giá rất cao cái đầu của "người áo đen" bằng tiền Đông dương (lúc bấy giờ $1 = 17 franc). Nhưng vì Huyền Phổ là một bậc thầy ngụy trang nên kẻ thù có đứng trước mặt Cha cũng không thể biết đó là "người áo đen", một nhân vật biến hóa khôn lường loại bỏ rất nhiều đối thủ ra khỏi vòng chiến làm chúng thất điên bát đảo.

Là một tông đồ xuất sắc của Đấng Kitô đương nhiên Huyền Phổ không chủ trương giết người, nhưng khi cần trừ khử kẻ tà ác, Cha chỉ điểm vào huyệt đạo đối phương khiến chúng tê liệt, bại xụi, suốt đời trở thành kẻ vô dụng.

Một hôm trên đường truyền giáo tới Lào Cai, lúc nghỉ chân dưới bóng cây trò Cha Phổ chợt nghe có tiếng phụ nữ kêu la thất thanh. Chạy tới hướng phát ra tiếng la, phi thân lên cành cây cao Cha nhìn thấy hai tên lình Lê Dương đang đè nghiến hai cô gái H'mông định giở trò tồi bại. Như con beo gấm Huyền Phổ chạy như bay trên dẫy đá tảng lấy đà nhún mình lao xuống nhanh nhẹn điểm vào ót hai tên lính da đen gạch mặt khiến chúng lăn ra bất tỉnh nhân sự.

Không đợi hai cô gái Mèo kịp hoàn hồn, Huyền Phổ rút phắc lưỡi lê cắm trên đầu súng của giặc Cha ra tay biến chúng thành thái giám ngay tại chỗ, gọn gàng và chóng vánh.

Thay trời hành đạo là cách hành xử của vị linh mục đối với lũ súc sinh đồi bại.

Một lần khác, linh mục Huyền Phổ lên Sơn Tây truyền đạo nửa đường gặp mưa. Thuở ấy Hà Nội cách Sơn Tây khoảng 40km tuy không xa lắm nhưng phi ngựa trên con đường gồ ghề cát bụi, vượt qua những chướng ngại vật, ít nhất cũng mất nửa ngày đường. Nhiều năm rong ruổi khắp đất Bắc, khi vượt đường trường xa, Huyền Phổ thường khởi hành vào lúc tan sương. Cha dự tính buổi trưa hoặc xế chiều sẽ tới Sơn Tây nếu không bị trở ngại gì.

Trên đường đi Sơn Tây ngang qua suối Tiên, suối Trà linh mục Huyền Phổ đều dừng lại nghỉ ngơi năm mười phút lại lên đường, nhưng lúc Cha vứa vượt qua ô Cầu Giấy thì trời mưa. Huyền Phổ vẫn giục ngựa dọc theo sông Tích trong cơn mưa nhẹ hột. Chạy thêm khoảng 15km thì mưa như trút nước, sấm chớp long trời lở đất, đúng lúc trước mặt

Huyền Phổ là một thôn nghèo lúp xúp dưới những lùm cây ướt sũng, Cha vội ghé vào xin trú mưa.

Nhưng vừa rẽ qua khúc quanh vào xóm, bất ngờ Huyền Phổ chạm trán một cuộc giết người. Dưới cơn mưa tầm tả, bốn tên dân quân du kích đang hành quyết một người trung niên bị trói thúc ké dưới tàng cây cổ thụ. Xuyên qua những tia chớp lóe xé rách màn mưa mù mịt linh mục Huyền Phổ chứng kiến một tên du kích vung mã tấu lên loáng một cái đầu nạn nhân đã lìa khỏi cổ. Thân mình mất đầu rướn lên rồi từ từ gục xuống trong thế quì, máu ở cổ phun ra có vòi. Một đời hành tẩu giang hồ lần đầu tiên Cha Huyền Phổ nhìn thấy tận mắt cảnh chặt đầu người hết sức dã man mà Cha không kịp ra tay ngăn cản.

Bất ngờ đụng đầu kẻ lạ mặt phóng ngựa xông tới khiến cả bọn giựt mình, nhưng tên cầm mã tấu còn đẫm máu tươi vừa loạng choạng giựt lùi vừa quýnh quáng chém xả tới. Là một cao thủ võ lâm, Huyền Phổ vội lách ngựa nghiêng mình tránh lưỡi hái tử thần, cũng nhờ vậy viên đạn của tên Cộng phỉ nào đó đã bắn trượt qua vai Cha.

Mã tấu và viên đạn của quỷ không thể giết được tông đồ chính trực của Chúa, nhưng tiếng súng làm con ngựa hốt hoảng cất vó chồm lên hí lộng cố hất Huyền Phổ xuống đất. Trong cơn hiểm nghèo Cha vỗ vào yên ngựa lấy thế phóng mình lên uốn ngươc ra sau cùng lúc Cha búng ám khí (đạn xe đạp) vào động mạch cổ tên cầm mã tấu. Trong cơn thập tử nhất sinh, "Huyền Phổ đại huynh" đã phát huy võ học chân truyền về môn điểm huyệt của một bâc kỳ tài Thiếu Lâm. Nhanh nhẹn, dứt khoát, dũng cảm, chân vừa chấm đất, Cha như chiếc bóng lách mình nhích tới xuất chiêu điểm vào huyệt đạo của ba tên còn lại khiến chúng ú ớ rũ xuống nằm bất động.

Trên cơ thể con người có tất cả 365 huyệt đạo khác nhau. Có những huyệt đạo lúc điểm hoặc xoa bóp giúp con người thải độc, trở nên khỏe mạnh, kéo dài tuổi thanh xuân. Nhưng cũng có những huyệt đạo đánh là chết. Như đã nói, linh mục Huyền Phổ không phải là một sát thủ, nhưng đương đầu với những phần tử máu lạnh, quen giết người, Cha phải trừ khử chúng bằng phương pháp duy nhất là điểm huyệt. Lúc ba tên Cộng phỉ lính quýnh hường mũi súng giết người nhằm diệt khẩu, Huyền Phổ đã nhanh tay điểm vào huyệt bách hội, huyệt thái dương và huyệt thần đinh khiến chúng choáng váng, lảo đảo buông súng nằm vật xuống đất bất tĩnh nhân sự. Huyệt bách hội nằm ở vị trí giữa đỉnh đầu kéo dài xuống mang tai. Huyệt thần đinh giữa tráng. Huyệt thái dương ở hai bên màng tang. Vì cần tránh những chấn động gây thương vong, Cha chỉ điểm nhẹ vào ba huyệt kể trên cũng đủ để suốt đời chúng trở thành phế nhân.

Cuối cùng, những tiếng động thiện ác đáo dầu giữa hai chiến tuyến hoàn toàn chìm khuất trong màn mưa sầm sập và tiếng sấm sét rền trời.

Cuối thập niên 1950, linh mục Huyền Phổ đang rảo bước trên hè phố Hàng Buồm thì thấy hai tên cướp chạy xe gắn máy Goebel giựt cái xắc tay của cô thiếu nữ, lôi cô té lết một quãng trên đường lát gạch. Tội nghiệp nạn nhân bị cú té trời giáng đến trầy da tróc vẫy nằm dài trên mặt đất quơ tay rướn cổ kêu la cầu cứu. Bình thản chờ hai tên cướp lạng tới gần Huyền Phổ xử dụng tuyệt kỹ phi tiêu của Thiếu Lâm búng hòn bi sắt xe đạp thật chính xác vào huyệt thái dương tên cầm lái. Bị trúng đòn tên cướp lật nhào kéo theo tên ngồi sau té dập mặt xuống đất, nhờ vậy bà con ùa ra tóm cổ chúng; có người hăng máu đá vào mặt tên ngồi sau dợm bỏ chạy trong khi màng tang của tên cầm lái sưng vù lên như quả trứng gà.

Cứ thế, linh mục Huyền Phổ nổi trôi theo vận nước cho đến tháng 5/1954, Pháp thất trận tại Điện Biên Phủ, chấm dứt vĩnh viễn nền đô hộ 98 năm của thực dân Pháp. Nhưng từ đó, khi nhân thức được tổ chức kháng chiến biến hình thành Công sản, năm 1954-1955, hàng triệu dân chúng miền Bắc đã lũ lượt "dinh tê" vào Nam thay vì ở lại sống dưới chế độ há khắc, phi nhân của Việt Minh. Trong cuộc di cư vĩ đại đó có linh mục Đồng Huyền Phổ.

* * *

Tôi (người kể chuyện) lúc đó vừa tròn 20 tuổi, theo bố mẹ về Tề, nghe đồn ngày tháng năm 1954, trà trộn giữa hàng ngàn giáo dân của Thiên Chúa giáo xuống tàu "há mồm" của Mỹ di cư vào Nam có một linh mục không mặc áo dòng. Ở thời điểm di cư năm 1954 tình thế phức tạp, nhiêu khê hơn nhưng vì muốn hòa đồng với những lưu dân đi tị nạn, Cha Phổ không mặc áo chùng đen, Nhưng không một ai trên chuyến tàu đó biết Huyền Phổ là "người áo đen", một võ sĩ xuất chúng chuyên trừ gian diệt bạo. Võ sĩ không những là hình ảnh của thể lực mà còn là vẻ đẹp của tâm hồn nghệ thuật. Là một võ sĩ năng nổ, khoẻ mạnh, nhiệt tâm, Cha Phổ thường thăm nom, an ủi, giúp đỡ những người già yếu, bệnh tật, bảo vệ phụ nữ và trẻ con trong suốt cuộc hành trình tìm tự do. Người ta bảo rằng đó là một thiên thần quá hải, chở theo những vẻ đẹp bản lãnh, tràn đầy sức sống, vẻ đẹp nhân ái, giản dị, gần gũi, thuần khiết và bao dung.

Đoạn kết:

Đó là một quãng đời ngang dọc, đầy sôi nổi và dũng cảm của linh mục Huyền Phổ, qua lời kể của Cố đạo Francis Bay. Cố Bay, bạn đạo của Cha Phổ, cũng là bạn đồng hành di cư vào Nam trên cùng một chuyến tàu "há mồm" với Cha Phổ.

Ở Ninh Thuận, trong lúc làm việc ở ga Kà Rôm, rảnh rỗi tôi viết ra truyện ngắn này. Hồi đó Cố Bay kể sao tôi ghi lại y như vậy, nhưng trong kỳ nghỉ hè đáp tàu lửa về Sài Gòn tôi vô ý làm thất lạc cái cạp-táp trong đó có cốt truyên tôi viết về Cha Phổ.

Mãi đến 60 năm sau, ở Canada tôi mới viết lại truyên ngắn này. Để phù hợp với cách kể chuyện qua bút pháp riêng của tôi, tôi đã tự ý thay đổi một số chi tiết về Cha, để - ở đâu đó, vời vợi trên cao xanh kia - hình ảnh sống động của Huyền Phổ lại tỏa rạng trong trí nhớ, trong tình thương của con người bằng vẻ đẹp bác ái của một Kitô hữu: linh mục Huyền Phổ và vẻ đẹp quả cảm của một trang dũng sĩ: Huyền Phổ đại huynh.

Du Côn Hữu Dụng

Tôi là Côn. Lớn lên trong một tu viện trên phố núi. Ra đời hành tẩu giang hồ chưa đầy một năm người trong phố nói tôi là thằng du côn hữu dụng. Các Sơ cười hề hề nói đáng lẽ phong tôi là "hiệp khách hành" mới đúng, tôi nghe cũng chỉ cười hề hề.

Hai mươi năm trước, các Sơ bác ái lượm tôi ở bãi rác công cộng đem về nuôi cho ăn học. Năm học vỡ lòng lớp mẫu giáo tôi rụt rè như con gái. Lên tiểu học tự nhiên tôi đổi tánh thành đứa âm binh nghịch ngợm phá phách nhưng được cái là tôi học hành rất tấn tới, năm nào cũng nhảy lớp, có năm tôi nhảy liên tục hai lớp. Mười lăm tuổi tôi đậu tú tài (diplôme de bachelier) toàn phần. Hồi đó thi tú tài có năm hạng: Tối ưu, Ưu, Bình, Bình thứ và Thứ, tôi đậu Ưu. Thay vì xuống Sài Gòn thi vô đại học tôi bỏ học ra Quy Nhơn tầm sư học đạo. Đao đây là võ đạo, là võ của võ sĩ. Năm năm sau tôi xuống núi quy hồi cố hương chẳng nghề ngỗng gì ngoài nghề đấm đá túi bụi với bọn du đãng ngoài đường phố.

Ở tu viện mỗi sáng thức dậy tôi thường đọc Kinh Tin Sáng "Nhân danh Cha và Con và Thánh Thần, Amen" xong ra sân dợt vài đưởng quyền cho giãn gân giãn cốt.

Dù các Sơ không giao cho tôi việc gì nhưng ngày ngày tôi vẫn lui cui quét dọn trong ngoài, lau chùi phòng ốc, thay nến trên bàn thờ Chúa như một con chiên ngoan đạo. Riêng việc bếp núc, cuốc đất trồng rau đã có các Sơ trẻ chăm lo, tôi không phải đụng tới. Thật ra, trong nhà thờ ai cũng biết tôi - vai năm tấc rộng thân mười thước cao – chưa từng biết sợ cái chi trên đời này, ngoài việc sợ... con trùng đất ngo ngoe. Hehe.

Hàng ngày sau khi xong việc nhà Chúa tôi hay lang thang xuống phố đi tìm các chú mèo chú chó cũng lang thang như tôi để làm bầu bạn. Nhất là lũ chim *moineau*, ngày nào tôi cũng cho chúng ăn gạo Nàng Thơm đã đời riết rồi thấy tôi từ đàng xa đi tới là chúng ré lên chào mừng. Lũ chim sẻ này ma lanh lắm, biết tôi không phải là linh mục dù xuất thân từ tu viện, nhưng hễ thấy tôi là chúng chíu chít nịnh hót đến vui tai, lần nào tôi cũng nghe như "Cha Frank đã tới! Cha Frank đã tới!". Trong tu viện, tên Thánh của tôi là Frank. Biết tôi có tài nói chuyện với các loài động vật hiền lành này các Sơ phục lăn.

Giã từ các bạn thú dễ thương tôi lại lang thang khắp nẻo đường trần. Lúc thì hang cùng ngõ hẻm dạy trẻ con nhà nghèo hát đồng dao Bắc kim thang, Tùm nụm tùm nịu, Rồng rắn lên mây có cây lúc lắc..., lúc thì ra bến xe phụ các lơ xe chất hàng hóa lên mui, lúc thì rảo vô nhà lồng chợ dọn phụ hàng xén cho các nội ngoại cần giúp, coi giùm hàng cho thím xẩm Liếng ù đi lấy hàng, phụ anh Năm Hòn chất mấy giỏ cần-xé hột vịt muối lên xe ba gác chở đi bán, có khi đang ngồi rung đùi nhâm nhi ly cà phê xây-chừng ở tiệm hủ tiếu chệt Ky lại phải làm giùm một hơi ba bốn bài toán hàm số bậc hai $f(x) = ax^2 + bx + c$ và hình học quỹ tích lớp 12 cho hai cô gái cưng của ông bà chủ tiệm người Tiều tốt bụng. Tôi nhớ hoài, vừa làm vừa giải thích cặn kẽ từng điểm một xong tôi hỏi cô em có hiểu không thì cô chị vọt miệng nói "hông" rồi hai chị em bụm miệng cười khúc kha khúc khích, hồn nhiên hết sức.

Thói quen của tôi làm việc gì cũng tận tình tận lực đến nơi đến chốn, thấy chuyện bất bình là ra tay tương trợ riết của bọn du đãng.

Du côn du kề vậy mà từ đứa trẻ con cho tới giới lao động, các bậc đại phú cũng như những thành phần trí thức khoa bảng bác sĩ, kỹ sư, giáo sư, giám đốc, tỉnh trưởng đều là bạn là bè của tôi tuýt suy.t.

Sau ngày nước mất nhà tan, người người tứ tán, tôi trôi giạt ra Quy Nhơn buôn trầu nguồn không thành lại quay đầu về đi buôn hàng chuyến. Tôi bắt tay với các đại gia buôn toàn hàng xịn. Cà phê cứt chồn, trảm mã trà, xì gà Cuba, thuốc lá Craven A, 555, Dun Hill, Pall Mall, rượu Tây hảo hạng, sữa bột Liên Xô, bút máy Paker, đồng hồ Longines... Nhiều người chỉ buôn cà phê thôi, không may bị bắt là trắng tay, có khi còn bị thiệt thân. Riêng tôi trời thương "vẽ đường cho hươu chạy", buôn chuyến nào lọt gọn chuyến nấy, từ thị trấn này qua thị trấn khác. Ngon ơ. Sau cùng tôi buôn hàng lậu qua Campuchia. Hàng lậu là hàng kể trên, trừ thuốc phiện. Tôi không chơi nàng tiên nâu gây nghiện. Tôi không muốn trở thành "Đông Á Bệnh Phu".

Sau nhiều lần vận chuyển hàng lậu qua các thành phố Phnôm Pênh, Seam Reap, Battambang, Svay Rieng tôi bép xép học được ít nhiều tiếng Khmer, trở thành anh chàng có uy tín với các bạn hàng và những tay sừng sỏ bán trời không mời thiên lôi. Tuy nhiên không phải lúc nào đi buôn tôi cũng xuôi chèo mát mái. Khi qua Phnôm Pênh tôi có quen một cô gái tên Vanh Som, người Miên lai Thái, duyên dáng, khỏe mạnh và chịu chơi, chuyên nghề mối lái, đặc biệt dắt người vượt biên băng rừng qua biên giới Thái Lan. Chính cô là người giới thiệu món hàng của tôi cho một tên trùm phỉ tên Danh Khạp, ai dè gặp chuyện rắc rối.

Thấy món hàng xì-gà Cuba, 20 hộp còn nguyên si, tên chúa đảng và đồng bọn xuýt xoa thèm ra mặt. Nhưng thấy tôi là tên An Nam lạc vô giang sơn của chúng dễ bề ăn hiếp nên tên chúa đảng Danh Khạp cố tình ép giá, trả mặt hàng rẻ mạt; tôi đâu có chịu, khua tay múa chân, nói năng bặm trợn làm thằng chúa đảng để ý, nó nhếch mép cười khiêu khích: "Tao biết chắc mầy có nghề. Nếu mầy ngon đánh ngã được tao thì mầy ăn trọn". Trời đất! Thằng mặt dầy này nó tưởng mặt hàng là của nó chắc. Nhưng đụng tới võ nghệ là tôi nóng máu sẵn sàng "pặc-đờ-co" với nó liền. Thằng Danh Khạp thấy tôi chịu chơi nó sốt sắng nhảy ra sân giơ tay múa chân trong tiếng reo hò vang dội của đám lâu la.

Khoảnh đất tỉ võ là chỗ chênh vênh, lồi lõm, nhiều bụi đất và cỏ gai mọc đầy. Thấy tôi đơn thân độc mã giữa bọn bất hảo, cô Vanh Som lo lắng nói tôi cẩn thận, đừng coi thường. Đời tôi từng lăn lộn trong giới giang hồ hắc bạch đại đạo, tôi luôn luôn dè dặt và thận trọng. Lần này đụng phải tên chúa đảng Khmer đen trùi trũi, to như con gấu ngựa và đám thủ hạ vây quanh nên tôi phải hết sức trầm tĩnh.

Thằng Danh Khạp thấy tôi thấp hơn nó một cái đầu, nhỏ con hơn nó, sân nhà của nó, lại được lũ đầu gấu cổ võ cho nó nên nó tỏ ra khinh địch. Thằng trùm phỉ làm như chắc ăn, nó không nôn nóngra tay ngay mà cà rề cà rịch cởi áo ra oại bằng những đường quyền không ra quyền, cước cũng không ra cước, nhưng mỗi lần cử động bắp thịt và gân guốc của nó nổi lên cuồn cuộn, mình thì xâm đầy hình tục tĩu.

Đang múa máy, mặt kênh kênh, mép khinh khỉnh đột nhiên thằng chúa đảng khựng lại. Nó đứng dạng chân, hai tay cung lại, cổ bạnh ra, mắt trợn trừng, hộc lên một tiếng khủng khiếp nó lao tới bằng tất cả sức lực của nó. Tôi chưa từng gặp phải đối thủ nào hung bạo như thằng này.

Hai nắm tay nó như hai quả chùy đánh thốc vào ngực tôi nhanh như gió cuốn, nếu trúng đòn tôi không chết ngay tại trận cũng tàn phế cả đời. Hét lên một tiếng tôi nhảy lùi ra sau tránh đòn.

Trong tiếng la hét, cổ võ vang trời dậy đất của đám lâu la, thằng trùm phỉ đánh hụt cú đầu càng lộ vẻ kích động, nó hung hăng ra sức tấn công tôi liên tục. Nó càng đánh theo luật rừng lấy thịt đè người, tôi càng tránh né và đỡ đòn theo bài bản của con nhà võ. Khi gặp đối thủ to con lớn xác tôi luôn luôn giữ khoảng cách vừa tầm, không để địch thủ áp sát, dồn mình vào thế hiểm nghèo. Thấy tôi có vẻ yếu thế không chịu đánh trả, nó khựng lại khoát tay ra hiệu cho bọn thủ hạ im lặng, nhìn tôi nó hất hàm: " Eh, Annamite! Tu es un lâche".

Trời đất! Nó xổ tiếng Tây chửi tôi là thằng Việt Nam hèn nhát nghe bắt nóng mặt. Tôi chưa kịp phản pháo nó ngoác họng chửi tiếp: *"Eh lâche! Casse-toi alors, pauvre con, va. Cigar et ta petite amie êtes a moi" (Đồ hèn! Cút xéo mầy đi. Xì-gà và bạn gái của mầy là của tao).*

Điệu này thì thật quá đáng. Biết tỏng thằng Danh Khạp nói móc, cô Vanh Som giơ cả hai ngón giữa chỉa thẳng vào mặt nó trong khi bọn mặt gấu nhảy tửng lên hò hét vang trời.

Lần này thằng trùm phỉ đổi chiến thuật. Nó cung một tay, thỏng một tay đi vòng vòng tìm cách tấn công. Nó đánh nhứ thì tôi đỡ. Tôi đánh nhứ thì nó đỡ. Cả hai thằng đều đi vòng vòng để giữ sức, mồ hôi vã ra như tắm. Chợt thằng trùm phỉ xoay ngược hướng bước tới hai bước rồi quay ngoắt lại, gầm lên một tiếng nó lao vụt tới, phóng lên song phi vào ngực tôi. Cú đấm đã khủng khiếp, cú đá cũng không thua gì, nghe như xé gió. Tôi vội lùi lại tránh đòn không may vướng phải bụi cỏ gai làm tôi loạng choạng. Không bỏ lỡ cơ hội, thằng trùm phỉ nhanh nhẹn phóng tới

đấm thẳng vào mặt tôi khiến tôi bật ngửa ra sau té ngồi trên đất, máu rỉ ra bên mép. Thấy tôi bị đánh ngã, bọn lâu la càng nhảy tửng lên la hét vang trời. Có đứa muốn nhào vô đánh hôi, có đứa hung hăng đấm đá không khí, có đứa chửi thề, nhổ nước bọt phèo phèo.

Đắc thắng, thằng trùm phỉ không để tôi kịp đứng dậy, nó lao tới đá thêm cú bồi vào mặt tôi để dứt điểm. Nếu trúng cú đá tạt ngang cực kỳ hiểm ác này coi như tôi toi mạng, gãy cổ chết không kịp ngáp. Tuy bị té đau, nhưng thế ngồi bệt của tôi cũng có thể lật ngược thế cờ trong đường tơ kẽ tóc. Khi thằng trùm phỉ quyết hạ độc thủ bằng cú đá tạt ngang là lúc nó để trống phần dưới. Chỉ chờ có thế tôi cung tay đánh thốc vào hạ bộ của nó.

Bất ngờ bị trúng đòn hiểm, thằng Danh Khạp hự một tiếng rồi ngã lăn xuống đất nằm co quắp, hai tay ôm lấy hạ bộ rên hừ hừ. Đang la hét vang trời dậy đất bọn lâu la chợt im bặt. Lúc đó tôi mới nghe tiếng gió xào xạc trong đám cỏ khâu mọc quanh sân trại. Đứng lặng một hồi bọn lâu la chợt bừng tỉnh, chúng lao nhao hè nhau khiêng chủ tướng vô nhà. Nhanh trí, cô Vanh Som lẹ tay chụp túi hàng của tôi đánh vắt trên vai, vừa chạy vừa đưa mắt ra hiệu cho tôi rút lui.

Sau lần đó, tôi chuyển hướng lên Banmêthuột, bắt được mối lái ở quận Dak Mil tỉnh Quảng Đức, bí mật chuyển hàng lậu qua Lào trong khu rừng lồ ô gần ngã ba biên giới Việt-Miên-Lào. Đi hai lần tôi đều thất bại cả hai. Mất trắng. Biết vận may của mình không còn nữa, tôi chuyển qua nghề khác. Nghề dắt người vượt biên bằng đường bộ.

Đường Bộ

Sau hai lần đưa người vượt biên thành công bằng đường bộ qua biên giới Thái Lan, tới lần thứ ba tôi và hai người bạn lính (trốn trình diện học tập) quyết định chọn giải pháp này để trốn khỏi nước. Hai lần trước đều do các thổ dân đưa đi.. Lần này, lần thứ ba, lại do một cô gái trẻ dẫn đường. Cô tên Sam Srey, gốc Miên lai Thái.

Tôi nhớ hoài cái kỷ niệm về cô gái Miên lai này. Sự lanh lợi của cô làm tôi nhớ tới Vanh Som, cũng Miên lai, cô bạn hàng của tôi ở Phnôm Pênh. Như đã hẹn trước với tổ chức vượt biên, tôi và hai người bạn được chỉ định vào một quán nước cuối cùng ở hướng Tây bên bờ hồ Tonlé Sap chờ người tới đưa đi.

Đầu tuần quán thưa khách, ba anh em chúng tôi chọn bàn lộ thiên duy nhất đặt ngoài ban công nhô ra trên mặt nước, vừa hóng gió vừa tránh được sự dòm ngó. Ngồi nghe mùi cá phê nồng nàn quyện tiếng nhạc Dù Kê Khmer trong quán rộn rã trôi xuống mé nước tự nhiên lòng tôi dâng lên một mối cảm hoài. Trầm mình trong nỗi nhớ quê, tôi quên cả chiều xuống, hàng quán lên đèn từ lúc nào. Chợt một cô gái trẻ nhanh nhẹn bước vào quán xăm xăm đi tới bàn chúng tôi giơ tay đon đả chào. Nhìn ba cái bản mặt ngơ ngác ngó lên, cô cười, nói nhanh, "Je suis Sam Srey (Em là Sam Srey)". Nói xong cô phá lên cười thật hồn nhiên rồi tự động kéo ghế ngồi cạnh tôi, búng tay rất điệu nghệ kêu một ly soda sữa hột gà. Cô tự nhiên thoải mái đến độ người ngoài nhìn vào đều nghĩ chúng tôi quen biết nhau từ bao giờ. Từ lúc vào quán cô mặc kệ tụi tôi bối rối ra sao cô vẫn tỉnh bơ ngồi uống nước rột rẹt qua ống hút. Rồi, chắc thấy tôi có râu quai nón, dáng dấp phong trần ra vẻ một tay anh chị ngầu ngầu nên cô kề sát tai tôi nói nhỏ: "Sam Srey, sucre mis soeur (Sam Srey, em gái dẫn đường)". Lần này tụi tôi hết ngạc nhiên, biết chắc cô gái này nói tiếng Tây như một ám hiệu "phe nhà".

Cái nghề "guy de la tour" đầy nguy hiểm này đòi hỏi kinh nghiệm, thể lực và… tính hóm hỉnh, nếu ở phái nữ. Thực vậy, từ lúc gặp ba anh em chúng tôi cô Sam Srey luôn luôn cười đùa hồn nhiên. Ánh lên mắt nhìn tươi thắm, Sam Srey cho biết cô là em cùng cha khác mẹ với cô chị Vanh Som, bạn hàng của tôi ở Phnôm Pênh. "Chị em bận nên nhờ em tới gặp các anh", cô nói tiếng Pháp khá trôi chảy. Thì ra là vậy. Hèn gì mới nhìn thoáng qua tôi liên tưởng ngay đến Vanh Som.

Mười phút sau, chúng tôi rời khỏi quán nước theo Sam Srey xuống xuồng neo sẵn dưới chân quán. Cô chèo thật nhẹ nhàng đẩy xuồng lướt trên mặt sóng. Gió đêm mát lạnh. Khoảng nửa tiếng sau Sam Srey lủi xuồng vào bụi cây kè, nhanh nhẹn nhảy lên bờ vừa cột xuồng vừa ngoắc tay hối tụi tôi lên. Theo ánh đen pin Sam Srey đưa chúng tôi tới một căn chòi nằm khuất trong lùm cây rậm rạp. Chòi trống trơn chỉ có rơm khô lót trên nền đất. Cô nói nhỏ chúng tôi cứ yên tâm nằm nghỉ, nửa khuya cô sẽ trở lại.

Mặc dù cố gắng chợp mắt dưỡng thần nhưng chúng tôi không tài nào ngủ được. Phần vì lạ nước lạ cái sợ bị bể nửa chừng, phần bị muỗi như vãi trấu tấn công. Lo nhất là không biết họ có y hẹn tiếp tế lương thực hay không. Qua nghề này tôi biết nhiều người bị gạt, bị bỏ rơi dọc đường, mười phần chết chín, hoặc bị nhóm dẫn đường ra tay cướp của giết người bỏ xác giữa rừng sâu, chưa kể đụng phải bọn Sumacum hay Khmer Đỏ là xong đời. Đây không phải là cuộc phiêu lưu kỳ thú nhưng sống chết có số mà.

Chúng tôi ngồi chịu trận tới khoảng canh ba thì cô Sam Srey tới dẫn thêm hai người khách đồng hành, được giới thiệu là vợ chồng son Khmer. Đúng lúc đó ba anh thanh niên quẩy quả gánh lương thực, nước uống tới xong lặng lẽ rút lui ngay. Như thế chúng tôi có tất cả sáu người gồm bốn nam hai nữ kể cả cô Sam Srey làm người dẫn đường.

Đêm đầu tiên trăng lấp ló trong mây như đồng tình đưa chúng tôi lên đường. Im lặng tuyệt đối, mọi người bám theo cô Sam Srey đang thoăn thoắt bước nhanh trên một lối mòn dẫn vào hẻm núi. Giờ này chỉ có gió và ánh trăng soi đường. Chúng tôi đi suốt đêm vượt rừng vượt núi, lội suối qua khe, dốc lên dốc xuống, đạp lên từng vũng trăng khuya mà đi. Chúng tôi mải miết vừa đi vừa nghỉ trên con đường thiên lý. Khi lần xuống thung lũng có núi cao và rừng rậm bao quanh thì trời hừng sáng. Chúng tôi dừng chân trong khu rừng tre bạt ngàn. Ai nấy tuy mệt bở hơi tai nhưng cũng ráng lấy cơm vắt ra ăn sáng để lấy sức cho chuyến đi đầy gian nan bất trắc phía trước. Lúc bệu bạo nhai hột cơm trong miệng tôi lại thấy lòng mình bồi hồi khó tả. Hồi nhỏ tôi vẫn thích ngồi nhìn mẹ vắt cơm. Cơm vừa chín là xới ra. Từng nắm cơm được nhào vắt tròn tròn trắng tinh mẹ đặt trên mâm đồng. Những nắm cơm mịn màng thơm ngát ấy chấm với muối mè nhai chóp chép ngon nhớ đời.

Khoảng một giờ sau chúng tôi tiếp tục lên đường trời cũng vừa lắc rắc mưa rơi. Sam Srey, người dẫn đường là một cô gái có nhiều kinh nghiệm đường rừng, cô khôn ngoan không bao giờ băng qua đường cái, dễ bị lộ, cứ lối mòn trong rừng kè, rừng khộp mà đi. Thình thoàng trên con đường máu xương chết chóc chúng tôi bắt gặp một ngôi mộ hoang, chỗ khác vài ngôi mả lạnh, nằm trơ trụi bên lối mòn cỏ hoang mọc kín. Trước nỗi thê lương đó tôi nghe hính như có tiếng rên rỉ của ai đó còn váng vất mùi tử khí trong gió rừng khô khốc. Nhưng khi chứng kiến tận mắt một cảnh tượng mà chúng tôi không hiểu nổi, vì sao dưới khe suối rong rêu lều bều luồn vào lũng thăm u lại có cả một ngôi miếu nhỏ xiêu vẹo, mục nát đến rợn người. Một ai đó, vì thương tiếc người thân bỏ mạng tại đây đã đẽo gọt vội vàng miếng cây rừng thành cái miếu cô hồn ở chốn thâm sơn cùng cốc này. Người chết nằm lại đâu đó quanh ngôi miếu hoang, người sống vẫn cúi đầu lầm lũi bước đi. Mưa vẫn thầm rơi.

Đến ngày thứ năm, vừa lên tới đỉnh dốc trơn trợt, cỏ lau bạc đầu, bỗng nhiên Sam Srey ngồi thụp xuống, ngoái cổ hối hả ngoắc tay xua mọi người rút lui. Không biết chuyện gì xảy ra nhưng cảm thấy nguy hiểm chúng tôi cứ cắm đầu cắm cổ chạy thục mạng. Chạy ngược chừng hai trăm thước, mọi người lủi vô bụi cây nằm bẹp xuống núp sau một gò đất cao. Sam Srey ào tới lắp bắp qua hơi thở bọn Khmer Đỏ đang ở dưới thung lũng; may mà cô phát giác kịp thời.

Quân Pôn Pốt khi chiếm được đất Phật, cả thế giới đều biết đến tội ác diệt chủng kinh hoàng của bọn ác quỷ này. Nằm im một hồi không nghe dộng tịnh gì cả bọn nhỏm dậy bám gót Sam Srey di chuyển theo hướng khác, tránh xa quân giết người.

Cô Sam Srey tỏ ra thông thạo vùng này. Len lỏi trong rừng rậm được già nửa đoạn đường chúng tôi gặp lại lối mòn. Để tới kịp chỗ nghỉ đêm trong rừng, Sam Srey xác định lại địa hình hướng đi lúc chiều dần tàn.

Đêm ở rừng im lặng đến rợn người. Trăng rừng cũng im lặng len lỏi trong vòm cây đổ những vũng sáng xuống chỗ chúng tôi nằm. 5ự đồng lõa của trăng và rừng nín lặng đến không nghe cả tiếng lá rơi, ngoài hơi thở nhè nhẹ của Sam Srey ngồi cạnh tôi. Sương khuya lạnh nhưng ngồi cạnh Sam Srey tôi cảm thấy thân thể cô ấm đến nồng nàn. Thân gái dặm trường, dù sung sức cách mấy Sam Srey cũng phải thấm mệt. Cái mệt không phải ngay lúc này mà từ lúc khởi hành đến khi dừng chân cái mệt mới đọng lại vô tình dựa vào vai tôi cô ngủ thiếp đi. Sau năm ngày đêm, chúng tôi đã vượt qua hơn nửa đoạn đường và vẫn bình an vô sự, đến khi được nằm xuống nghỉ ngơi ai nấy đều ngủ ngon lành.

Lúc này tôi mới để ý tới Sam Srey. Người con gái, dù hoàn cảnh làm cho nhọc nhằn, vẫn toát ra sự yếu đuối, vẻmềm mại, nét dịu dàng cố hữu của phụ nữ. Nhớ lại lần đầu gặp Sam Srey, tôi thấy cô cũng bình thường như những cô gái trẻ thành thị khác. Khuôn mặt chữ điền biểu lộ tính quyết đoán, nhưng ánh mắt như môi lúc nào cũng nờ một nụ cười duyên dáng.

Đang chập chờn trong giấc điệp chợt có tiếng la cầu cứu khiến mọi người giựt mình choàng tỉnh ngay. Phản ứng tự nhiên là cả bọn túa ra tìm đường thoát thân thì thấy anh chồng Khmer trần truồng đang hớt hải cõng vợ chạy về kêu cứu. Thì ra, chờ mọi người ngủ say, hai vợ chồng son lén dẫn nhau ra bìa rừng ân ái, không may cô vợ bị rắn cắn. Đáng lẽ anh chồng chữa trị ngay hoặc đưa vợ về nhờ người cứu chữa, đằng này anh như người mất hồn ngồi chết sững tại chỗ. Đến khi tỉnh hồn anh cõng vợ về thì đã muộn. Nọc độc lan đi làm toàn thân người vợ tím bầm. Cô tức thở, lắp bắp không thành tiếng, mắt trợn trừng, miệng xùi bọt mép, co giựt mấy cái rồi lịm luôn.

Vợ chết chồng hóa điên. Anh khóc lóc, kêu gào thảm thiết. Anh rủa sả chúng tôi cứ như vì chúng tôi vợ anh mới chết. Rồi anh hì hục đào hố bằng hai bàn tay. Chúng tôi can gián, anh hất ra, mắt long lên chửi rủa càng dữ dội. Chợt anh nín bặt, vái lạy xác vợ rồi quay lưng chạy như điên vào đêm đen như mực, bất kể chướng ngại vật.

Vượt qua ba ngọn đồi, năm con suối, chúng tôi tiếp tục đi về hướng tây bắc. Càng đi gần về phía biên giới Thái Lan chúng tôi càng cảnh giác cao độ. Bất trắc, hiểm nguy luôn luôn rình rập de dọa bất cứ lúc nào, ai biết được. Từ khi xảy ra biến cố thê lương của cặp vợ chồng Khmer chúng tôi cẩn thận hơn. Dù không nói ra nhưng ai cũng sợ khi xảy ra biến cố thê lương của cặp vợ chồng Khmer chúng tôi cẩn thận hơn. Dù không nói ra nhưng ai cũng thương xót cho người vợ trẻ đã nằm yên dưới ba tấc đất, lo lắng cho số phận người chồng bất hạnh không biết sống chết ra sao. Lúc anh lao vào bóng đêm chúng tôi rượt theo cố níu anh lại nhưng không kịp; trong cơn điên anh chạy quá nhanh. Tội nghiệp Sam Srey la hoảng vì biết anh đang đâm đầu về phía vực sâu.

Sau bảy ngày đêm vượt biên bằng đường bộ, cuối cùng bốn người chúng tôi cũng tiến gần tới đích. Vừa nhìn thấy cột mốc của biên giới Thái Lan - Campuchia cách chúng tôi khoảng năm trăm thước ai cũng la lên mừng rỡ. Bao nhiêu nhọc nhằn, khốn khổ sau bảy ngày đêm vượt thoát làm kiệt quệ thân xác bỗng chóc tan biến tất cả. Rồi mạnh ai nấy chồm lên, ra sức lao tới. Lúc đó khoảng mười giờ, nắng chói chang. Khi biết chắc mình đặt chân lên mảnh đất tự do, chúng tôi ôm chầm lấy nhau, thật chặt. Vừa ôm nhau, nhảy nhót vừa la hét và cảm tạ Trời Phật cho chúng tôi sống sót. Đúng lúc đó một tràng tiếng súng vang lên.

Chẳng biết phía bên nào bắn, nhưng khi nằm rạp xuống tôi thấy rõ ràng cả hai người bạn lính của tôi đều bật ngửa ra sau, đầu đập mạnh xuống đất nằm bất động. Đúng lúc đó tôi nghe tiếng rên của cô Sam Srey đang nằm dè lên người tôi. Và cũng lúc đó tôi mới thấy người tôi ướt đẫm. Cứ tưởng mồ hôi, hóa ra là máu.

* * *

Bốn mươi năm nay, trải qua những giông bão cuộc đời, thỉnh thoảng tôi vẫn đáp chuyến xe quay về miền quá khứ để tìm lại hình bóng Sam Srey và bốn người bạn đồng hành của tôi trên bước đường tìm tự do. Dù tôi biết rằng họ không còn ở trên cõi đời đầy khổ đau này nhưng tôi vẫn tin rằng thuở xa xưa đó đến tận bây giờ có một người tên Sam Srey và bốn linh hồn oan khuất kia vẫn âm thầm đến với tôi trong một giấc mơ kỳ lạ để rồi sáng ra họ hoàn toàn biến mất, không để lại một dấu vết nào.

Chế Phòn

Hôm nay là ngày giỗ của A Phòn, vợ của cựu hạ sĩ nhất E. Tư E thuộc Chiến Đoàn 3 Lôi Hổ Ban Mê Thuột. Nếu còn sống đến nay A Phòn vừa đúng 75 tuổi đời; dáng người đẫy đà nhưng rắn rỏi và lanh lợi, đặc biệt lớn hơn đức ông chồng những mười lăm tuổi. Duyên nợ ở đời đôi khi như hai chiếc lá từ hai nơi xa xăm theo gió thổi giạt về, chao đảo, cọ quẹt, xoắn xuýt, cuốn hút lấy nhau mà nên nghĩa vợ chồng.

Thuở ấy... Thực ra là năm 1969, tình cờ vừa gặp nhau trong buổi chợ phiên, cả Tư E lẫn A Phòn đều bị tiếng sét ái tình đánh cho bổ nghiêng bổ ngửa, nện cho bò lê bò càng. Gặp nhau hôm trước hôm sau đã hẹn hò, tháng sau anh cưới chị liền tay. Nhưng thời buổi loạn ly, Tư E cưới vợ xong là đi. Hạ sĩ nhất E đi ra mặt trận cùng cấp chỉ huy và đồng đội với nhiệm vụ xâm nhập vào lòng địch từ vỹ tuyến 17 trở ra nhằm thu thập tin tức tình báo. Tư E chuyên hoạt động biệt kích nhảy toán từ mật khu này qua chiến khu khác, nhiều năm liền không chết. Hạ sĩ nhất E không chết mà chết người gái nhỏ hậu phương.

Ngày 10 tháng 3/1975, Việt Cộng tấn công thị xã Ban Mê Thuột, gieo biết bao đau thương tang tóc cho đồng bào vô tội. Giữa khuya, T.54 lăn bánh vào thành phố. Tiếng xe tăng đại bác gầm rú, tiếng súng lục, súng liên thanh, B40, tiếng lựu đạn, tiếng hò hét man rợ, tiếng người chạy rầm rập, nườm nượp, lúp xúp, ngược xuôi. Những đám cháy như những bàn tay của quỷ bùng lên từ lò luyện ngục dẫn lửa đi khắp mọi nhà, đốt cháy cả màn đêm. Đêm lạnh lùng. Đêm man di mọi rợ. Không khí đêm sặc mùi khói lửa và mùi máu tanh tràn đi, ập tới rúng động cả trời đất, méo xệch cả lương tri, chao đảo những bóng người chạy loạn.

Ở gần khu vực nhà thờ xóm Phú Yên Caritas, anh tài xế xe tải giục người cuối cùng lên xe xong cài tấm bạt lại hối hả lái đi như cố chạy thoát ra khỏi vùng giao tranh, hướng về miền duyên hải. Trên đường đi trời đổ mưa, chừng nửa giờ thì tạnh. Mặt trời chiều đỏ ối lại hiện ra sau màn khói dầy đặc của đám cháy như cố giương mắt nhìn đoàn người chạy loạn cùng xe cộ đang đâm đầu nhủi về miền biển ngược chiều hoàng hôn.

Khi xe tới Phước An, một quận nhỏ nằm ở phía Đông Bắc thị xã Ban Mê Thuột, mới thấy chiến cuộc ở đây cũng diễn ra ác liệt. Người chết, nhà cháy, tiếng súng giao tranh át cả tiếng than khóc của dân tình. Trên một dốc đồi thoai thoải, chiếc Chinook vừa hạ cánh nhằm di tản dân chúng ra khỏi vùng lửa đạn không ngờ dân chúng lại gồng gánh, bồng bế, dắt díu nhau nhào vô lòng trực thăng chật cứng, nặng đến nỗi phi công không thể cất cánh lên được, đuổi cách mấy cũng không ai nhúc nhích. Đúng lúc đó Việt Cộng lại pháo kích. Lính cũng như dân la hét, nhốn nháo như vỡ chợ, ùn ùn chen nhau nhảy ra khỏi lòng trực thăng hớt hải bỏ của chạy lấy người. Một lần nữa người ta lại thấy sức mạnh của viên đạn bắn thẳng vào đám đông.

Viên đạn đồng vô tri ghim vào đầu, vào cổ, vào ngực, vào bụng vật con người ngã nghiêng, ngã ngửa, ngã dụi xuống đất. Có người chết không kịp ngáp, có người bị thương bật lên tiếng khóc than rền rĩ, có người kêu to đau đớn vang trời. Cùng lúc đó, bố con A Phòn trong tiệm thực phẩm vắng chủ hốt hoảng đâm đầu chạy ra xe thì xe vừa chạy đi. Hai bố con gào to, rượt theo, hối hả ngoắc tay kêu tài xế dừng lại. Trên xe, mẹ và em gái của A Phòn cũng cuống cuồng la chãi bãi, quýnh quáng nhoài mình xuống cố nắm lấy tay hai bố con đang chìa tới, nhủi đầu chạy theo, trong khi bà con trên xe đập rầm rầm kêu xe dừng lại, nhưng vô ích. Xe vẫn chạy, người bị bỏ lại hơ hải chạy theo, hai cánh tay đưa lên ngoắc nguẩy, chới với, hụt hẫng, đúng lúc trái pháo vô tri lao vụt tới nổ long trời lở đất, hất tung hai con người lên không, tưa tướt, oặt oẹo, lộn lẹo mấy vòng rồi rơi phịch xuống đất. Chứng kiến tận mắt thảm cảnh bất hạnh của hai bố con A Phòn, bà con trên xe đều kinh hoàng, ngồi chết trân. Họ im bặt trong nỗi tê dại, trừ một người đàn bà chấp chới gượng dậy kêu rú lên "Ối giời ơi!" rồi rũ xuống sàn xe, ngất lịm.

* * *

Một năm sau từ trại tù binh trở về, vừa bước vô nhà nhìn thấy cảnh tượng trước mắt, Tư E giựt mình khựng lại, nỗi xúc động bóp nghẹt trái tim anh. Trên bàn thờ ông bà có thêm hai tấm ảnh của A Phòn vợ anh và bố vợ anh. Lúc Tư E bị bắt làm tù binh bên kia cầu Hiền Lương anh đâu còn biết gì tình hình phía Việt Nam Cộng Hòa. Đến lúc được thả Tư E không thể nào ngờ ngày trở về lại là ngày biệt ly.

Tấm ảnh của vợ và của bố vợ còn mới quá, như mới vừa rửa trông nổi bật so với những tấm hình trắng đen của ông bà tổ tiên đã phôi phai. Đứng giữa căn nhà thiếu ánh sáng, mùi nhang khói vật vờ, u uẩn càng tăng thêm vẻ thê lương ảm đạm. Vừa nhác thấy Tư E cả hai mẹ con đều giựt mình, mở to cặp mắt ngơ ngác, sững sờ. Rồi như không còn chịu đựng nổi nữa, cả hai đều bưng mặt bật khóc lên nức nở nghẹn ngào.

Chỉ một năm thôi, bà già đã gầy rộc đi. Hai cái chết cùng một lúc không định sẵn, đột ngột, khổ sở hẳn đã làm cho hai mẹ con bà mãi mãi ngậm một nỗi mất mát vô bờ. Nhìn Sùi Hy, em gái của A Phòn, Tư E càng bồi hồi. Hai chị em sinh đôi đã chẳng là hai sinh thể hữu tình yêu thương nhau, không thể rứt ruột lìa nhau cho đến chết đó sao. Nụ cười đằm thắm, vẻ dịu dàng ngày nào thay vào đó là những dằn vặt, khổ não làm cho Sùi Hy xanh xao, phờ phạc đến suy tàn. Ngay cả giọng nói cũng nằng nặng, buồn buồn. Sùi Hy kể:

Chệt và chế Phòn em bị Việt Cộng pháo kích chết trước mắt em và Má làm cả tháng trời Má như người mất hồn. Mặc dù vậy, Má vẫn tin hai người còn sống ở đâu đó, nhất định không chịu lập bàn vong. Ban Mê Thuột mất, Nha Trang cũng bị Việt Cộng chiếm, người ta bỏ chạy vô Sài Gòn thì Má và em tìm đường ngược lên Ban Mê Thuột. Thấy nhà cửa không bị hư hại, thất thoát gì, Má lại chạy về Phước An tìm kiếm tung tích Chệt và chế Phòn; cứ chạy đi chạy về hụt hơi vẫn vô phương tìm kiếm. Nhưng mà anh Tư ơi. Chế Phòn em chết linh lắm. Linh tới độ cả xóm ai thấy cũng sợ.

Một hôm, Má đang ngồi thiu thỉu trước hiên nhà, đột nhiên một người đàn ông có vẻ như ở dưới quê lên xăm xăm bước tới trước mặt má rồi ngồi thụp xuống ôm mặt khóc rưng rưng. Bà con hiếu kỳ bu tới coi đông nghẹt. Sợ có chuyện gì, em vội chạy ra chưa kịp hỏi thì ông ta mếu máo bưng miệng tự thú. Trời ơi! Thì ra ông ta là người đã chôn Chệt và chế Phòn em ở Phước An lần đó. Anh Tư thấy có linh không? Nếu không phải chính chế em nhập hồn vào ông ta, bắt ông ta đích thân tới tận nhà khai báo thì làm sao ổng biết nhà mình ở đâu ra mà tìm. Ông già khóc lóc ra vẻ hối hận lắm, song ổng chưa kể dứt sự tình đã bị bà con hối thúc dẫn Má con em xuống Phước An, tới ngay chỗ ổng chôn xác Chệt và chế Phòn.

Vì chôn cạn, chôn qua loa nên chỉ vài nhát xẻng đã lộ ra mặt người chết. Dù đang bị phân rữa nhưng em vẫn nhận ra chế và Chệt, còn Má thì ngất xỉu ngay tại chỗ. Anh Tư à. Suốt đời em vẫn nhớ hoài gương mặt chế Phòn em lúc đó phủ đầy bùn đất và máu, tay vẫn ôm bình nước. Nhưng không hiểu sao lúc đó em có linh cảm tuy thân xác đang phân hủy nhưng linh hồn chế và Chệt vẫn tươi rói nhìn xuống Má và em. "Tui thấy cô Hai bị thương nặng máu me đầy mình nhưng còn sống, sợ xe cán nên tui kéo hai người vô trong lề. Lúc đó ông Ba đã chết rồi". Ông ta còn tình thiệt khai: "Cô Hai ra dấu khát nước tui chạy đi kiếm nước, khi mang tới thì cô Hai đã chết. Thương tình tui đặt bình nước vào tay cô Hai rồi đào lỗ chôn hai người chung một huyệt". Nói đoạn ông già run rẩy móc trong túi áo vết nhăn nheo bạc phếch ra đưa cho Má đồng hồ đeo tay, cặp bông tai và cà rá. Xuyên qua con mắt đẫm lệ, thoáng nhận ra di vật của chế Phòn Má òa lên khóc ngất rồi lịm đi.

Chú thích của người viết

Hai chị em sinh đôi Hồng Sùi Phòn và Hồng Sùi Hy là chị bà con cô cậu của Hồng Kỳ Sủng, bạn tôi. Tôi chơi thân với Sủng từ thời đi học cho tới khi đi lính về Sủng mới giới thiệu chế Phòn với tôi. Thật ra, chế Phòn dạy học ở Vũng Tàu sau đổi trường dạy lên Ban Mê Thuột ở nhà bố mẹ Sủng tôi mới gặp. Chế Phòn còn có tên là Hảo. Khi Sủng giới thiệu tôi với chế Hảo thì chị ú ớ cả thẹn, vì tôi tên Hòa. Hòa-Hảo, thật trùng hợp bất ngờ và thật xứng tên. Nhưng tôi và Sủng là lính tác chiến cả năm mới về phép một lần nên Hòa tôi không buộc được duyên với Hảo. Đầu năm 1969, chế Phòn đi lấy chồng thì cuối năm tôi được tin Sủng tử trận ở Pleime, Pleiku, lúc đó tôi đang đóng chốt phòng ngự ở một cứ điểm phía Tây sông Pôkô, thuộc tỉnh Kontum.

Con người từ khi sinh ra ông trời đã định sẵn mỗi người một hướng đi rõ rệt, thường thì đi đến nơi chia lìa. Năm 1969, trung sĩ nhất Hồng Kỳ Sủng chết mất xác trong một trận đánh ở Pleime, tỉnh Pleiku. Chế Phòn và ông bố chết thảm ở Phước An tháng 3, 1975. Vì mất chồng mất con, mẹ chế Phòn bị trầm cảm cho đến chết vào năm 2000. Bố, mẹ, chị đều mất, Hồng Sùi Hy sầu đời vào chùa xuống tóc quy y tam bảo, sau tu tại gia. Cuối năm 1979 tôi vượt biên, định cư ở Canada đến nay. Tính ra gần 40 năm tôi chưa trở về quê nhà lần nào nên không biết gì về Tư E, chồng của chế Phòn.

Sự tình trên đây tôi kể ra để nhớ lại tháng Tư của đất nước mình thê thảm như vậy đó.

Thân Phận Đào Binh

- Nào! Ta chào sân cái đi.

- Mời anh

- Mời… Vào ba, đúng không?

- Dạ, đúng

- Ly thứ hai. Cụng. (Khà…). Dám hỏi anh bạn đây thứ mấy?

- Dạ, tôi thứ sáu

- Chào anh Sáu. Được rồi. Mình cạn cái nữa rồi vô đề nghe.

* * *

Tôi họ Hồ tên Mạnh Được. Hồ Mạnh Được, mới nghe tên ai cũng méo mó nghĩ chắc tôi "được" cái gì, nhưng thật ra từ ngày Cha sanh Mạ đẻ tới chừ Mạnh Được tôi có được cái chi mô.

Bọ Mạ tôi… À không. Cha Mạ tôi người làng Phe Điền, huyện Hương Cần, tỉnh Thừa Thiên Huế. Nhưng Cha Mạ tôi sinh tôi trên một con đò bên bờ sông Hoài, tỉnh Hội An. Sông Hoài là nhánh của sông Thu Bồn, anh Sáu biết rồi.

Lên năm tuổi thay vì học mẫu giáo tôi vô thẳng lớp năm, trường tiểu học Gia Hội, Huế. Năm năm sau tôi thi đậu vào trường Quốc Học, cũng là năm tôi lên mười được

một ông thầy người Minh Hương bán mì gõ ở chợ Đông Ba dạy võ cho tôi. Biết chút võ nghệ, ngựa non háu đá, tôi thường hay sanh sự đánh lộn với đám du côn ngoài chợ bị Thầy Cô mắng vốn, Cha Mạ la rầy hoài.

Năm 17 tuổi tôi nổi máu giang hồ bỏ xứ vô Sài Gòn sống đời du thủ du thực. Đặt chân lên đất Sài thành không bao lâu, Hồ Mạnh tôi (khấu đầu lạy Cha Mạ con xin lược bỏ tên Được) trở thành tay đâm thuê chém mướn, vào tù ra khám như đi chợ. Có lần sau khi hạ bệ một tay anh chị ở Bàn Cờ tôi trở thành đại ca của lũ lâu la xóm này. Từ cái tên vô danh Hồ Mạnh được bọn đàn em nói trại là Mãnh Hổ. Từ đó địa bàn hoạt động của băng đảng Mãnh Hổ càng ngày càng mở rộng xuống bến Hàm Tử, lan qua bến Chương Dương, lấn lên tới chợ Cầu Muối thì dừng lại. Vì từ lằn ranh này qua bên Thủ Thiêm, Tôn Đản, Khánh Hội là địa bàn của một đại ca người Tiều (Ca-kỳ-nán), có vợ người Việt (An-nàm-nán) gốc Hội An tôi quen biết hồi xưa. Dần dà trường đời nặn tôi thành quân đầu trộm đuôi cướp khét tiếng đất Sài thành. "Đầu trộm" là trộm của nhà giàu chia cho người nghèo và cho bọn lâu la ăn chơi phè phỡn. Nhưng "Đuôi cướp" mới là thứ dữ: cướp tiệm vàng, sòng bạc, nhà băng.

Một hôm đang bù khú ăn nhậu với bọn đàn em ở góc đường Bùi Viện thì một đám mặt rô kéo tới sanh sự. Chẳng nói chẳng rằng tôi lôi chính tên đầu sỏ ra đánh trẹo quai hàm, móc lòi con mắt trái, máu me phủ mặt. Kết quả tôi bị

Cảnh Sát tó vì tội hành hung, phá rối trị an. Có điều, thay vì xộ khám như những lần trước thì lần này tôi bị đẩy thẳng vào Trung Tâm 3 Tuyển Mộ-Nhập Ngũ. Sau khi ra trường thay vì cầm sự vụ lệnh lên Quân Đoàn II trên Pleiku trình diện, tôi vù cha nó ra Huế.

- Xin lỗi anh Sáu. Ta vô một cái nữa đi.

Thương thằng con đi hoang lủi thủi trở về, Cha Mạ đem tôi đi giấu nhưng không sao thoát khỏi cặp mắt bàn dân thiên hạ. Anh binh nhì Hồ Mạnh Được lại bị bắt ra Tòa Án Quân Sự, xử tôi phạm tội đào ngũ xong đưa thẳng ra đơn vị tác chiến ngoài vùng I làm lao công chiến trường từ sáu tháng tới một năm. Nhiệm vụ của lao công đào binh là làm các công tác tạp dịch khổ sai, tải thương, khiêng vác đạn dược, đào hầm đào hố. Cái ác nhất của thân phận đào binh là không được hưởng bất cứ tiêu chuẩn nào của người lính, dĩ nhiên, càng không được trang bị súng ống, khi đụng trận thì đi đầu làm bia đỡ đạn. Nhiều đồng đội lao công đào binh lần lượt gục ngã bên cạnh tôi, trước mắt tôi khiến lòng tôi đau thắt, hoảng loạn lẫn căm hờn. Lao mình trong cuộc chiến tay không tấc sắt, tôi cảm thấy mình không còn là một con người, tôi trở thành cái khiên đỡ đạn, cái bia để bắn. Rõ ràng tôi đang đón đợi cái chết hãi hùng đang rình rập mình trong đường tơ kẽ tóc.

Mỗi năm cứ tới tháng Tư là tôi hay nhớ tới cuộc chiến man rợ của đất nước mình. Tôi còn nhớ mùa mưa năm 1972, trong một trận đánh xáp-lá-cà dưới chân núi Ngok Linh, tỉnh Kontum đã ám ảnh tôi tới tận bây chừ. Ngủ hay thức quên đi thì thôi, hễ nhớ tới là trận cận chiến cứ như vừa xẩy ra mới hôm qua đây thôi. Quân lính hai bên gào thét xông vào nhau, thọc lưỡi lê, dọng báng súng, đấm đá, vật lộn. Có tiếng súng lục nổ cùng lúc tiếng người gào thét. Có tiếng dao đâm ngọt xớt. Có báng súng thùm thụp dọng vào thân người. Người ngã xuống, máu đổ thịt rơi. Đất và cỏ trở thành thảm lót xác người. Đây là một cuộc tàn sát không gớm tay, không lợm máu. Anh Sáu có bao giờ nghe thấy hoặc so sánh giữa tiếng người sống và tiếng người đang giẫy chết không? Vì bị đâm, bị chém, bị bắn nên tiếng chết nghe lạ lắm, phải nói là kỳ lắm, anh Sáu. Cái âm thanh lúc đó không còn là âm thanh của con người nữa mà là âm thanh oặt òa oặt oại cực kỳ quái gở, rất ghê người của thần chết.

Trong trận này, lao công đào binh gồm năm người không tấc sắt trong tay đồng loạt gục xuống. Những ngày tháng lao động khổ sai, thiếu ăn thiếu mặc khiến thân thể họ gầy mòn, ốm yếu, làm sao còn sức mà chống chọi với kẻ thù khát máu, có vũ khí trong tay. Còn Hồ Mạnh Được tôi, nhờ ba miếng võ trơn tru do ông thầy Tàu dạy năm xưa mà thoát chết bao nhiêu là lần. Kẻ thù của tôi trong trận cận chiến này là anh chàng bộ đội trẻ măng, nhưng sức vóc không thua gì tôi, chỉ khác tôi ở bản tính cực kỳ hiếu chiến. Chính anh này vừa giết chết người bạn đào binh của tôi nên quần áo, mặt mũi, tay chân anh ta vấy đầy máu. Giết người xong anh ta xoay qua tôi, cầm con dao đẫm máu trong tay, y gầm lên lao tới. Vì tôi thuận tay trái nên mỗi lần bị kẻ thù tấn công tôi hay lạng qua phải. Chờ con dao lướt qua vai, tôi vận công thọc hai ngón tay vào cặp mắt anh bộ đội nghe một cái "soop…ơ… ợp!" bẹt nhè bẹt nhẹt…

Tôi cũng còn nhớ trong một trận đánh trên đèo Bình Đê,

nối Quảng Ngãi với Bình Định. Lúc đó trời mưa hay lệ trời khóc người giết người không gớm tay, tôi không còn biết. Là lao công đào binh, cổ tôi đeo dây đạn trung liên, tay xách thùng đạn chạy lúp xúp tới mục tiêu phía trước, vừa lao tới chân gò đất tôi chợt giật mình khựng người trước nòng súng của địch đang chỉa thẳng vào mặt tôi từ lúc nào. Anh ta cách tôi chỉ vài bước, lạnh lùng bóp cò. Không biết tôi mang nanh heo trước ngực, linh thiêng hay không mà đạn bắn không trúng hay đạn kẹt trong nòng đã cứu tôi thoát chết. Không đợi kẻ thù kịp lên cơ bấm, tôi lao tới, thuận tay quất nguyên dây đạn trung liên mạnh đến nỗi đầu những viên đạn cắm thẳng vào cổ anh ta, máu phun có vòi.

Ngơ ngác trước cái chết hết sức kỳ lạ và vô cùng tàn bạo, mắt anh trợn trừng, đứng như trời trồng rồi ngã ụp xuống kéo theo khẩu AK cấn lên ngực tôi đau đến nỗi làm tôi ngất đi. Lúc tỉnh lại trời cũng vừa chạng vạng tối đủ để tôi kịp thấy cảnh tượng kinh hoàng bày ra trước mắt. Vương vãi khắp nơi súng ống, xác người nhòe nhẹt máu óc ướt sũng nước mưa. Trận đánh kinh hoàng, thảm khốc, vô nhân tính đến nỗi lúc rút lui không một ai kịp mang theo xác đồng đội của mình. Xác ta và địch chết sấp, chết ngửa, chết co quắp, chết phanh thây vì vết dao đâm, vì báng súng đánh nát mặt, nát người.

Ở rừng trời mau tối. Nhưng nhờ tạnh mưa nên trăng trong mây lờ mờ đủ soi đường cho tôi chạy thục mạng khỏi vùng đèo tử thần một quãng khá xa. Nhưng vừa xuống tới chân đèo thì trời lại mưa, tôi lủi đại vào một bụi cây núp mưa.

- Sau đó "ông lao công đào binh, bí danh Mãnh Hổ" chắc dông luôn…

- Tôi có khùng đâu mà đâm đầu ra trình diện, anh Sáu. Lúc mò về tới Qui Nhơn chú tôi mới cho hay Cha Mạ tôi phần vì già yếu phần vì nhớ tôi nên lần lượt qua đời, tôi nghe mà khóc hết nước mắt. Từ đó, tôi thay tên đổi họ theo tàu của chú ra biển đánh cá chờ cơ hội tìm đường về Sài Gòn. Đầu tháng Giêng 1975 tôi về tới Sài Gòn thì hai tháng sau, tức ngày 10 tháng 3, 75 Ban Mê Thuột thất thủ kéo theo Nha Trang, rồi Cam Ranh, Ba Ngòi. Khi nghe tin trung tướng Nguyễn Vĩnh Nghi (Tư lệnh Quân đoàn 3) và chuẩn tướng Không quân Phạm Ngọc Sang bị bắt sống ở Phan Rang, tôi nhắm tình hình đất nước không yên nên nhanh chân chạy xuống Rạch Giá ở ẩn sống qua ngày. Nói ở ẩn cho có vẻ "thời thượng" chớ thật ra tôi đi đánh cá với thằng chủ ghe tên Nghệ, tức một thằng đàn em năm xưa ở Bàn Cờ giải nghệ về Hòn Nghệ sắm tàu đánh cá. Hòn Nghệ là hòn đảo thuộc Kiên Lương cách bờ khoảng mươi mười kí-lô-mét. Hồi đó, nhà cửa còn thưa thớt, dân chài không nhiều, biển bây chừ chắc cũng rứa, còn nhiều phù sa.

Anh Sáu thấy không. Đã mang tiếng là "đào binh" thì đời Mãnh Hổ tôi lênh đênh rầy đây mai đó cũng điệu nghệ lắm rồi. Nói thiệt với anh Sáu, lúc mất Sài Gòn tôi mới nghĩ tới chuyên vượt biên. Sẵn "ghe nhà" tuần trước tuần sau tôi và nguyên gia đình thằng "Hòn Nghệ" vượt biên qua tới Nam Dương. Nửa năm sau thì qua Mỹ lủi thủi sống tới bây chừ.

- Nào. Cạn đi anh Sáu. Úi chao! Mới đó mà đã 44 năm qua cái vèo, anh Sáu hỉ. 44 năm tôi chưa từng trở về quê nhà lần nào. Anh Sáu về lần nào chưa hè? Mà nhà cửa, nước non chi mô nữa mà về. Mãnh Hổ tôi đã lọi giò sút móng từ khuya.

Người ta nói càng về già càng ít nằm mơ. Ấy rứa mà có lần tôi nằm lơ mơ thấy lá cờ vàng năm xưa của Việt Nam Cộng Hòa mình bay phấp phới ở Ngọ Môn trước kinh thành Huế, anh Sáu tề.

Cọp Rằn

Chiếc Molotova chở người tù cải tạo và ba tên cảnh vệ đi chợ Quảng Nhiêu về gần tới trại tù Méval thì xe chết máy. Xế trưa trời không mưa nhưng mây thấp và gió buốt. Con đường đất, rừng cây, những ngọn đồi thấp như co lại vì cái lạnh cuối năm.

Molotova là loại xe vận tải từng vượt Trường Sơn vào Nam, sau chiến tranh vẫn dùng làm phương tiện di chuyển, như hàng tuần xe vẫn dùng để chuyên chở thực phẩm mua từ chợ Quảng Nhiêu vào trại. Chuyện trung úy Ban, tù cải tạo kiêm anh nuôi cứ cách tuần theo xe ra Quảng Nhiêu đi chợ đã quá quen thuộc với toàn trại.

Thời chiến, trung úy Ban, thuộc Liên Đoàn 21 Biệt Động Quân Ban Mê Thuột nổi tiếng Ban lì, do trung tá Lan (Lan trọc) chỉ huy. Ngày 10 tháng 3-1975 khi Ban Mê Thuột thất thủ, cọp rằn trung úy Ban bị bắt ngay tại xã Phước An. Từ đó anh không biết cũng như không nghe tin tức gì về số phận vị chỉ huy của mình.

Ba năm trước, cũng con đường âm u này, cũng chiếc Molotova đã chuyển trung úy Ban và hàng trăm tù cải tạo từ Trại Cải Huấn Ban Mê Thuột vào trại tù Méval. Méval cách thị trấn Ban Mê Thuột khoảng 35km về phía Tây Bắc, trước kia là đồn điền trồng cao su và cà phê của người

Pháp. Qua năm thứ hai, Ban được xếp vào toán nhàbếp làm "anh nuôi bồi dưỡng" cho trại.

Như thường lệ, xe đậu ngay trước ủy ban xã, ngó xéo qua bên kia đường là chợ. Quảng Nhiêu. Ngôi chợ quê đimột vòng đã... về chốn cũ. Ban nhớ những lần đi chợ đều có 3 tên cảnh vệ đeo súng kè kè một bên. Nhưng riết rồi họ thấy Ban rất kỷ luật, không có ý đồ bỏ trốn nên sau khi chợ búa xong hầu như họ thả lỏng Ban la cà mặc thích, cứ đúng giờ trở lại Ủy ban lên xe về trại.

Ngay từ khi Ban được thả lỏng anh nghĩ ngay tới chuyện vượt ngục mà anh đã manh nha từ khi bước chân vô trại cải tạo . Đã ba năm nay họa hoằn lắm trại tù Méval mới xẩy ra lẻ tẻ vài vụ vượt ngục nhưng kết quả không một ai trốn thoát. Rừng núi âm u trùng điệp, lạc vô đó sớm muộn gì cũng đều bị bắt lại. Có người đang dẫn độ về trại toan chạy trốn bị bắn chết.ngay tại chỗ. Những ai bị đưa về tới trại đều bị các "đồng chí" bề hội đồng tả tơi manh giáp. Nếu sống sót thì tù phạm bị cùm biệt giam, nếu bị đánh chết thì bó chiếu đem chôn. Từ đó, sau cụm rừng thưa cách láng trại không xa, mộ tù chính trị lẫn tù hình sự - không chết vì vượt ngục cũng chết vì bệnh tật - theo năm tháng đã mọc lên thành nghĩa địa tù.

Thời gian lầm lũi trôi qua và sau thời kỳ ổn định tình hình trại, tù được phép cho thăm nuôi. Ban đầu cứ cách hai tuần thân nhân tù cải tạo ở Ban Mê Thuột thuê xe Dodge, loại xe vận tải nhỏ chở họ vô Méval thăm nuôi tù. Trung úy Ban, dân miệt đất mũi Cà Mau dĩ nhiên thuộc thành phần "con dì phước". Thật ra gia đình ba má Ban nghèo rớt mùng tơi, quanh năm suốt tháng mò cua bắt ốc ven sông ven biển độ nhật, tiền bạc đâu mà lặn lội lên tận miền cao xa xôi cách trở để thăm con. Biết vậy nên suốt ba năm tù anh không hề biên thư về cho gia đình. Anh coi như mình đã chết. cũng nhờ vậy lại đỡ khổ cho gia đình. Nhưng nhờ " sống lâu lên lão làng" nên sau này Ban, xong nhiệm vụ nhà bếp, được phép ra vô khu vực thăm nuôi, dù anh chẳng có ma nào vô thăm.

Nhờ được "trên" ưu đãi hiếm có này, Ban đã kín đáo quan sát tình hình chung quanh để tìm cơ hội vượt ngục. Cuối cùng sau nhiều lần quan sát, anh để ý tới chiếc xe Dodge và nhận ra ngay người tài xế tên Pú.

Pú, trước kia là lính vác máy truyền tin PRC 25 cho Ban ngoài mặt trận, nay là chủ nhân kiêm tài xế xe khách. Cũng nhờ trời xui đất khiến anh gặp lại tên đệ tử vốn lanh lợi, tháo vác và có nhiều sáng kiến trong đơn vị của Ban. Nhận ra "ông Thầy" Pú mừng rơn. Tuy nhiên hai thầy trò tỏ ra thận trọng mỗi khi tiếp xúc và kín đáo bàn chuyện đào tẩu, ngoài tai mắt cán bộ.

Đầu mùa mưa, ngày D giờ H, đúng như kế hoạch hai thầy trò đã vạch sẵn, sau khi đi chợ Quảng Nhiêu xong, như thường lệ ba tên cảnh vệ trở lại Ủy ban xã, Ban lại la cà quanh chợ vắng người. Loanh quanh một hồi Ban rề rề tới gần chiếc xe Dodge của Pú đậu dưới hàng cây phượng vĩ. Đứng nép dưới gốc cây nhìn lên phượng nở đỏ rực. Thỉnh thoảng cơn gió quét qua làm rụng vài cánh phượng xuống mui xe. Lợi dụng mấy ông anh bà chị ngồi trên xe đang chuyện trò rôm rả, Pú kín đáo nháy mắt ra hiệu. Biết ý Ban vội đảo mắt nhìn quanh thấy chắc ăn anh vụt lao mình xuống gầm xe, liếc một cái Ban chụp ngay hai cái móc sắt móc dưới lườn xe rồi nhanh nhẹn đu mình lên đặt nhẹ hai chân và mông trên một tấm ván bắt ngang. Lúc đó mưa bắt đầu rơi rả rích. Từ trong quán nước bên đường, Pú bình tĩnh ra sau xe phủ tấm bạt nylon xuống cột lại không cho mưa tạt ướt hành khách xong Pú lên xe đề máy chạy luôn.

Treo mình tòng teng dưới lườn xe đang chạy, dù chậm nhưng sơ sẩy một chút là mất mạng như chơi. Có thể nói đây là một cuộc vượt ngục kỳ lạ, một kỳ công vượt bực của một người tù cải tạo có sức mạnh và ý chí quyết thắng đến liều mình.

Mưa càng lúc càng rơi tầm tả. Gió thổi mạnh hơn làm Ban lạnh run. Khoảng nửa tiếng sau tới khúc quanh, Pú giảm hẳn tốc đô chuẩn bị vượt qua con dốc lầy lội, nhảo nhoét bùn sình. Nghiêng đầu nhìn ra quang cảnh hai bên, Ban biết đây là quãng đường dốc mang nhiều kỷ niệm rướm máu của anh và đồng đội. Trong thời chiến, tỉnh lộ 8 đi Méval xuyên qua Quảng Nhiêu bị cắt đứt. Nhiều trận đánh đã diễn ra tại khúc quanh đổ dốc về Quảng Nhiêu gây nhiều thương vong cho cả hai bên. Sau chiến tranh, Việt Cộng lấy Méval làm trại tù giam giữ các sĩ quan, viên chức chính quyền lẫn tù hình sự phía miền Nam.

Lần này định mệnh bắt Ban trở lại con dốc nghiệt ngã này dưới hình thù của một kẻ bại trận đang trên đường vượt thoát. Như đã bàn trước, khi xe trườn lên con dốc, Pú cho xe chạy thật chậm đủ để Ban uốn mình rút hai chân ra khỏi tấm ván buông nhẹ xuống đất, trong khi hai tay vẫn ra sức bám chặt hai cái móc sắt phía trên đầu. Ngay sau đó Ban buông hai tay cho thân mình nằm dài trên đất mặc cho quần áo bê bết bùn sình. Chờ xe rột rẹt sang số lướt tới, Ban vội vàng lăn mình vào đám cỏ cao mọc sát bên đường rồi cắm đầu lũi sâu vào rừng.

Núp trong đám bụi rậm Ban lắng nghe tiếng xe xa dần rồi im hẳn. Anh nhắm mắt vuốt mặt thở dốc thầm cám ơn thằng đệ tử trung thành chẳng biết bao giờ mới có cơ hội gặp lại. Kế hoạch vượt ngục táo bạo bằng hai cái móc sắt quấn lớp vải dầy và tấm ván kê ngang dưới lườn xe đều do Pú nghĩ ra. Cả hai thầy trò cũng biết rõ khi qua khỏi con dốc rất có thể sẽ bị bộ đội ra chặn đường xét hỏi như thỉnh thoảng họ vẫn làm. Để chắc ăn, Ban phải rời khỏi lườn xe ngay tại con dốc này.

Buổi xế chiều đường rừng yên tĩnh lạ lùng. Cảnh vật như đọng giữa một không gian mơ hồ. Rừng cây, bụi cỏ dửng dưng, xa lạ nhưng lúc đó lại vô tình che chở cho một tội phạm gan lì. Chỉ có tiếng mưa đang rơi kia không thiết đến nỗi hồi hộp, lo sợ bị bắt lại của anh. Toàn thân Ban ướt sũng, run rẩy vì lạnh.

Ban vẫn nằm im trong bụi rậm lóng tai nghe ngóng động tĩnh và quan sát tình hình.chung quanh. Bảy năm làm lính Liên Đoàn 21 Biệt Động Quân đóng tại Ban Mê Thuột, Trung úy Ban chiến đấu ngoài mặt trận nhiều hơn là ở hậu cứ. Rừng xanh núi thẳm từng là nhà của anh. Đành rằng rừng bao giờ cũng bí ẩn, hiểm nguy và đầy bất trắc, nhưng đồng thời rừng che chở, dung dưỡng và cảm thông với con người. Tình cảnh đơn độc của Ban lúc này cũng giống như những người bạn tù trốn trại thiếu may mắn trước kia, đang đào thoát để tìm một chốn dung thân, một chút yên bình mong manh. Tự do và ngục tù dan xen trộn lẫn vào nhau tạo nên tâm trạng ngậm ngùi, biến Ban thành một con người rừng tả tơi, hoang dã và cô độc. Hồi trong quân trường, cán bộ đã dạy các khóa sinh cách mưu sinh thoát hiểm khi lạc trong rừng. Kiến thức này vô cùng hữu ích cho Ban trong giờ khắc thoát hiểm .

Màn sương lờ mờ trong rừng bắt đầu tỏa ra, bóng chiều mờ dần. Mưa ngớt hột. Chắn chắn giờ này bọn cảnh vệ đang cuống cuồng vác súng chạy đi tìm cọp rằn Ban. Trước nỗi sợ bị bắt lại, ý chí sống còn vực Ban dậy, anh trườn qua thảm lá cọ ướt sũng, bò qua đám cỏ tranh cao ngút đầu người, lách mình qua những bụi cây gai gốc, qua đám dây leo chằng chịt. Cứ thế, Ban nhắm hướng cây cổ thụ mờ mờ phía trước vừa đi vừa chạy càng xa con đường dốc càng tốt và nghĩ nhanh đến một nhánh cây cao để ngủ qua đêm trước khi màn đêm thực sự trùm kín khu rừng.

Câu chuyện về cọp rằn vượt ngục vô tiền khoán hậu đã trở thành một trong những chuyện kỳ lạ của thời hậu chiến. Câu chuyện một thời gây xôn xao cho ban Quản giáo và toàn trại tù. Có điều từ ngày cọp rằn vượt ngục đến nay đã 39 năm, không một tin tức, không một dấu vết, không một ai biết được số phận của anh ra sao; còn sống vất vưởng đâu đó trong các trại tù hay đã bị thủ tiêu trong rừng trong rú ngay khi bị bắt lại. Có trời mới biết.

Riêng Pú, người đệ tử trung thành của trung úy Ban năm xưa, ngồi trước mặt tôi phà hơi khói thuốc gật gù kể tiếp: "Sau khi thả ông Thầy xuống thấy ông lẹ làng lăn vô bụi em yên tâm nhấn ga chạy luôn. Không ngờ đó là lần cuối cùng em gặp ổng. Thật ra sau đó em tiếp tục chở bà con vô trại thăm nuôi, dò la tin tức nhưng không ai biết thêm gì về ông Thầy. Nghe nói sau vụ ông Thầy trốn thoát mấy anh tù chính trị bị cúp thăm nuôi trong một tháng".

Riêng tôi cho rằng cựu trung úy Biệt Động Quân với biệt danh "Ban lì" đã biểu hiện một cách hết sức dũng cảm, linh động và nhân cách của một sĩ quan QLVNCH: một quân đội anh hùng, sống chết vì tổ quốc vì dân tộc mình. Điều này đã trở thành một đạo lý căn bản và lẽ sống tự nhiên của con người.

Quỳnh My

Gió từ trên đồi thông vi vút vượt qua con suối thổi thốc đám sương mù xuống bờ lau sậy mọc um tùm dọc hai bên đường ở Cây Số Bốn. Mùa đông vừa đổ vào thành phố Đà Lạt.

Phải hơn mười năm sau, sự chờ đợi quá lâu, Quỳnh My mới tin chắc trung úy Năng, người nhạc sĩ lính Biệt Động Quân năm xưa đã hy sinh ngoài mặt trận. Đây hẳn là nỗi đau sâu sa của người em gái hậu phương có nhan sắc thiên thần.trời ban. Thiên thần Quỳnh My thuở đó yêu người lính này tha thiết.

Cũng trong thời gian đó có biết bao chàng trai Võ Bị hào hoa phong nhã, các cậu công tử khôi ngô tuấn tú cho đến giới thương gia, chủ nhân ông giàu có mặc sức đeo đuổi, săn đón, tán tinh, mồi chài vẫn không làm sao lọt vào được đôi mắt xanh vời vợi trùng dương sóng của Quỳnh My, hoa khôi trường trung học Bùi Thị Xuân. Vậy mà trước cổng trường vừa quét vôi trắng vào đầu niên học lớp đệ nhị, cái năm tiếp tục mở ra cánh cửa tương lai xán lạn in dấu ngôi trường, lớp học, phấn trắng, bảng đen, sách vở học trò, Quỳnh My đã không thể vượt qua được cái thường tình, cái bồn chồn rung động, cái tiếng sét đầy mãnh lực huyền bí của ái tình.

Quỳnh My phải lòng anh chàng sĩ quan biệt phái kiêm nhạc sĩ lòng khòng, đen đúa, nhưng cái vóc dáng, tướng mạo dầy dạn gió sương đã nói lên con người của anh, đặc biệt là anh lớn hơn nàng những hai mươi tuổi đời. Nhìn chung, chỉ vì cái dáng vẻ phong trần, sương gió, cái tính nghệ sĩ làn nhàn của anh với những bản tình ca trữ tình, lãng mạn đã làm cho trái tim tinh khiết của cô nữ sinh đôi tám rung động.

Nhưng không phải một mình hoa khôi Quỳnh My bị... sét đánh, mà chính chàng nghệ sĩ lính lăn lóc gió sương kia, trong một buổi trình diễn văn nghệ tại tư gia của một mạnh thường quân, vào giờ giải lao đang lui cui ký tặng tập nhạc, lúc ngước lên anh sửng sốt trước ánh mắt hút hồn của một cô thiếu nữ đẹp như ngọc phả. Mái tóc đen nhánh, mượt mà thả xuống đôi vai, ôm gương mặt trái xoan cực kỳ thanh tú, mày rậm, mi dài, nụ cười hoa nở từng làm điêu đứng biết bao chàng trai xứ hoa đào. Bàng hoàng trước một vẻ đẹp đầy sức quyến rũ, người anh như xây xẩm, chòng chành. Anh chỉ thấy đôi mắt phượng long lanh, ngời ngợi nét thơ dại và tiếng cô bẽn lẽn chào anh. Sau buổi văn nghệ anh đem ánh mắt như đẫm trăng và tiếng chào nhỏ nhẹ của cô gái về nhà.

Từ đó, cuộc đời của trung úy Năng là thơ, là âm nhạc, là nắng. Chính Quỳnh My lần đầu tiên tham dự buổi trình diễn âm nhạc của trung úy Năng, nhìn bảng tên trên ngực anh đã thỏn thẻn gọi tên Năng thành Nắng là gì. Những ngày tháng này anh mới thực sự thấy mình yêu đời và đáng sống. Nhưng anh ý tứ và kín đáo đến độ không ai biết anh đang yêu và quan trọng hơn hết là mới được yêu; ngần tuổi này lần đầu tiên trong đời anh mới thấm thía giá trị của tình yêu. Đời lính với súng đạn, dầy dạn phong trần, chông gai, hầm hố nhiều năm xông pha ngoài chiến tuyến khiến trái tim trung úy Năng hầu như chai sạn. Cho đến lúc anh gặp Quỳnh My.

Nhưng phải đợi đến hơn nửa tháng sau anh mới dám ngỏ ý gặp cô. Hơn nửa tháng làm việc không biết mệt mỏi để đến chiều thứ Bảy anh ngạc nhiên bắt gặp mình đứng trước gương vụng về sửa lại điệu bộ, chăm chút lại mớ tóc tai, quần áo. Đã lâu lắm Năng mới có dịp nhìn lại một anh chàng đã quen bụi bặm như mình.

Nôn nao chờ đến ngày hò hẹn để rồi anh nhận ra không những cô gái trăng non rụt rè, ngượng ngập đi bên cạnh người tình già, mà chính anh cũng hồi hộp, luống cuống không kém. Chưa một lần hò hẹn đi chơi như thế này nên Quỳnh My và cả anh chàng sĩ quan vốn lì lợm kia đều thấy đột ngột và thoáng chút hồi hộp lo sợ. Anh biết mình đang bồng trên tay một cuộc tình bé bỏng dễ thương nhưng đồng thời anh lại cảm thấy con đường trước mặt cứ gập ghềnh, trắc trở, quanh co. Nhưng dù sao những ngày tháng yêu Quỳnh My anh cảm thấy mình như đang bơi trong cơn hạnh phúc.

Dĩ nhiên không những gia đình cô nhất loạt răn đe, cả trường lớp đều xôn xao bàn tán mà lúc đó hình như ... cả thế giới cũng cực lực phản đối. Không ai có thể chấp nhận một anh con rể tương lai lại sấp sỉ tuổi đời bên phía nhạc gia. Chẳng lẽ cái cuộc sống bềnh bồng nghệ sĩ của anh, cái tương lai chẳng lấy gì làm chắc kia lại đặt lên đôi vai gầy guộc nhỏ của em, bắt em gánh chịu những điều tiếng thị phi và sự ngăn cản của gia đình. Sự chênh lệch tuổi tác giữa hai đối tượng đã làm ngạc nhiên nhiều người. Dư luận xầm xì không hiểu tại sao một người có nhan sắc, có danh vọng, sống trong một gia đình nức tiếng giàu sang, quyền thế lại rơi vào cái thường tình của cạm bẫy tình yêu thiếu cân xứng.

Có quá nhiều rào cản không để đôi tình nhân đi cho hết con đường mộng đẹp này. Ban đầu, Quỳnh My bất chấp tất cả để giữ gìn, ấp ủ trang nghiêm một mối tình, nhưng dường như mọi cố gắng của cô đều rơi vào vô vọng. Còn anh, trước một tình cảm đến quá bất ngờ, cái bản tính vốn rụt rè, thụ động anh chỉ biết bày tỏ tấm lòng chân thật với tình yêu của mình nhưng hoàn toàn vụng về trước cuộc tình vừa mới nhen lên đang có nguy cơ đổ vỡ..

Thấm thía với cái gọi là hạnh phúc đang bồng trên tay, anh mãi phân vân chưa kịp tìm cho đôi bên một lối thoát tốt đẹp thì dưới sức ép của gia đình, nhất là thế lực, quyền uy của ông bố, mối tình Quỳnh My ưu ái dành cho anh đã bị giằng ra khỏi giấc mộng chan hòa.

Làm sao Quỳnh My có thể quên được buổi sáng mưa dầm ở Đà Lạt. Cái buổi sáng trung úy Năng lặng lẽ lên đường ra mặt trận với ba lô, súng đạn dềnh doàng.

Những năm tháng biệt phái bổ sung nhân sự về Ty Nội An và Quân Sự của anh rồi cũng qua đi, đời lính chiến lại trả anh về với trận mạc.

Ngồi thu mình trên băng ghế cạnh tài xế, hai mắt Năng nhắm nghiền, mái tóc bạc phất phơ trong cơn gió phủ xuống khuôn mặt hom hem, mệt mỏi. Mặc dù yêu Quỳnh My với cả tâm tình trong sáng nhưng trung úy Năng biết rõ Quỳnh My chỉ còn là một kỷ niệm thiêng liêng nên anh cố tránh không muốn dây dưa, nắm níu gây thêm đau khổ lúc biệt ly. Chính vì lẽ đó, anh không hề biết trong cơn mưa ảm đạm buổi sớm mai, giữa đám đông người đưa tiễn, có một cô nữ sinh cô đơn, mắt đẫm lệ, thả cái nhìn trôi theo đoàn convoy đang chuyển bánh. Làm sao Quỳnh My biết được đó là lần cuối cùng cô tiễn đưa người nghệ sĩ lính của cô đi về phía xa mù.

Anh đi rồi, suốt mấy ngày Quỳnh My cứ như người mất hồn, không lúc nào nguôi nỗi nhớ anh. Cảm thấy ở đời này không còn ai bất hạnh bằng mình, hai hàng nước mắt cô lại trào ra. Đang là một cành hoa tươi thắm nhô lên khỏi miệng bình ngọc bích, đột ngột Quỳnh My rũ xuống trong đau khổ tột cùng. Hình như mọi sự bất hạnh lúc đó đều trút vào trái tim mong manh của cô, trái tim biết yêu, biết nhớ, biết trân trọng một mối tình đầu sâu nặng đến nỗi gần chục năm sau Quỳnh My mới tin chắc là người tình của cô đã gục ngã ngoài chiến trường.

Người ta thường nói đời người hữu hạn và quá ngắn ngủi, tuy vậy riêng cựu trung úy Năng cảm thấy nó vẫn cứ nhì nhằng, lì lợm kéo dài mãi ra. Nhưng cũng chính thời gian lại là một liều thuốc có công dụng chữa lành mọi vết thương. Tính từ ngày anh chia tay Quỳnh My đến nay đã ngót 1/4 thế kỷ rồi còn gì. Bằng thời gian này, Quỳnh My đâu còn là một thiếu nữ trăng non, không còn là hình ảnh của cánh hoa mong manh thuở nào. Quỳnh My đã là một thiếu phụ thuần thục nhưng vẫn còn giữ được nét duyên dáng thời thanh xuân..

Hiện nay Quỳnh My đã có gia đình, sống rất hạnh phúc bên cạnh chồng con. Ngoài việc phụ giúp chồng nuôi dạy hai con, Quỳnh My còn tích cực tham gia các sinh hoạt cộng đồng đa văn hóa, cùng bạn bè nỗ lực gây quỹ từ thiện giúp các trẻ em mồ côi, nghèo khó, bệnh tật ở quê nhà. Có điều Quỳnh My không hề biết "anh Năng" của cô mà cô nghĩ anh đã hy sinh ngoài mặt trận năm xưa, vẫn còn sống ở đây, trong cùng một thành phố, một quê hương thứ hai với cô.

Từ ngày trở ra chiến trường, trung úy Năng tiếp tục chiến đấu cho đến ngày mất nước, bị bắt đi tù Cộng sản từ Bắc vô Nam. Đến năm thứ bảy từ trại Bù Gia Mập anh quyết định vượt ngục may mắn trốn thoát về tới Sài Gòn. Trong lúc thất cơ lỡ vận thì trời xui đất khiến anh gặp được một đệ tử cùng đơn vị cũ, chú của một tài công, đưa anh xuống cầu Chữ Y vượt biển thoát qua đây.

Ngay từ khi bước xuống ghe ra biển cựu trung úy Năng đã âm thầm rũ bỏ tất cả những gì thuộc về quá khứ. Anh thật sự không muốn tìm lại cái gọi là hạnh phúc của một thời đau khổ đã qua, mặc dù trong thâm tâm Năng vẫn còn giữ lại hình ảnh một thuở của Quỳnh My.

Trận Đánh

Từ ngày ra trường dưới hình thù một người lính tác chiến, hầu như trung úy Tiên có mặt nơi địa đầu giới tuyến nhiều hơn là ở thành phố.

Trung úy Cái Mộng Tiên vẫn nhớ hoài trong suốt mười năm chiến đấu ngoài mặt trận, từ trên rừng xuống đồng bằng, ngực mang đầy huân chương đủ loại, nhưng thân thể thì rách nát, sẹo sọ, thương tích dọc ngang. Những cảnh chém giết điên dại, tiếng gào thét man rợ, tiếng máu chảy làm méo sệch cả thể xác lẫn tâm hồn. Nhiều lần cận chiến, báng súng và lưỡi lê giúp người thành thú hiếu sát, bạo liệt, hung tàn, thẳng tay hũy diệt nhau, đâm vào nhau bằng một loại chiến tranh ý thức hệ sắc lẻm, lạnh ngắt. Nhiều đêm nằm mơ anh thấy mình là một dòng sông trôi đi, trôi xa mãi, trôi ra ngoài cuộc đời mình. Từng khoảnh khắc, từng sự kiện, từng kỷ niệm trong suốt những năm dài chiến đấu đã nhào nặn anh thành thần tử và những đồng đội mà số phận và gương mặt của họ hình như không còn ai nhớ.

Ngày tháng vẫn trôi đi, trung úy Tiên trải qua hết mặt trận này đến mặt trận khác, trong khi nhiều người ngã xuống anh vẫn bật dậy lao tới. Năm 1970, sau 42 ngày tham dự khóa huấn luyện sình lầy tại trung tâm Dục Mỹ, trung úy Tiên bay lên Pleiku trở lại Quân Đoàn II trình diện chờ nhận nhiệm vụ mới.

Thành phố Pleiku, sau nhiều năm xa cách đã mau chóng phát triển, dù chiến cuộc đang trên đà leo thang. Nhìn đâu anh cũng ngửi thấy không khí và màu sắc chiến tranh. Xe nhà binh, súng đạn, những người lính ngược xuôi trên các ngã đường.

Vừa đặt chân tới Pleiku trung úy Tiên nhớ ngay rạp hát Diệp Kính vẫn mang một bộ mặt cũ kỹ, buồn bã, rêu phong theo tuế nguyệt. Dọc theo đường Hoàng Diệu chạy dài về hướng Tây có vài đoạn dốc, anh nhận ra khu chợ mới anh ở xưa kia giờ đây nhà cửa dân cư đông đúc hơn. Bến xe vẫn trải đá, vẫn lầy lội vào mùa mưa và rác rưởi. Căn nhà thầu thực phẩm của cô Tư nay đã đổi chủ, cất lên bốn từng lầu rộng rãi, bề thế hơn. Hàng xóm ngày xưa không biết có còn đó hay đã dọn đi biệt dạng.

Ở Pleiku được hai hôm, trung úy Tiên cầm sự vụ lệnh theo xe quân vụ đi thẳng ra đơn vị đồn trú ở Plei Buk. Plei Buk là mảnh đất phía cực Tây của tỉnh Pleiku. Anh đến đó một ngày tháng tư 1970. Cái tháng tư ở tiền đồn Plei Buk gió từ đồi núi chung quanh cứ thổi sàn sạt trên mặt đất nâu bầm, tơi tả vì vết tích chiến tranh.

Cái cảm giác đầu tiên của anh khi đặt chân lên mảnh đất biên giới này là một cảm giác nhức nhối. Ngoài vọng gác lô cốt nhô lên để quan sát địa thế và tình hình chung quanh, toàn bộ phận cơ hữu đều nằm chìm dưới lòng đất trên một ngọn đồi trọc thoai thoải về hướng Tây Bắc. Phía ngoài công sự, hàng rào kẽm gai và concertina được giăng đầy.

Chính cái tiền đồn đèo heo hút gió này, năm 1965 chỉ trong một đêm đã bị Việt Cộng úp đồn. Vì có nội tuyến nên địch quân nắm rất rõ tình hình và địa thế bên trong; chỉ trong một đêm trời mưa rả rích chúng đã đánh phá thật dữ dội, tàn bạo, ác liệt đến cùng. Tất cả từ vị chỉ huy đến binh sĩ các cấp trên dưới bốn chục tay súng đều bị tàn sát. Từ đó, đồn trở nên hoang phế như mộ địa. Ngót hai năm sau, công binh Mỹ mới trở lại, dùng hàng trăm tấn thuốc nổ phá lòng đồi, đào hầm dựng bộ chỉ huy mới và bổ sung quân số. Năm năm sau, chân anh mới dẫm lên vùng đất chiến lược bầm dập, lở lói và nghiệt ngã này. Cái vùng đất u lên như một vết thương đã nhiều lần bị xới tung be bét ngổn ngang vì đạn pháo kích, vì những đợt tấn công của quân thù, kể cả bên ta gọi pháo binh dập. Dưới chân đồi mờ xa, con sông Sésan vốn hùng vĩ và mạnh mẽ, cuồn cuộn chảy giữa hai bờ rậm rạp những rừng gộp, dầu, sao, gõ, có cả cẩm lai cổ thụ, đại ngàn.

Bây giờ trung úy Tiên đứng giữa hiu quạnh đất trời, thở hít cái không khí nồng cháy mùi đất và mùi cỏ cây khô héo dưới vầng dương thiêu đốt để nhận ra cái gian khổ, hiểm nguy, đầy bất trắc sống còn đang rình rập phía trước. Trong cái không khí ấy, nơi địa đầu giới tuyến này bất ngờ đến kinh ngạc anh gặp lại người bạn cố tri thất lạc đã nhiều năm.

Vừa dưới miệng hầm ngoi lên, đang lui cui phủi bụi trung út Tiên giật mình nghe có tiếng người thảng thốt gọi: - Tiên! Tiên phải không?, rồi ú ớ, lập cập: Ê! ê... Trung úy... Tiên!

Trời đất! Ở cái cõi khô cằn nghiệt ngã sống nay chết mai này mà cũng có người nhận ra mình thì kinh ngạc hết biết. Tay che mặt trời, trung út Tiên nheo mắt định thần nhìn kỹ thì trời phật ơi rõ ràng là... ông thầy võ của anh: Bảy Nẫu!

Đúng là Bảy Nẫu "đơ-dèm cùi bắp", độc thân kinh niên nay là Hạ sĩ nhất trinh sát của đại đội.: cao, gầy, rắn rỏi, da sạm nắng, tóc lơ thơ vài sợi bạc. Tất nhiên, trong buổi tri ngộ không thể thiếu cuộc nhậu cố tri: nguyên can rượu đế 20 lít, chục con khô cá sặc rằn được anh em binh sĩ săng sái mang ra đãi đằng. Phải rồi. Những người lính vô danh sống và chiến đấu trên ngọn đồi ma quỷ này hầu hết đều trẻ, khoẻ, phong trần, chịu chơi, đánh nhau nhất định là dũng mãnh, gan lì.

Ngồi bên cạnh trung úy Tiên dưới hầm, trong căn phòng nhỏ, khiêm tốn gọi là câu lạc bộ, anh nhận ra Bảy Nẫu dù đã hơn 50 tuổi vẫn còn rắn rỏi, khoẻ mạnh và nhanh nhẹn. Bản tính con nhà võ trước sau vẫn ào ạt, liều lĩnh, chai lì, bạt mạng. Sau này, trong những lần hành quân, những cuộc dọ thám, những pha đụng độ, những trận đánh, sự sống còn từng trải càng in đậm những nếp nhăn trên gương mặt rạm nắng, dãi dầu của anh.

* * *

Nhưng mà... Ở đời đố ai học được chữ ngờ. Như gặp lại Bảy Nẫu, thầy dạy võ của trung úy Tiên năm xưa giữa ngọn đồi tử thần này đúng là một bất ngờ. Rồi cũng chính Bảy Nẫu, lính của anh sau này đã ngã gục trước mắt anh cũng là cái hết sức bất ngờ đến thương tâm.

Mùa mưa năm 1972, trong một trận đánh khốc liệt ở quận Lệ Trung, kẹp giữa Pleiku - Kontum, hạ sĩ nhất Bảy bị một viên đạn Aka cắm ngay giữa lồng ngực. Từng trải đến thế, nhanh nhẹn đến thế, mạnh mẽ đến thế, vẫn thua một viên đạn đồng vô tri, không có mắt.

Tờ mờ sáng, nhận được tin trinh sát báo địch càn vào thôn A, mục đích lùa dân làm bia đỡ đạn. Địch rất đông, hỏa lực mạnh. Cỡ tiểu đoàn. Dưới làn mưa, trung út Tiên dẫn một cánh quân men theo đường rừng tiến vào thôn A. Từ xa, cánh Tây Bắc của đại úy Hổ đã chạm địch, nghe nhiều tiếng lựu đạn, M79 lẫn tràng súng của hai bên nổ giòn. Trung úy Tiên ra lệnh cho anh em chia thành ba mũi giáp công, vừa nhử mũi chính diện vừa thọc hai bên sườn tiến thẳng vào thôn. Xe tăng bò vào, bộ binh trườn vô. Hai bên đánh một trận kịch liệt ở bìa rừng, ở từng mô đất, bụi cây. Địch tràn vào thì ta chận lại, đánh bật chúng ra. Lúc co, lúc giãn, lúc xáp- lá- cà. Đánh cận chiến là thế thượng phong của hạ sĩ nhất Bảy. Gặp địch trước mặt, cứ thế gầm lên dẫn đồng đội lao tới bắn sát rạt, thọc lưỡi lê, dọng báng súng, và Bảy Nẫu còn dùng cả bàn tay sắt chém thẳng vào mặt vào cổ quân thù. Võ sư mà. Trận đó, kéo dài hơn một tuần, bên ta diệt được hai T54 và hàng trăm tên. Tất nhiên vì ác liệt bên ta cũng hy sinh không ít, trong đó có hạ sĩ nhất Bảy, tức Bảy Nẫu.

Tảng sáng ngày thứ năm, thấy phe ta bị tổn thất khá nặng, nhất là thấy trung úy Tiên vừa vượt tới đầu cầu đã bị đạn bắn xướt mảng da cổ, may mắn máu không chảy nhiều, chỉ ri rỉ nhưng cũng đủ làm hạ sĩ nhất Bảy nóng ruột. Tiếng đại liên của địch vẫn khạc liên tiếp về phía ta.

Đang được anh y tá băng bó vết thương, chợt nghe thấy Bảy Nẫu gầm lên, tay cầm lựu đạn phóng tới. trung úy Tiên hốt hoảng chồm dậy la lên,: "Anh Bảy! Bảy, trở lại ngay!" nhưng Bảy không nghe, vẫn khom người lao về hướng mô đất cao phía trước. Biết không cản được lòng sôi sục của Bảy, trung úy Tiên vội ra lệnh cho anh em theo sau xử dụng tối đa hỏa lực bắn yểm trợ Bảy Nẫu.

Trước mắt anh, hạ sĩ nhất Bảy vừa bám vào mô đất cao đã nhanh nhẹn ném liên tiếp bốn quả lựu đạn về phía địch. Mặc dù không nhìn thấy nhưng ai cũng nghe rất rõ tiếng gọi nhau ơi ới lẫn những tiếng rên rỉ đau đớn của Cộng quân. Hăng máu, hạ sĩ nhất Bảy lao mình tới đứng dậy ném tiếp quả lựu đạn thứ năm thì bất ngờ từ cánh rừng bên trái tiếng đạn đại liên bay chiu chíu qua đầu, vừa kịp thấy Bảy Nẫu bật ngửa.

Trước đó chỉ mới một phút thôi, thân hình con nhà võ vốn dẻo dai, chắc nịch, cứng như thép nguội trong tích tắc đã giãn ra, rũ xuống, vô hồn. Từ trên mô đất cao, cái đầu của Bảy Nẫu trượt xuống trước, kéo theo tấm thân oặt ẹo như một loại động vật không xương, mềm nhũn trượt dần xuống theo triền dốc của mô đất. Máu theo tử thi trôi xuống vẽ nên một vệt dài ngoằn ngoèo chảy đỏ bầm cả mặt đất. Mặt ngửa lên trời. Mắt mở trừng. Lồng ngực vỡ toang, nhầy nhụa những gân, xương và thịt. Cạnh cái xác là sợi dây ba chạc vẫn còn dính lại chùm lựu đạn.

Một người lăn lộn, chai sạn như Bảy Nẫu ngã xuống khiến đồng đội trở nên nao núng, trung úy Tiên cũng sững lại bên bờ tre, ngơ ngác. Lúc đó mặt trận trở nên yên tĩnh lạ lùng. Không cắt nghĩa nổi sự im lặng của chết chóc, người ta chỉ còn nghe tiếng côn trùng rên rỉ, như than van, như ai oán.

Hơn bốn mươi năm qua rồi, bây giờ, ngồi một mình ở đây, bên kia trái đất là quê nhà, không nghĩ tới thì thôi mà nghĩ tới, nhắm mắt lại ttrung úy Tiên vẫn còn rõ mồn một hình ảnh ngọn đồi chết chóc ở Plei Buk và giây phút hạ sĩ nhất Bảy ngã xuống ở quận Lệ Trung. Mặt ngửa lên trời. Mắt mở trừng. Lồng ngực vỡ toang, nhầy nhụa những gân, xương và thịt. Từ trên gò đất cao, máu theo tử thi trôi xuống vẽ nên một vệt dài ngoằn ngoèo chảy đỏ bầm cả mặt đất. Cạnh cái xác là sợi dây ba chạc vẫn còn dính lại chùm lựu đạn.

Thời gian lặng lẽ trôi đi như dòng sông không bao giờ trở về nguồn cội, nhưng dư âm cuộc chiến tranh hai miền Nam Bắc vẫn không bao giờ phai nhòa trong tâm trí của những ai từng tham dự trận địa còn sống sót cho đến ngày nay.

Người Yêu Của Lính

Tôi và Tịnh sinh ra, lớn lên trong cùng một thành phố. Mặc dù tôi nhỏ hơn Tịnh những 25 tuổi và chỉ cao hơn tầm ngực chú ấy một chút, nhưng tôi vẫn âm thầm yêu kính chú, như thể tôi sinh ra chỉ để quanh quẩn bên chú ấy mà thôi. Sở dĩ tôi dong dài như thế là vì cuộc tình chú cháu chúng tôi ngắn ngủi lắm, nó như cơn gió thoảng qua rồi bay đi mất. Cho nên mỗi khi nhớ đến Tịnh tôi luôn luôn chìm trong đau khổ, ngậm ngùi, khoắc khoải thâu đêm.

Tôi và Tịnh đều là cô nhi. Cả hai không hề biết gốc gác, cha mẹ mình là ai, chỉ biết chúng tôi bị đem bỏ trước cổng tu viện, như sau này các Sơ cho biết. Khi vừa đủ tuổi tự lập, Tịnh bước ra trường đời bỏ lại sau lưng cánh cửa tu viện đứa bé gái là tôi với hai dòng nước mắt không cách nào ngăn được. Hồi đó hàng ngày Tịnh đến lớp tiếp các Sơ dạy học cho những đứa trẻ lên năm lên ba như chúng tôi. Đặc biệt, ngay từ ngày đầu chú đã quan tâm đến tôi, nâng đỡ tôi như ruột thịt. Từ đó, thay vì gọi Tịnh bằng Thầy tôi vẫn quen miệng gọi là chú. Tuy xa cách nhưng chú ấy vẫn thường xuyên gởi thư về thăm hỏi tôi qua các Sơ. Bước vào đời với mảnh bằng tú tài II, Tịnh mau chóng trở thành nhà giáo được các đồng gnhiệp và hoc trò đều kính trọng, nhưng không hiểu sao cuối cùng Tịnh lại chọn con đường binh nghiệp.

Hai mươi năm sau tôi bước vào đời cũng bằng cánh cửa bác ái này. Khi tôi ngập ngừng trước cổng tu viện đúng lúc Tịnh trở về thăm lại chốn xưa, nơi Tịnh và tôi lớn lên trong ơn Chúa và bằng tấm lòng thương khó vô vàn của các Sơ.

Sau nhiều năm cách biệt thoáng thấy Tịnh từ đàng xa tôi cảm nhận ra ngay đó là người mà tôi thực sự nương tựa sau này. Tịnh già đi nhiều và gầy hơn xưa. Nhưng chú dạng dầy sương gió, oai phong lẫm liệt trong bộ quân phục rằn ri của binh chủng Dù. Hình như định mệnh đã đẩy Tịnh từ một chiến trường xa xôi nào đó trở về với tôi. Tịnh về để che chở cho tôi đúng lúc tôi chơi vơi trước ngưỡng cửa cuộc đời đầy phong ba trước mặt. Có điều, tuổi đôi mươi trong trắng có cái giá kiêu sa của nó. Tôi biết mình đã lớn thành một thiếu nữ, không còn nũng nịu bước những bước chận quờ quạng chực té nhào vào Tịnh như thuở ấu thời. Tuy không hấp tấp gật đầu trước câu nói chân tình của chú: *"Con về ở với chú được rồi"*, nhưng khi về chung sống dưới một mái nhà, Tịnh vẫn hồn nhiên coi tôi là con bé thơ ngây của chú thuở nào. Để bù lại những năm tháng ngàn trùng cách biệt, chú tiếp tục giúp đỡ tôi, mau mắn tìm việc làm cho tôi. Việc tôi về với Tịnh được chú coi tôi như một cánh hoa trẻ trung tươi thắm mang niềm vui trám vào nỗi cô quạnh đời chú.

Lúc gặp Tịnh, cuộc sống của tôi so với những đứa trẻ mồ côi khác dĩ nhiên là may mắn hơn nhiều. Tịnh - như lượm được tôi giữa chợ đời- đưa tôi về sống trong trại gia binh của đơn vị chú. Từ nhỏ tôi đã quen với nếp sống thanh tịnh, ngăn nắp và sạch sẽ đến khi bước vào nhà Tịnh tôi bật ngửa vì nó lổn nhổn những bầy hầy, rối mắt, bốn bề bụi bậm làm tôi muốn nghẹt thở. Lập tức, mang danh nghĩa một cô cháu đã lớn, tôi làm bộ nghiêm nghị lên mặt trợn mắt răm rắp "ra lệnh" cho Tịnh phụ tôi dọn dẹp, sửa sang lại phòng ốc cho thứ tự gọn gàng sạch sẽ. Về sau này, mỗi lần nhớ tới cảnh chú ấy thu đầu này dọn đầu kia, lăng săng như chuột tôi đều không khỏi bật cười, thầm nói: *"Chỉ giỏi đánh giặc"*.

Mặc dù bận hành quân liên miên, Tịnh ít có mặt ở nhà, nhưng về mặt tinh thần chúng tôi vẫn âm thầm nương tựa lẫn nhau. Đời sống của chúng tôi cũng giản dị như cuộc đời của Tịnh và tôi đã trải qua những năm tháng lặng lẽ trong tu viện. Có Tịnh hay không, tôi vẫn quáng xuyến hết thảy mọi việc trong nhà. Tôi vui vẻ, bình thản mà sống qua ngày. Ban ngày tôi đi làm nhưng khi đêm về, tôi một mình buồn bã ngồi khóc rưng rưng. Tôi lo cho Tịnh, cầu nguyện cho chú được bình an, không gặp phải bất trắc gì.

Nhưng sau những cuộc hành quân trở về, Tịnh bước vào nhà, tuy bụi bặm phong trần nhưng phong độ ngời ngời, căn nhà lại tràn ngập niềm vui, ánh nắng ấm áp ngoài kia cứ như theo Tịnh lại tràn vào nhà. Còn tôi ôm Tịnh, mặt tựa vào ngực chú, trong lòng không ngớt thổn thức nghẹn ngào. Mỗi lần ở chiến trường về, tôi đều ôm xiết lấy Tịnh như sợ chú ấy vuột khỏi tầm tay, chú đều cười nói: *"Đã có bạn trai chưa nào?"*. Tôi luôn cười gượng mà không trả lời. Những chàng trai ngoài kia còn ai hơn Tịnh của tôi.

Tuy nhiên, cuộc đời của chúng tôi có thể nói là một chuỗi bi kịch. Nhưng đó là chuyện sau này.

Tịnh đã cho tôi một mái ấm gia đình. Ở đó tôi thích nhất là phòng sách. Sách đủ loại chất đầy trên kệ. Những tháng ngày vắng Tịnh, tôi thường ngồi vào bàn đọc sách đặt cạnh cửa sổ, trên đó thỉnh thoảng lại hiện ra một lá thư gởi về từ chiến trường trong đó Tịnh luôn luôn kèm theo một bài thơ. Những bài thơ xìu xìu ển ển chú làm cho ai chớ không phải cho tôi, nghe không xung như tiếng hô: *"Nhảy Dù! Cố Gắng!"* chút nào. Lính rằn ri trông dữ dằng mà sao thơ thẩn lại hiền như mấy chú lăn quăn lội lu nước mưa. Mỗi lần nghĩ đến ám dụ này tôi đều không khỏi bật cười.

Thơ Tịnh "dở", nhưng nụ cười của Tịnh thật ấm áp mỗi lần chú quay lại nhìn tôi khi lên đường hành quân. Trong hồi ức của tôi, Tịnh đã quay lại nhin tôi rất nhiều lần như thế. Ánh mắt lúc nào cũng sáng rực trên gương mặt sạm nắng phong trần. Và nụ cười thật ấm áp, đầy hứa hẹn sẽ trở về, từ mặt trận.

Để làm cho tôi vui, Tịnh ca ra bộ: *"Chú sẽ hiên ngang đứng sững giữa trời đón bắt ba hòn tên mũi đạn quăng ầm xuống đất rồi về với con".* Tôi liền trề môi: "Ở đó mà hiên với ngang. Súng đạn không có mắt đâu, chú ơi. Con chờ chú về đó".

Sống với một bậc cha chú có mặt ngoài địa đầu giới tuyến nhiều hơn là ở nhà khiến tôi lo lắng nhiều hơn. Tin tức hàng ngày trên đài, trên mặt báo không ngớt loan tin chiến cuộc giữa hai miền Nam Bắc càng lúc càng leo thang khốc liệt. Đã có quá nhiều người lính trẻ nằm xuống từ hai bên chiến tuyến. Đời tôi có những giấc mơ rất kỳ lạ, nó hầu như ứng vào mỗi giấc mơ đó để biến thành hiện thực. Tôi rất sợ khi phải đối diện với những loại mộng mị này, dù lành hay dữ.

Có lần nằm mơ, tôi mơ thấy ánh trăng len vào phòng tôi đang ngủ; trong vùng sáng lạnh đó bàn tay của Tịnh mọc ra trìu mến đánh thức tôi dậy. Hôm sau được tin Tịnh về phép. Để chạy đua với thời gian, mỗi buổi chiều ăn cơm xong, tôi và Tịnh thường ra ngoài tản bộ. Tôi luồn tay vào cánh tay vững chắc của Tịnh như đã quen tìm sự che chở từ một người cha. Dù có ốm hơn nhưng chú vẫn phong độ, rắn rỏi như một bức tượng đồng tuyệt đẹp. Tịnh về phép ba ngày rồi lại đi.

Có lần Tịnh về với tôi suốt ba tháng trời vì một vết thương. Tôi đau đến thắt ruột nhưng vẫn cố giữ vẻ điềm tĩnh, tôi nhìn thấy mình sung sướng và đau khổ vì viên đạn xuyên qua lưng Tịnh. Tôi sung sướng và đau khổ đến hao mòn thêm vài lần nũa cũng chỉ vì viên đạn đồng, mảnh lựu đạn, miếng bom thép vô tri xuyên qua người Tịnh lại trả chú về nhà. Một thân hình lực lưỡng như thế, vì chiến tranh đã mang đầy thương tích. Tôi đã từng làm ướt những vết thương đó bằng dòng nước mắt thanh xuân của một thời con gái.

Những tháng ngày Tịnh nằm dưỡng thương trong quân y viện cho đến khi được trở về nhà, việc gì tôi cũng dành làm hết. Thấy tôi lăng săng chăm sóc chú trong cơn hạnh phúc ngập tràn, chú vô tư cười nói: *"Hà hà! Chú lại làm khổ con rồi. Lẽ ra giờ này con phải đi bên cạnh một chàng trai."* Tôi cũng gượng cười, cố giấu niềm cay đắng, nói trõng: *" Chàng trai ư? Muốn có thì mấy hồi. Mà có thấy khổ gì đâu. Vẫn còn hạnh phúc chán".* Nhưng ông trời không muốn cho tôi niềm hạnh phúc lâu dài như vậy, đã giằng ra khỏi bàn tay yếu đuối của tôi.

Lần cuối cùng Tịnh vĩnh viễn trở về bằng chiếc hòm kẽm phủ cờ vàng. Dưới ánh đèn leo loét của cặp đèn cầy và khói nhang chập chờn lan tỏa, phòng chứa xác không một bóng người, không có hoa, không cả một tiếng động. Tôi gục xuống nền nhà và chìm trong mùi tử khí của Tịnh. Hồi còn sống Tịnh không có mùi này, ngoài mùi thuốc súng.

Tịnh hy sinh trong một trận đánh trên đèo Dục Mỹ vào giữa tháng ba năm 1972.

Con Gà

Bạn tôi thích nuôi gà nòi nhưng không thích môn gà c vật, dính líu tới tứ đổ tường nên anh tránh xa. Trước 75, anh là sĩ quan biệt phái dạy Triết tại một trường tư thục Sài Gòn. Sau 75, anh nghĩ mình thuộc thành phần "biệt phái" chắc không sao. Ai dè khi khai báo với ban Quân quản anh bị ghép vào tội "làm việc cho CIA". Ôm nỗi oan ức đó anh đi tù cải tạo từ Nam ra Bắc suốt 10 năm ròng. Lúc trở về mới biết nhà cửa, cha mẹ không còn, vợ theo người khác vượt biên ra hải ngoại, anh trở nên bất đắc chí lên Ban Mê Thuột ẩn cư, giúp người chị dòng con lớn làm ruộng rẫy cho qua ngày đoạn tháng.

Không nghề nghiệp, tuổi dời lại khá cao nên anh sống âm thầm như chiếc bóng. Người chị dòng lớn cũng không thua gì anh. Chồng chết trận ở Kontum năm 1972 trong một trận đánh dưới chân núi Ngok Linh. Hai đứa con lớn đã lập gia đình trở ngược ra Hà Nội sinh sống làm ăn, nhà chỉ còn thằng Út khờ. Người ta nói chị Luyến bị trầm cảm sau cái chết của chồng đã ảnh hưởng đến bào thai, phải sanh mổ. Thằng Út lớn lên, tuy to con lớn xác như bố nó nhưng đầu óc lại khờ khạo, chỉ được cái nết dễ bảo dễ nghe lời mẹ. Từ ngày có anh về sống chung chị cảm thấy bớt neo đơn, nhà cửa cũng bớt trống trải. Lúc vào vụ mùa năm 1986, tôi gặp anh tại xã Chi Lăng.

Chi Lăng cách Ban Mê Thuột 7 cây số, nằm ở phía Tây Nam đi Bù Đăng, Bù Đốp. Xã được hình thành sau cuộc di cư vĩ đại năm 54 của đồng bào miền Bắc vào Nam. Gia

đình bố mẹ tôi nằm trong chuyến di cư vô tiền khoáng hậu đó. Sau biết bao dâu bể đổi dời, đến nay xã tương đối trở nên sung túc hơn.

Nhớ lại năm 1965, cũng như biết bao thanh niên rường cột của nước nhà, tôi lên đường nhập ngũ tòng chinh, chiến đấu ngoài mặt trận cho đến ngày mất nước. Sau 30 năm chiến tranh tương tàn, có quá nhiều sự hy sinh từ hai phía. Những kẻ sống sót thuộc thành phần "ngụy quân ngụy quyền" đều đi tù cải tạo.

Ngày 10 tháng 3-1975, trên đường tiếp viện từ Buôn Hô về Ban Mê Thuột, tôi, bình nhì "đơ-dèm cùi bắp" thuộc Liên Đoàn 21 Biệt Động Quân, bị bắt làm tù binh đi tù từ Méval tới Củng Sơn mất 5 năm mới được thả về.

Trở về mảnh đất Chi Lăng xưa, tôi nai lưng làm đủ thứ nghề: đẩy xe thồ, vá lốp xe đạp, sửa xe máy, thợ hồ, thợ cưa, nấu rượu lậu... Mãi đến năm 1986, trời thương tôi mới đổi qua nghề lái máy cày, cày thuê ngoài đồng. Một hôm trên đường về tôi gặp một người đàn ông đang cuốc đất sau vườn nhà chị Luyến, láng giềng của tôi.

Đất Chi Lăng là đất tôi thuộc nằm lòng nên ai đi ai ở, ai mới tới, ai làm gì tôi đều biết hết. Gặp người nào lạ mặt tôi hay để ý tới. Chẳng làm gì, chỉ tò mò một chút thế thôi. Riêng người lạ mặt này, thoạt nhìn tôi biết ngay anh ta ra dáng trí thức hơn là con nhà nông chân lấm tay bùn. Sau này quen thân, tuy sống đời cần lao đạm bạc nhưng lúc nào anh cũng ăn mặc tươm tất, nói năng thì ôn tồn, nhỏ nhẹ và hiểu biết rất sâu sắc về nhiều khía cạnh của cuộc đời đầy hệ lụy này. Xưa nay tôi sẵn máu lính rằn ri ba trờibốn trật, nói năng vụt chạc, quen thói du côn, vậy mà một người trí thức mang cặp kính cận dầy cộm như anh lại coi tôi như bạn bè thân thiết, thật khó tin. Đã vậy, tính tôi đã làm là làm cật lực nhưng cuối tuần lại thích la cà nơi trà lầu tửu quán; còn anh và thằng Út suốt ngày ở ngoài đồng về là giúp chị Luyến trồng thêm luống khoai, luống cải và trông chừng bầy gà của chị; nhất là con gà chọi của anh mua từ một người túng tiền bán lại. Từ đó con gà xa hẳn trường gà đấu đá sinh tử vô chừng. Có thể nói anh coi con gà nòi là bạn bè chí cốt của anh. Thế đấy. Thế mà cái gì tới là tới, đi là đi, không ai trên đời này biết trước được việc gì sẽ xảy ra.

Mỗi buổi sáng trước khi đi làm tôi hay ra sau hè tập thể dục. Sáng nay đang dợt lại vài đường quyền, nhìn qua hàng rào tôi ngạc nhiên thấy anh đứng chết trân từ hồi nào, ánh mắt thất thần, tay ôm con gà nòi mềm oặt. Nằm la liệt trắng cả mặt đất là bầy gà đang oằn oại giãy chết.

Và tôi nhận thấy trong nỗi cô đơn của anh, phảng phất nỗi tủi phận của một người sa cơ thất thế, không phù hợp với nghề mô phạm vốn có của anh. Tội nghiệp. Mỗi sáng anh và thằng cháu vẫn lủi thủi ra đồng đều đặn. Vẫn dáng vẻ tận tụy, cần mẫn. Chiều về giúp chị cơm nước xong xẫm tối lại lo cho đàn gà và con gà nòi lên chuồng. Đôi lúc, tôi ái ngại cho hoàn cảnh của anh, như sáng nay thấy anh đứng chết trân, mắt nhìn trời nặng màu chì.

Hỏi ra mới biết trước khi ra đồng gieo lúa, tối hôm qua anh và chị Luyến pha thuốc rầy (mitox) trộn vào 3 thúng lúa để tránh chuột bọ phá hoại mùa màng. Mờ sáng hôm nay anh bưng lúa ra sân rồi trở vô ăn sáng trước khi ra đồng. Bầy gà trong chuồng vô tư đi tìm thức ăn mỗi sáng như thường lệ, thấy thúng lúa ngon lành chúng đua nhau mổ ăn bằng thích. Thế là...

Chị Luyến hiền hậu, đảm đang, xưa nay chưa từng gặp phải tình huống thê thảm này, mặt cứ tái mét ra. Tiếc của, chị nuốt nước mắt cùng thằng Út lặng lẽ hốt xác chúng vô bếp trụng nước sôi nhổ lông làm thịt. Anh khuyên cách mấy chị cũng không nghe. "Chưa ngấm thuốc vào đâu mà sợ. Tôi sát muối rửa sạch ruột gan, ăn có mà chết ai, chú đừng lo", giọng chị cay đắng.

Xế chiều đi cày thuê về, tắm rửa xong tôi chạy vội qua nhà chị Luyến coi sự thể ra sao thì thấy cả nhà dang cúng kiếng. Một cái bàn mộc phủ tấm nylon trong suốt, đặt giữa nhà. Trên bàn, cặp đèn cầy trắng cháy lung linh, một bát nhang huyền hoặc tỏa khói, hai đĩa cơm trắng, một bát canh rau đay, một dĩa rau muống luộc và một bát mắm tép. Bên cạnh đó, cái dĩa oval bằng xứ, men đã tróc, trên đĩa có con gà nòi trụi lông nằm lặng, đầu cổ bẻ dụi dưới cánh như trốn khỏi cuộc đời sắc sắc không không, vật khinh hình trọng này.

Trong cái yên ả bùi ngùi của buổi chiều tà, căn nhà như chìm trong cô tịch và hai chị em cùng sững sờ, nỗi đau mất mát tràn lên hai gương mặt già nua, héo hắt đến tội nghiệp. Nhưng vừa nhìn thấy tôi đứng dựa cột ở ngoài hiên, anh và cả chị Luyến vội ra ngoài mời tôi vào nhà sơi nước. Vừa kéo ghế chưa kịp ngồi xuống đột nhiên anh lên tiếng làm tôi chưng hửng: "Bạn hiền cho mình xin điếu thuốc".

Quen biết anh lâu nay tôi chẳng hề thấy anh hút thuốc, nhậu nhẹt, hay bù khú với ai bao giờ. Nhưng vì nể bạn tôi móc bao thuốc lá 555, chìa ra một điếu, mời anh. Anh cám ơn rồi trịnh trọng rút ra một điếu đặt hờ trên môi, chìa vào ngọn bạch lạp châm thuốc. Rít khẽ một hơi, phà ra thoảng khói xong anh cắm phần đầu lọc điếu thuốc vào bát nhang.

Thấy tôi có vẻ ngạc nhiên, anh cười nói "để sưởi ấm linh hồn bạn tôi". Rồi anh ngâm nga:

Bạn bè có mỗi con gà
Sáng nay ăn phải lúa pha thuốc rầy
Thủng bìu nát ruột chết ngay
Hồn theo ngọn gió thổi bay lên trời
Hôm qua đá lộn trên đồi
Gà rừng mà cũng có hồi chạy re
Tiếng gáy giạt cả rừng le
Át cả tiếng rít trong khe núi này
Vậy mà tử mị sáng nay
Bạn bè có mỗi mình mầy đấy thôi
Chết gà tôi lại đơn côi
Giận thôi trách đất than trời như ca
Nay tôi làm cỗ con gà
Nhắp chung rượu để gọi là nhớ nhau.

Bài lục bát chỉ có 14 câu nhưng cũng đủ để giọng anh

lên bổng xuống trầm, lúc ngân nga lúc sang sảng như mộtngười lên cơn đồng thiếp.

Tôi qua thăm gia đình chị Luyến những lúc cơ nhỡ như thế "thật là quí hoá", như anh nói, tôi đến đúng lúc như một người bạn tri âm để anh trút hết tâm tình bằng một bài điếu thi. Liền đó, anh như trở về với cung cách của một nhà mô phạm, nói thật hay:

Gà là một sinh vật gần gũi với con người. Có lẽ hàng ngày thấy nó quen mắt nên ít ai để ý đến. Mời tôi sơi nước, anh chậm rãi nói về năm đức tính của gà mà dốt như tôi chưa từng nghe qua:

Một: mào gà màu đỏ, lông gà rực rỡ tượng trưng về Văn.

Hai: đi đứng oai vệ, đỉnh đạt tượng trưng cho Võ.

Ba: thấy địch thủ là xông vào là Dũng.

Bốn: tìm thấy thức ăn liền gọi đồng loại đến chia xẻ là Nhân.

Năm: đúng giờ, đúng giấc, đúng canh liền cất tiếng gáy là Tín.

Sau lần đó tôi từ biệt họ về Sài Gòn phụ ông anh cô cậu dạy võ Karaté miệt Bà Quẹo. Vì bận huấn luyện cho hàng trăm tân võ sinh nên tôi không có thì giờ trở về thăm nhà. Nhưng thỉnh thoảng có chút rảnh rỗi tôi vẫn nghe văng vẳng bài điếu thi và giọng nói ôn hòa của anh vê đặc tính của loài gà. Gần một năm thì bố tôi trên Ban Mê Thuột báo tin

"Thầy giáo E hàng xóm của nhà mình mất vì ngộ độc".

Chi Lăng là quê hương thứ hai của anh, dã cưu mang anh những bước đầu anh đặt chân đến, mọi vui buồn sướng khổ của anh đều dồn về nó, dù neo đơn nhưng anh vẫn có chị có cháu. Anh sinh ra ở Hà Nội nhưng sống hết lòng và chết bất như ý ở đất Chi Lăng. Chi Lăng thuộc Ban Mê Thuột, nơi được mệnh danh Buồn Muôn Thuở. Từ ngày quen biết anh đến ngày từ biệt, tôi chẳng hề thấy anh vui bao giờ.

Trên đây là tâm tư của một người lính thuộc Liên Đoàn 21 Biệt Động Quân đóng tại Ban Mê Thuột, ký tên Tâm Ẩn nhờ tôi "hiệu đính" để đăng trên facebook của Ngoan Lão, như anh ta mong muốn.

Hôm qua, ngoài những thư từ tạp nhạp, còn có lá thư của người lính này, không biết ai gửi. Nhìn ngoài phong bì ghi ba chữ "Gửi anh T.", tôi đoán chừng tác giả ở bên nhà không muốn tiết lộ danh tánh thật và chỗ ở nên nhờ người bạn nào đó - quen biết tôi - về thăm nhà, khi trở lại Canada nhờ anh ấy trao lại cho tôi. Tôi cũng nghĩ rằng xã Chi Lăng e chỉ là một địa danh giả tạm.

Đọc xong tôi để nguyên văn câu chuyện đưa vô facebook Ngoan Lao. Tôi không có "hiệu đính" gì hêt, vì tôi nhận thấy sự trung thực bao giờ cũng đáng trân trọng. Tuy nhiên, nếu có chỗ nào cần sửa lại bố cục và văn phong thì nhờ bạn đọc ra tay giùm.

Sắc Không

Người ta nói càng về chiều người già càng ít nằm mộng. Tôi, tuy chưa có gì gọi là "chiều" nhưng lâu nay tôi cũng ít khi thấy mình nằm mộng. Cho đến tối hôm qua, đi sâu vào giấc điệp tôi thấy mình đang lui cui viết xuống những dòng này:

Tôi là một cô nhi xuất thân từ viện mồ côi Ganakata ở Tây Kinh (Miyako), Nhật Bổn vào thế kỷ thứ 14. Thiện mẫu viện chủ có lòng bác ái lượm tôi trước cổng tu viện, trên ngực ghim một tờ giấy nhầu nát đề vỏn vẹn một hàng chữ lòe nhòe dài sọc: Toshiro Harakiri Harachi Zukyo Nihobiicho, tên tôi.

Khi vào đời, tôi là một đứa trẻ thô thiển ngơ ngác bị đời đá lăn đá lốc tả tơi như trái banh rách. Sầu đời, tôi lên núi Fiji đạp tuyết tầm sư học đạo. Đạo đây là tâm đạo, kiếm đạo, hiệp sĩ đạo. Sư phụ tôi là một bậc quái nhân dị khách, một Samurai từng trừ gian diệt bạo. Lần đầu tiên gặp ông, tôi giựt mình. Ông hoàn toàn không phải là một thứ tiên ông đạo cốt, tay cầm phất trần như các bậc thần tiên, mà toàn thân ông, từ đầu chí chân, râu tóc bạc phơ, lông lá đầy mình như con bạch hầu tinh ông nuôi.

Sư phụ tôi, người Tạng lai Mông pha Ấn trộn Hàn gốc

Nhật. Thuở nhỏ sống trên rặng núi Népal, ông từng là đệ tử đời thứ tám của kỳ lão Phật đạo thánh nhân chi bảo Tu Bồ Đề tái thế. Trong lịch sử Phật giáo khởi từ năm 530 trước Công nguyên, Phật Thế Tôn giác ngộ lúc 36 tuổi và truyền bá đạo pháp trong 49 năm, Tu Bồ Đề là một trong thập đại đệ tử của Đức Thích Ca Mâu Ni, và là bậc giác ngộ của Ngộ Không Tôn hành giả ngàn năm trước.

Sau nhiều năm hành hiệp vào thời kỳ phong kiến ở Ấn Độ và Nhật Bổn, sư phụ hốt nhiên đốn ngộ, xa lánh trần thế, sống cô độc, bí ẩn trên đỉnh núi Fiji quanh năm tuyết phủ. Trên đường lên núi tu đạo, cơ duyên đưa ông cứu thoát con vượn trắng bị trúng tên của những tay thợ săn bá đạo. Ông mang nó lên núi chữa trị nuôi dạy nó như một đứa con hàng ngày vào rừng hái trái cây, hứng sương núi đắp đổi sống qua ngày. Từ ngày thâu nhận tôi là đệ tử độc nhất, sư phụ chỉ bút đàm với tôi về hạnh từ bi và đạo lực thâm hậu của con người, trừ những lần dạy võ, luyện kiếm, hô bài thiệu.

Sau nhiều năm lao tâm khổ luyện, từ một đứa trẻ vụng về, ốm yếu tôi trở thành một thanh niên Samurai phương phi, vạm vỡ thứ thiệt. Tôi có thể chạy như bay trên đầu ngọn cỏ, đó là pháp môn thảo thượng phi, phóng phi tiêu sáu cạnh rách cánh ruồi đang bay, chém đứt râu ong đang hút mật, kiếm tôi sắc bén và nhanh như chớp chẻ sợi tóc ra làm tư, chẻ sợi lông ra làm tám, tiếng sư tử hống của tôi đánh thức mọi lầm mê ngái ngủ, khiến cho vạn hữu phải cúi đầu chiêu niệm, làm lá mùa thu tơi tả rụng và tuyết vô tri cũng phải giựt mình tan ra chùi xuống, người Anh gọi là *avalanche*.

Một buổi sáng mùa đông, tôi lạy tạ sư phụ, mang tinh

thần võ sĩ đạo xuống núi vân du hành hiệp. Một Samurai luôn luôn mang bên mình một thanh trường kiếm gọi là Katana và một đoản kiếm Tanto tạo thành một bộ kiếm Daisho.

Vào thời kỳ phong kiến, lịch sử Nhật Bổn được coi là lịch sử của chiến binh Samurai. Họ phục vụ các lãnh chúa (daimyo) hay thủ lĩnh (toryo) với lòng trung thành tuyệt đối cho tới chết. Riêng tôi, một Samurai độc lập không phục vụ cho bất cứ thế lực Shogun hay Daimyo nào. Chính vì đơn thương độc mã như vậy nên tôi thường là một mục tiêu hòng thu nạp dưới trướng các lãnh chúa hay các băng đảng trong việc tranh giành quyền lực, kiểm soát đất đai, kể cả quân sự, chính trị, kinh tế và xã hội.

Như đã nói, tôi là một Samurai độc lập, hấp thụ những quy tắc đạo đức, truyền thống võ sĩ đạo từ sư phụ: tính gan dạ, lòng dũng cảm không hề lùi bước trước một bạo lực nào và sẵn sàng đẩy họ đến chỗ diệt vong dưới đường gươm chớp nháy Kanata, một kỹ năng chuyên nghiệp của tôi. Chính vì vậy các lãnh chúa Oda, Tokugawa, Masachika hay những băng đảng Yamaguchi, Yakusa ..., tất cả đều coi tôi là một Ninja sát thủ, Ronin bất trị, nhưng thâm tâm tôi vẫn quả quyết tự coi mình là một loại lãng nhân sống tự do hành hiệp trượng nghĩa, thấy chuyện bất bình rút dao tương trợ.

Tôi trở thành một Samurai không đối thủ cho đến khi chạm trán Zatoichi, một Samurai kiệt xuất đã trở thành huyền thoại trong lịch sử chiến loạn của Nhật Bổn, đồng thời là một nhân vật giả tưởng, không có thực trong kỹ nghệ phim ảnh của người Nhật.

Có điều trong giấc mơ kỳ lạ của tôi xẩy ra đêm hôm qua, Zatoichi lại là một kiếm sĩ kiệt xuất có thực, hiện thân bằng xương bằng thịt, không những hồn hậu chỉ dạy cho tôi về nghệ thuật nghe gió kiếm bằng tai mà cả về văn hóa cũng như cách nhận thức tính háo thắng, nỗi phù trầm hư ảo nhất thiết giai không của cuộc làm người võ sĩ đạo.

Sau ba ngày ba đêm chiến đấu liên hồi kỳ trận dưới chân núi Fiji hoang dã, cuối cùng, bằng một đường gươm sắt bén nhanh hơn tia chớp, Zatoichi đã chặt đứt đầu con mãng xà ở trên cây anh đào bị động lao xuống mổ vào nhân trung tôi.

Tôi còn nhớ rất rõ trước khi tắt thở mắt tôi vẫn mở trừng trừng, tay vẫn cầm chắc lưỡi gươm cắm mũi xuống đất. Những tưởng mình hiên ngang như cây tùng bách đội trời chết đứng trong im lặng, ai ngờ thực tế thân hèn vốn sợ đau, sợ chết tôi ra sức vùng vẫy, xúi cái miệng vô duyên của tôi không ngừng ú a ú ớ đến độ vợ tôi đang coi phim Đại Hàn ngoài phòng khách chạy ù vô lay tôi giựt mình thức dậy.

Trong vô thức phản ứng tự nhiên là tôi vội đưa tay sờ vào nhân trung tìm vết rắn cắn, chân thì run rẩy co lên. Mắt trái tôi sợ hãi tìm con rắn, trong khi mắt phải lại láo liêng tìm Zatoichi, hiệp sĩ mù nghe gió kiếm, một đối thủ vô cùng lợi hại của đời võ sĩ đạo trong giấc mơ tôi.

Khi tỉnh mộng mới thấy chuyện đời đúng là sắc sắc không không trong kinh Bát Nhã của ngài Quán Tự Tại. Đời của thế kỷ 21 dù không như là mơ nhưng mà thiệt tình không hiểu sao giấc mộng phù du ở thế kỷ 14 kia cứ làm mình ngẩn ngơ suốt cả buổi trời. Đến khi hoàn toàn thoát ra khỏi cõi phù vân, tôi mới hiểu ra giây khắc đẹp nhất trong đời thực, đó là buổi cơm chiều thơm mùi nấu nướng mà người vợ hiền đang sửa soạn ngoài kia.

Linh Cẩu

Năm nay năm Tuất là năm tuổi của tôi. Người ta nói năm tuổi thường xảy ra nhiều rủi ro khó lường. Tôi không hề tin điều này, nhưng 12 năm trước tôi bị ngộ độc thức ăn suýt vong mạng bị vức bỏ ngoài bãi dại ở chợ Đông Ba, Huế đã ám ảnh tôi đến tận bây giờ. Cũng may lúc đó số chưa tận nên tôi được một người lính đi qua thương tình đem về cứu chữa. 12 con giáp trôi qua, lụi xụi Mậu Tuất lại trở về. Dù sao năm nay cũng mới ra Giêng, còn những 11 tháng có rủi ro hay không vẫn đang chờ tôi ở trước mặt. Ối! Oa oa xịt! Chuyện gì tới sẽ tới, hơi đâu mà lo. Với lại, xin lỗi, đời vốn... chó má mà.

Thưa, tôi tên là KiKi, không có họ. Con bạn ở chung nhà với tôi tên TôTô, cũng không có họ. Không như TôTô nhỏ nhít, hiền lành, tôi thuộc giống Corgi dênh dàng to lớn đến từ xứ Wales, Anh quốc. Giọng của TôTô ăng ẳng trong trẻo như cô thiếu nữ dạy thì, trong khi giọng rền rền của tôi có thể đánh thức cả làng cả xóm đang chìm trong giấc điệp.

Tuy tôi và TôTô được ông chủ tốt bụng đem về nuôi dưỡng nhưng thời buổi chiến tranh ông ở ngoài trận mạc nhiều hơn ở nhà. Vì vậy mỗi lần ông chủ đi hành quân, ở nhà hết đồ ăn hai đứa tôi hay ra chợ Đông Ba cầu thực, tối về rúc sau chái bếp thức ngủ canh chừng nhà. Chợ Đông Ba ai dời ra bãi dại thì tụi tôi không biết, nhưng cá ươn, xương xẩu trong chợ hà rầm cũng tạm lót bụng chúng tôi qua ngày chờ ân nhân đi đánh giặc khải hoàn trở về. Sống chung dưới một mái nhà nhiều năm, TôTô coi tôi như ông anh cả, thậm chí như cha chú, tối nào cũng hồn nhiên rúc vào lồng ngực vạm vỡ của tôi ngái ngủ ngon lành.

Thấy chúng tôi hay quấn quít chơi đùa bên nhau, anh chàng Maltese bảnh bao bên nhà hàng xóm thường hỉnh mũi, nghếch mắt tò mò dòm qua, thỉnh thoảng chàng dựng thẳng người lên khúc khắc giọng kim như muốn gởi sang một tín hiệu thân thiện gì đó. Tưởng bở hai đứa tôi mon men mò qua định làm quen ai dè bị anh chàng Maltese điển trai cự nự thẳng thừng. Chàng rùn mình xuống thủ thế, lắc đầu nguầy nguậy, mắt long lên tròn xoe, trề môi chu mỏ vừa gầm gừ, quạu quọ vừa thụt lùi vào trong nhà biến dạng. Thật là ốt dột cho hai đứa tôi quá chừng. Hình như kiếp trước có tu nên kiếp này chàng quý tộc Maltese đến từ đảo quốc Malta trông trắng trẻo, dễ thương chi lạ. Cả nhà từ ôn mệ đến lũ nhóc tì đều a vô bồng ẵm, nựng nịu Maltese như cưng trứng hứng hoa.

Ở đời có nhiều cái dị òm. Như ông trời đã hao tổn biết bao là công sức nặn ra tôi vốn to con lớn xác, chần dần cái đầu già chát đến có sạn mà trái tim trong lồng ngực nở nang của tôi vẫn không biết tình yêu là cái chi chi. Nó trơ trơ như gỗ đá, nó lì lợm như khúc cây, nó không biết nghe theo tiếng gọi của tình yêu trai gái là cái gì, mới phiền. Nhiều cô bạn má đỏ môi hồng, có đường cong nảy nở gợi hình gợi cảm như hoa hậu hoàn vũ đến hoa ghen thua thắm, thấy tôi ngao du đầu đường xó chợ thường hay mon men lại gần muốn kết bạn làm quen hay kết tình đôi lứa đều bị tôi thè lưỡi, rùng mình, cụp đuôi, ngoắc đít chạy tét tè re.

Không như mợ TôTô dấu ái của tôi mới nức mắt đã lăn xăn ra đường rượn đực. Nó nghiện Sex đến nỗi đói no không cần biết, thấy đực là lăn xả vào. Lúc lên cơn, mắt nó dại đi, miệng rên i ỉ vừa thắc cười lại vừa tội nghiệp. Có lần TôTô mắc lẹo ở ngã ba Sình, thấy tôi mợ mắc cỡ quay mặt đi chỗ khác, để mặc thằng bạn đực lôi ngược đi xền xệt, thấy chướng tai gai mắt dễ sợ.

Chung đụng lâu năm tôi đâm ra thương con bạn TôTô ốm yếu của tôi quá chừng. Nó nhỏ con thon thả như con chó Đê, nhưng đố ai biết được nó sinh ra và lớn lên bên bờ sông Hương Núi Ngự trầm mặc, cổ kính. Người lính Huế, ân nhân của chúng tôi, lượm được nó và tôi trong đống rác ở chợ Đông Ba đem về nuôi dưỡng là một người lính bồ tát. Ngoài việc ăn uống hàng ngày, trông chừng nhà cửa, ông còn dạy dỗ, tiêm nhiễm cái thao thức của quê Huế, cái đạo đức thâm trầm và lòng dũng cảm của người con Huế vào tận sâu xa trong tâm hồn thô thiển, phức tạp và đầy thú tính của chúng tôi.

Vậy mà trong chiến tranh, người lính bồ tát, vị ân nhân vĩ đại kia, một hôm đã ngã xuống ở đâu đó trên mảnh đất u buồn nhiều mưa của xứ Huế này. Ngày đồng đội đưa ông về hậu cứ Bộ Tư Lệnh Quân Đoàn I trong chiếc hòm kẽm đơn sơ, KiKi tôi và TôTô khóc hết nước mắt.

Từ ngày tôi bị vứt bỏ vì ngộ độc và được cứu sống ở Huế thì cái gì của Huế, sinh ra ở Huế, làm nên từ Huế, sức vóc

Huế, cái chất Huế, cái hoàn cảnh cay đắng trong lịch sử Huế, tất cả với tôi, đều buồn. Giọng ru em não nuột buổi trưa hè trong tiếng võng đưa, hay một điệu hò quê quít trên bến dưới đò, cả tiếng mưa rơi trên đền đài lăng miếu và cả những tiếng rao hàng, tiếng xe đẩy cộc kệch vào chợ mỗi sớm mai đã trở thành cơn đau trong trái tim buòn bã của tôi.

Người lính chết, con bạn TôTô của tôi coi bộ cũng không thiết sống nữa. Nói đừng cười, nó chết dị òm. Nghĩa là nó không chết hào hùng như các chú Quân khuyển ngoài chiến địa mà chết vì bị xe đụng lúc mắc lẹo ở cửa Thượng Tứ. Chó mắc lẹo làm sao mà gỡ, trừ khi chúng hoảng hồn vì bị đòn roi đau quắn lưng, quíu đít. Và con bạn TôTô đáng thương của tôi tuy thoát khỏi chứng mắc lẹo vì... nhờ xe đụng nhưng không thoát khỏi lưỡi hái của tử thần.

Mà trời xui đất khiến hay sao lúc đó tôi cũng quanh quẩn kiếm ăn gần hiện trường, nơi xảy ra tai nạn. Thấy tôi chạy tới, TôTô mừng quýnh rên lên. Nó rán rướn mình trỗi dậy nhưng xương đã bị gãy nát, máu chảy nhiều quá nên phút cuối cùng nó nhìn tôi bằng con mắt mọng nước rồi từ từ khếp lại lìa đời.

KiKi tôi thuộc giống Corgi, từ nước ngoài lưu lạc nơi đất khách quê người lâu năm không phải là không có kỷ niệm nào vui. Nhưng chính sự hy sinh vì tổ quốc của ân nhân tôi và nỗi mất mát đầy tội nghiệp của con bạn TôTô của tôi làm cho tôi cứ buồn, cứ nhớ, cứ thương tiếc hoài.

Con Ma Nhỏ Ở Điện Bàn

Năm bác sĩ Võ Thiềm sáu mươi chín tuổi bị trời đày hay sao mà ông vẫn không hề rung động trước bất kỳ một bóng hồng nào. Trong nhà, cha mẹ già sắp qui tiên độc có mỗi mình ông, cố thúc ông lập gia đình mà ông vẫn trơ trơ như gỗ đá, riết rồi ai cũng tưởng ông mắc bệnh tâm thần, lãnh cảm hoặc "bê đê" (pédé) chi đó.

Rứa mà trời thay tâm đất đổi tánh hay sao mà đúng ba trăm sáu mươi lăm ngày sau ông bác sĩ tâm thần Võ Thiềm vừa bước vào tuổi thất thập thì ông mạnh tay bật tung cánh cửa trái tim để bắt đầu yêu. Như để bù đắp gần bảy mươi năm hoang phí tuổi xuân, bác sĩ Thiềm sung thiên như một lão tướng, đùng đùng như một lão trượng yêu cuồng sống vội, yêu dại sống điên. Mà đối tượng mối tình đầu của ông những tưởng là ai, hóa ra là "con ma nhỏ", nhỏ hơn ông tới năm mươi ba tuổi đời.

Có điều cái "con ma nhỏ" ni, nào ai khác ngoài con "Út nhỏ", con em út trong nhà của ba me tôi, gồm mười chín anh chị em, nổi tiếng đông con nhất ở huyện Điện Bàn, Quảng Nam. Gọi là Út nhỏ là vì khi mở mắt chào đời nó nhỏ rí như con chó con vừa lọt lòng.

Tháng 9 năm 1945, Pháp trở lại xâm chiếm Việt Nam nhằm tái lập chế độ thuộc địa là lúc con Út nhỏ tròn bốn tuổi. Khi Pháp đánh Việt Minh càn vô Điện Bàn, dân làng buộc phải sơ tán. Vừa qua tới bên kia sông La vượt qua rừng tre, đi thêm một đoạn trong rừng keo thì cả nhà vô phúc đạp phải mìn dây chuyền chết banh xác mười bảy mạng, gồm ba me tôi, anh em tôi, trong đó có con Út nhỏ. Còn lại con em kế suýt vong mạng vì sướt bọng đái, tôi thì mù một mắt.

Mười ba năm sau, từ làng Mỹ Lợi, tỉnh Thừa Thiên Huế trôi giạt ra tới làng Phe Điền, con em kế sót lại của tôi lại mắc phải ung thư bọng đái mà qua đời, một mình tôi lủi thủi trở về bên kia sông La để chỉ dựa gốc keo khóc sụt sùi mà thương mà tiếc những người thân yêu bạc mệnh. Rồi tôi gạt nước mắt chôn hết kỷ niệm bơi qua sông trở lại Điện Bàn.

Huyện Điện Bàn của mười ba năm trước, làng quê xưa đã nên nhà nên chợ nhộn nhịp hơn, nhưng sâu trong lòng tôi hồn đất Quảng vẫn cày lên lở lói, bê bết như một vết thương dài không khép miệng. Rứa mà ở đời, ngay cả chính mình còn không tin nổi mình, bất ngờ đến bàng hoàng khi tôi tìm lại được người thân tưởng không bao giờ còn thấy lại. Lúc biết chắc là nó đang ở trong vòng tay xiết chặt của mình thì tôi mới biết yêu nó quí nó ghê gớm biết dường nào. Ở đó, trên vũng đất Điện Bàn năm xưa tôi gặp lại em tôi, con Út nhỏ.

Ban đầu tôi không tin nó là con Út nhỏ. Bởi vì con Út nhỏ cùng cả nhà bị mìn chết bên kia bờ sông La mười ba năm trước rồi còn chi. Hơn nữa nó chết đứt đầu lúc bốn tuổi, cái tuổi thơ ngây, trong trắng biết bao. Cái đầu lâu đầy máu với con mắt mở trừng của nó lăn tới đụng vào chân tôi kia mà. Bằng một quãng thời gian dài những mười ba năm đằng đẵng với biết bao vật đổi sao dời làm sao mà nhận cho ra. Rứa mà hai chị em vừa chạm mặt nhau, bằng con mắt còn lại tôi nhận ra ngay, dù sửng sốt, sợ hãi lạnh cả sóng lưng nhưng tôi vẫn quả quyết nó là con Út nhỏ.

Chính con Út nhỏ thoạt kỳ thủy còn ngỡ ngàng xong nhận ra được người chị thân yêu, nó hú dài một tiếng lạnh hư không, bằng tất cả sức lực của cô thiếu nữ mười bảy bẻ gảy sừng trâu, nó lao tới ôm chầm lấy tôi làm hai chị em cùng ngã lăn cù ra đất, cùng rống lên nỗi đau xé lòng.

Đua nhau khóc mù trời thiên một hồi lâu, hình như lâu lắm, lúc buông em ra tôi cảm thấy có điều chi là lạ. Giữa thị tứ người qua kẻ lại sao chẳng một ai nhìn thấy, không cả một người nào nghe thấy tiếng khóc của con Út nhỏ, ngoài tiếng khóc bã bượi của tôi. Họ ái ngại, họ lấm lét nhìn tôi mà không hề nhìn thấy, nghe thấy tiếng nỉ non của em tôi là răng? Họ tưởng tôi là con mụ điên nên tránh xa, bỏ mặc một mình tôi áo quần xốc xếch, tóc tai rũ rượi lăn lộn kêu rêu, bấu víu than khóc giữa hè phố đông người qua. Rứa thì em tôi mô? Răng chỉ một mình tôi nhìn thấy em tôi thôi sao?

Lúc đó con Út nhỏ đã mười bảy xuân xanh mơn mởn, vừa tràn trề sức sống lại vừa đẹp. Đẹp thiệt! Nó đẹp đến chim sa cá lặn, đến cỏ cây còn rung động, trăng sao cũng ngẩn ngơ. Hồi nhỏ con Út nhỏ đã đẹp nhưng không thoát trần như bây chừ.

Mình dây, ngực nở, eo thon. Dáng dấp cao sang, cốt cách ngạo thế, hơ hớ đến hừng hực gợi tình. Tóc thề buông kín bờ lưng. Cái lưng ong, nơi có lọn tóc mềm thả nhẹ trên vai, sợi dài phất phơ theo gió. Cái ngấn cổ kiêu kỳ như một cọng hoa tinh khiết vươn lên từ miệng bình. Người trần mắt thịt có may mắn hôn lên ngó sen ấy cũng không thể nhìn thấy vết cắt quanh cổ đã thành một lằn chỉ nhỏ rứt, lờ mờ. Cặp mắt thì đen lay láy lại chơi vơi một chút ánh buồn, cái buồn trời ơi, lúc nào cũng thả hồn trôi về miền miên viễn xót xa. Ngần ấy nét người cũng quá đủ để lũ đàn ông hãi hồn thất vía mà sa lưới tình.

Nhưng mà lạ chưa tề. Lũ đàn ông đi ngang qua hai chị em tôi chỉ nhìn vào mỗi mình tôi bằng cái nhìn hờ hững, ứa bựa, chán chê, xa cách. Tôi già rồi, lại mù một mắt, xấu như ma lem đã đành, nhưng còn con Út nhỏ đi bên tôi sao hàng trăm con mắt vốn háo hức trước cái đẹp, lại không nhìn thấy nó. Răng kỳ rứa? Tôi nghi ngờ nhìn lại con Út nhỏ thấy nó vẫn tỉnh bơ con sáo sậu, làm như nó chẳng cần biết tới ai trên cái cõi đời hèn mọn, xấu xa này ngoài chị ruột nó. Nó hồn nhiên đi bên tôi, ôm xiết lấy tôi, liến thoắng cười cười nói nói, có lúc cao hứng nó cất tiếng hò chát ngắt mà chân chất, mộc mạc. Nghe nó hát mà thương *"cái dọng (giọng) Quảng Nôm đặc sệt từ lâu hén (hắn) đã thém (thấm) vô máy (máu) thịt đến đậm đòa (đà)"* của con người Quảng quê tôi.

Có lẽ cả cái đất Quảng Nam hiền hòa này không ai làm tôi giựt mình bằng ông Võ Thiềm và con Út nhỏ. Ông là bác sĩ tâm thần chuyên trị tâm bệnh của bệnh nhân đã đành, nhưng đặc biệt trời cho ông có huệ nhãn như tôi để nhìn thấy con Út nhỏ em tôi. Bỏ phí gần cả một đời không hề yêu ai, vừa nhát thấy "con ma nhỏ" ông đã bị nó hớp hồn, ú ớ, chết trân tại chỗ.

Từ đó, người ta thấy ông bác sĩ tâm thần Võ Thiềm trở chứng khật khùng như bị ma ám. Ông bỏ nghề, bỏ bệnh viện, bệnh nhân, có lúc quên cả mồ mả song thân, ông lảo đảo đi vào cơn yêu. Biết rõ "con ma nhỏ" là... ma, đáng tuổi cháu chắt mình, nhưng ông đã lụy tình rồi, bất chấp mọi thói đời độc địa, ông bước trên dư luận để sống đúng với thực chất lòng mình, yêu "con ma nhỏ" chân thành, say đắm.

Để chứng tỏ tình yêu trong sáng của mình, ngày nào cũng như ngày nào ông Thiềm đã dành hết tâm tư tình cảm cặm cụi khắc trên những nhành cây thành những con thú đơn sơ gởi tặng người tình ma bé bỏng của mình.

Được quà tặng, "con ma nhỏ" thích chí, cười híp mắt. Để đáp lại, mỗi buổi sáng nó hay đến trước sân nhà ông, lom khom rải gạo thành hình trái tim ngang dọc chừng một thước cho chim chóc xuống ăn, rồi tung tăng chạy ra phố tìm kiếm giúp đỡ những chú mèo lang thang. Lãng mạn và hồn nhiên chi lạ.

Chao ôi, mối tình đầu đời của một ông già yêu trễ và cô thiếu nữ trong trắng thèm yêu sao mà vụng dại, ngang trái, oái ăm quá chừng rứa tề.

Nhưng dù sao tôi cũng không ngừng ra sức dỗ dành, khuyên răn, đe dọa cách mấy nó cũng không nghe. Con Út nhỏ vẫn bảo vệ tình yêu của nó tới cùng. Nó triết lý:

"Tình yêu trong thế giới thực và ảo của tụi em được chứng thực bằng tinh thần của đức hạnh."

Chu choa! Con Út mót nói cái chi tôi không hiểu rứa tề. Nhưng từ đó tôi hiểu rằng ngọn lửa đam mê tình ái của tuổi trẻ đố ai mà dập tắt nỗi. Sau cái chết không đầu, lần đầu tiên trở lại trần thế, "con ma nhỏ" khéo léo ráp lại cái đầu xinh đẹp của nó rồi vội vàng bay đi tìm tình yêu. Vì yêu nó không hề biết sợ, không hề lùi bước trước tình yêu. Nó táo tợn làm rung chuyển cả luân lý, phá tung mọi khuôn khổ phết màu son đạo đức chỉ để yêu và được yêu. Cả ông bác sĩ già, người phàm mắt thịt lẫn "con ma nhỏ" trẻ đẹp của tôi đều đồng khí tương cầu qua ánh mắt giao cảm ban đầu, qua cái thú vui hòa hợp âm dương như sợi xích thằng có sức níu kéo vào nhau cho đến chết.

Mãi về sau này, khi ông Thiềm vì tình yêu mà kiệt sức qua đời, lúc đó con Út mót mới hoàn toàn tan biến trong trời đất như sợi khói sương, tôi cũng mất luôn giác quan thứ sáu, có thể nhìn thấy ma, nói chuyện với ma, tiếp xúc với thế giới của âm ma để rồi ngồi thừ ra đó mà thở dài, thấy đời toàn những chuyện vô thường, trách trời sao đan.

Thu Nương

Ông Tạng di cư vào Nam năm 1954, cư ngụ tại khu Rau Xanh, cách Ban Mê Thuột khoảng 15 km về hướng Tây dãy Trường Sơn. Ông Tạng vốn là người đa năng, tháo vác và có kiến thức nên chẳng bao lâu lên làm thôn trưởng. Tôi quen biết ông trong một dịp tôi theo phái đoàn thông tấn xã TT từ Sài Gòn lên Ban Mê Thuột, vô các làng xã tìm hiểu đời sống cư dân miền Bắc sinh sống tại Châu Sơn, Hòa Bình, Duy Hòa, Kim Châu Phát và khu Rau Xanh. Khi phái đoàn ra về, bất ngờ ông Tạng hẹn tôi ngày mai trở lại sẽ kể riêng cho tôi nghe câu chuyện mà ông hứa hẹn là một đề tài hấp dẫn.

Hôm sau tôi mượn chiếc xe đạp của người bà con lộc cộc đạp trở vô khu Rau Xanh. Tại nhà ông Tạng tôi được ông đãi một bữa ăn gồm toàn những đặc sản Cao Bằng, quê ông, mà tôi chưa từng thưởng thức. Các món ăn lạ mắt lạ tai như phở chua, bò gác bếp (thế bằng thịt nai), xôi trái trâm, bánh trứng kiến (làm từ bột nếp, trứng kiến đen và lá vã) và bánh khảo tráng miệng. Đặc biệt, rượu ngô thơm ngon đậm đà tăng thêm phần hứng khởi cho bữa tiệc.

Sau vài tuần rượu, thôn trưởng Tạng nhập đề:

"Tôi là Vũ Văn Tạng sanh tại Cao Bằng, Bắc Việt. Cha

tôi người Tày làm ruộng ở Bắc Kạn, mẹ người Tuyên Quang. Khi trở thành gia thất, bố mẹ tôi lên Cao Bằng lập nghiệp, hai năm sau mới sanh ra tôi. Năm 1954, tôi 20 tuổi, theo bố mẹ di cư vào Nam, chọn khu Rau Xanh, như anh đã biết, làm đất sống. Hàng ngày Tạng tôi phụ giúp bố mẹ trồng tỉa các loại hoa mầu, tới mùa thu hoạch bán các rau quả tươi cho mối lái chở ra chợ bán, làm kế sinh nhai.

Không bao lâu, bố mẹ lần lượt qua đời, Tạng tôi trơ trọi một mình, không vợ con, xoay qua làm nghề gõ đầu trẻ tại gia. Thời mới nhập cư khu Rau Xanh chưa có điện, phải thắp đèn dầu. Mỗi tối chấm bài vở xong tôi thường ngồi đọc sách, viết lách bên cạnh cửa sổ chắn song thưa".

Mời tôi cạn thêm chung rượu, gắp miếng bò gác bếp đưa cay, giọng trầm trầm ông Tạng từ tốn rào đón:

"Tôi xin nói trước với anh ký giả là chuyện tôi kể ra đây không dính líu gì tới chuyện ma quái của ông Bồ Tùng Linh bên Tàu cả. Mặc dù tôi chưa từng đọc truyện của ông Bồ nhưng người ta nói Liêu Trai Chí Dị là truyện hư cấu; còn tôi, cam đoan với anh ký giả là chuyện của tôi có thật một trăm phần trăm.

Ngừng một chút ông Tạng nói tiếp:

Một hôm, đang chăm chú đọc báo, tự nhiên Tạng tôi cảm thấy ớn xương sống, cảm giác như có ai ở ngoài sân đang quan sát mình. Lúc ngước lên hồ như tôi thấy một cô gái mặc áo chùng trắng, tuổi độ đôi tám, tóc xõa dài xuống chân thoáng hiện bên ngoài cửa sổ, chớp mắt cô biến mất ngay.

Tôi nghĩ mình thường thức khuya mệt mỏi dễ sinh ra ảo giác nên thổi tắt đèn đi ngủ. Hai ba hôm sau, trời vừa chạng vạng tối, tôi lại mơ hồ thấy có bóng người thiếu nữ áo trắng chập chờn đứng trong vườn chuối sau nhà nhìn vào. Dụi mắt nhìn kỷ tôi lại chẳng thấy gì ngoài đêm đen và gió thổi như tru.

Đêm hôm sau cô gái lại xuất hiện. Lần này Tạng tôi biết chắc không phải ảo giác. Sanh nghi. nhưng tôi giả đò đọc sách như không hay biết gì, nhưng trong đầu đã có chủ ý. Chờ cô gái tiến sát bên cửa sổ tôi vội tông cửa chạy vụt ra thì cô gái, như có ma lực, đẩy cô chạy như bay về cuối thôn nghèo. Tôi đứng lại nhìn chiếc áo chùng trắng và mái tóc dài bay phất phới trong gió mà ngẩn ngơ. Tôi có cảm tưởng như hai chân cô không chạm mặt đất.

Đêm tôi nằm nghĩ lung về người thiếu nữ mà tôi chưa từng gặp bao giờ. Tôi không biết cô là con cái nhà ai mà nửa đêm nửa hôm một mình cả gan đi lang thang ngoài đường ngoài xá như thế. Dù sao, đất Rau Xanh của chúng tôi xưa nay vẫn yên ổn, dân Rau Xanh chúng tôi chưa từng xẩy ra bất kỳ biến cố hay hiện tượng lạ nào. Hơn nữa, vào mùa trăng trai gái hay hò hẹn trong đêm, cô có lang thang đâu đó cũng là chuyện thường tình.

Lâu ngày chày tháng không thấy cô trở lại, tôi bận dạy học nên dần dà quên đi. Nhưng một hôm trăng vừa nhú trên đầu ngọn tre, cô gái áo chùng trắng bất ngờ lại xuất hiện làm tôi giật mình. Tôi không biết cô đứng bên cửa sổ từ bao giờ. Trong ánh đèn lờ mờ hắt ra bên ngoài tôi không nhìn rõ gương mặt nhưng đôi mắt của cô làm tôi sợ hãi. Tôi không dám nhìn vào đôi mắt ấy, nhưng như bị cô thôi miên buộc tôi phải nhìn sững. Đôi mắt nâu non đẹp tuyệt trần nhưng trời ơi sao mà buồn thăm thẳm. Có thể nói tất cả những nỗi buồn thê thiết nhất trên trần gian lao khổ này đều đổ dồn vào đôi mắt của cô, đôi mắt sáng dịu dàng mà xa xăm u uẩn đầy cam chịu. Cuối cùng tôi cố sức tỉnh hồn đứng dậy định ra mời khách vào nhà cho phải phép thì cô dợm bước đi ngay.

Hôm sau và nhiều hôm sau nữa tôi cố ý chờ cô gái trở lại nhưng chỉ hoài công. Cô biến mất như cơn gió, như giọt bụi. Có điều kỳ lạ là từ đó đêm nào tôi cũng nằm mộng thấy mình giao hoan với cô. Tuổi trẻ sức voi ôm ấp nhau suốt hai tuần lễ tôi bắt đầu cảm thấy kiệt sức. Soi mình xuống mặt nước ao tôi nhìn tôi tiều tụy.

Đúng lúc đó, nghe tiếng "A di đà Phật" tôi giật mình ngước lên thì thấy một nhà sư áo vàng đi khất thực. Tôi vô cùng ngạc nhiên, vì dân Rau Xanh chúng tôi từ ngày lập ấp đến nay đều là những con chiên ngoan đạo, chưa từng thấy bất kỳ một biểu tượng nào khác ngoài hình ảnh Đức Mẹ Hằng Sống. Dù thế, tôi vẫn chạy vô nhà lấy thức ăn mang ra cúng dường. Vừa đặt gói xôi trâm vào bình bát, tôi nghe nhà sư khẽ nói: "Mô Phật. Thí chủ mình đầy tà khí". Nói xong nhà sư cúi đầu thi lễ rồi khoan thai bước đi.

Từ lúc vị khất sĩ xuất hiện đến lúc bước đi, tôi như người mất hồn, ú ớ không thốt được lời nào. Cái ngũ uẩn: hình hài, cảm giác, tri giác, tâm tư và nhận thức của Tạng tôi như chết cứng. Đúng lúc đó tôi nghe trong tai mình có tiếng thì thầm như truyền âm nhập mật làm tôi vô cùng kinh hãi.

"Thí chủ nên để đèn khi đi ngủ. Thấy đèn sáng, cô gái tên Thu Nương không dám vô xâm hại thí chủ. Thu Nương là là con gái của ông bà phán Học ở cuối thôn Rau Xanh. Thí chủ cũng nên bỏ chút thì giờ quí báu đến đó sẽ biết được sự thật. Lúc đó bần đạo tin rằng thí chủ sẽ được gạn lọc thân tâm, vượt thắng mọi tà hạnh, kiến chấp".

Thưa anh ký giả. Anh có biết "cuối thôn Rau Xanh" là ở đâu không. Đó là nghĩa trang của dân Rau Xanh chúng tôi. Mồ mả không nhiều nên vừa đến đó tôi nhận ra ngay. Ánh mắt vời vợi của Thu Nương lồng trong tấm bia xi-măng đã từng ám ảnh tôi suốt mấy canh trường. Tôi run rẩy quị xuống trước ngôi mộ Thu Nương, nằm cạnh hai ngôi mộ của song thân cô. Tất cả đều đơn sơ, hao mòn theo bóng thiều quang anh ạ..."

* * *

Thưa bạn đọc. Chuyện của ông Vũ Văn Tạng chỉ có thế. Sau khi lược lại lời kể tôi viết thành truyện đem đăng báo. Nửa năm sau tôi mới có dịp lên Ban Mê Thuột vô Rau Xanh thăm lại ông bạn già năm xưa của tôi tiện thể tặng ông tờ báo có đăng bài viết Thu Nương.

Nhưng mà tạo hóa khéo trêu ngươi. Ông Vũ Văn Tạng bị rắn hoa mai cắn chết bên miệng giếng cạnh bụi tre la ngà đã hai tháng trước. Tôi ý tứ hỏi thăm thì không một ai biết ông Tạng từng bị ma ám. Tôi cũng không biết tình cờ hay hữu ý, mộ của ông Tạng lại được chôn cạnh mộ của Thu Nương. Người chết mới được hai tháng nên đất còn tươi, cỏ vẫn xanh bên cạnh những ngôi mộ đìu hiu, lạnh giá.

Chuyện này xẩy ra cách đây ngót sáu mươi ba năm.

Tù Trưởng Y Krea Bouk

Đầu thập niên 1930, Y Krea Bouk, người M'nông Gar là tù trưởng của buôn Dam Rông, thuộc huyện Lak, tỉnh Daklak. Huyện Lak cách tỉnh lỵ Banmêthuột 50 cây số về phía Nam, có nhiều rừng rậm và núi đá. Dọc theo các sườn núi đá lài xuống các thung lũng cao nguyên Nam Trung phần, rừng càng rậm rạp hơn. Riêng ở lưu vực sông Hleo và hai chi lưu Ea Drang và Ea Soup thường dáy lên những dãi rừng chồi, những đồi cỏ tranh bạt ngàn dễ tạo thành giang sơn của các loài thú hoang.

Thuở đó buôn Dam Rông chỉ có vài chục nóc nhà nằm hẻo lánh dưới chân núi Chư Dlé Yang hiểm trở, cạnh con sông Ea Hleo. Nhà của người M'nông Gar khá đặc biệt: nhà trệt, vách bằng phên hoặc vách đất rất dầy, mái tranh thi tùm hum buông xuống gần mặt đất. Người trong buôn không nhiều, nhưng dã thú ngoài hào lũy thì từng đàn.

Vào mùa thu hoạch, voi rừng thường về phá phách mùa màng, nương rẫy. Nhất là cọp, mỗi độ trăng tròn hay vô làng rình bắt gia súc, có khi tha cả người. Thập niên 30, cọp hoành hành từ miền đồng bằng Khánh Hòa lên tới khắp vùng rừng núi cao nguyên Nam Trung phần. Vì vậy mỗi lần khai phá rừng rẫy, thu hoạch mùa màng đồng bào các sắc tộc thường mang theo dao bầu, gậy gộc đi thành từng toán để canh giữ, bảo vệ nhau trước thú dữ.

Cũng như các dân tộc thiểu số khác, người Gar tuy ít nhưng tinh thần đoàn kết rất cao. Gặp những lúc hiểm nghèo, dưới uy lực của tù trưởng Y Krea Bouk, khi cần hầu như cả làng đều có mặt. Họ sống cùng một lúc, làm cùng một lúc, kiên trì, bền bỉ, từ chuyện thường ngày như ăn uống, vui chơi cho đến khai hoang, đốt rẫy, tỉa lúa, giẫy cỏ, dựng sườn nhà, lợp mái tranh, và đặc biệt là trồng bờ tre, đào hào, đáp lũy ngăn thú dữ, nhất là cọp. Suốt cuộc đời của tù trưởng Y Prea Bouk, ngoài việc cai quản bộ lạc, tạo niềm tin, mang yên vui, no ấm cho dân làng, hầu như vị trưởng làng luôn luôn tìm cách trừ khữ cọp. Có khi Bouk cùng dân làng hò hét rượt đuổi cọp về rình mồi. Nguy hiểm, lo sợ nhưng tiếng gầm thét như sư tử hống của vị tù trưởng cũng đủ để cọp cặp đuôi bỏ chạy mà dân làng cũng lấy làm phấn chấn. Cường tráng, oai phong, lẫm liệt xứng với cương vị tù trướng, Y Krea Bouk được dân làng trọng vọng, thần phục.

Cọp là nỗi hoang mang, kinh sợ đối với buôn làng, đồng thời là kẻ thù không đội trời chung của Y Bouk. Lúc lên 6, lần đầu tiên theo cha mẹ lên rẫy Bouk đã bị cọp vồ. Người cha liều mạng cứu con không may bị cọp cắn gẩy cổ, tha mất xác. Lúc nghe tiếng khóc o oe của thằng cu em, Bouk mới hoàn hồn ngó lại thì thấy mẹ nằm xấp mặt chết ngất bên bờ nương, trên lưng cõng thằng Juk còn đỏ hỏn. Y Krea Bouk đã nếm trải nỗi đau đó ở tuổi hồn nhiên của mình. Ngằn ngặt ám ảnh Bouk là vệt máu thâm xịt ở cổ người cha òng ọc tuôn ra kéo lết một đường dài trên mặt cỏ tranh khi ông bị cọp lôi đi.

Tù trưởng Y Krea Bouk sống vào thời kỳ dất nước đặt dưới ách thống trị của thực dân Pháp, nên con người ông sống rất chông chênh. vì bị giằng co giữa hai thế lực: người Pháp và Triều đình nhà Nguyễn. Nhưng vì ở nơi hoang dã, ít người để ý nên bộ lạc của ông hầu như độc lập và tự trị. Thời kỳ này nhiều thợ săn người Pháp là người Annam, cũng như các thợ săn người Chàm, người Cambodge và Lào (khởi từ thế kỷ 19) thường tổ chức thành từng toán nhỏ lùng sâu vào vùng nội địa để săn bắt thú rừng. Chính vì vậy cuộc bành trướng táo bạo của những toán thợ săn này đã chinh phục được phần lớn các vùng đồng bằng và rừng núi, trừ khữ bớt dã thú đồng thời đẩy lùi chúng vào tận thâm sơn cùng cốc, nơi chưa từng có dấu vết con người.

Dưới sức tác động của cuộc xâm lăng lần thứ hai vào đất nước, trong đó người bản địa cũng phải hứng chịu thảm họa thực dân, nhưng trong thời kỳ đầu, thời thế đưa đẩy tù trưởng Y Krea Bouk trở thành một thủ lĩnh độc lập, tự trị và săn thú khét tiếng. Bằng một cây giáo (Tak Rmul) cao vượt đầu người, xà-gạc, dao nhọn và cung tên, anh em tù trưởng Y Bouk cùng các chàng trai Gar dũng cảm nhất thường vào rừng săn thú, đánh bẫy lấy thịt; còn da thì căng ra phơi khô trên những thanh tre và phên mắt cáo để làm mền, làm trang phục.

Trong cuộc đời săn bắn, Y Krea Bouk vẫn nhớ hoài vào cái đêm cuối mùa mưa năm 1942. Dưới ánh trăng mờ ảo, đích thân ông giăng một cái bẫy tre cạnh cây xà-nu dưới mé nước, nơi có dấu chân thú dữ. Sau nhiều ngày con mãnh hổ tinh khôn bị sa bẫy. Khi vị tù trưởng quay lại thì chỉ thấy một bàn chân hùm khổng lồ bị kẹp chặt giữa ngàm tre bê bết máu. Thì ra con vật đã cắn đứt bàn chân bị mắc bẫy để tẩu thoát. Từ đó, người làng không còn thấy bóng dáng con dã thú bén mảng về buôn nữa. Có thể nó đã chui vào rừng sâu ẩn mình để dưỡng thương hoặc đã bỏ đi nơi khác.

Nhiều năm trôi qua, cái gió luân lưu theo hai mùa mưa nắng. Mùa khô gió Lào thổi về cái nắng tháng Ba làm cho nương rẫy khô hanh. Ngay từ lúc tiếng gà rừng gáy gọi mặt trời thức dậy, các rặng núi đã thở ra những cơn gió khô cằn. Đã vậy, người trong buôn lại phải đối đầu với bầy heo rừng không biết ở đâu lại kéo từng bầy về sục sạo kiếm ăn, phá hoại hoa mầu. Tù trưởng Y Krea Bouk từng huy động trai làng đào hầm, giăng bẫy, săn bắt cũng không trừ hết được lũ heo đói ăn và cực kỳ hung hãn này.

Một buổi sáng tinh sương, Y Krea Bouk vào rừng lần theo dấu vết con heo độc đầu đàn bốn nanh uốn cong nhọn hoắc chỉa lên trời. Lăm lăm cây giáo lên nước đen bóng trên tay, vai đeo cung tên, Y Bouk theo con đường mòn chạy dọc bên vách núi dựng đứng dẫn xuống lưu vực sông Ea Hleo. Khi Y Bouk vừa đi ngang qua ụ đất nhô ra bờ sông bất ngờ ông bị cọp tấn công. Đây là lần thứ hai Bouk bị cọp vồ, mà lần này lại chính là con mãnh hổ ba chân bị mắc bẫy của ông năm xưa. Sau nhiều năm vắng bóng, Y Bouk không ngờ con hùm lại trở về. Già làng thường nói cọp cũng có linh tánh biết ân đền oán trả như người. Có thể từ lâu cái bản năng hung tợn của con hùm tinh này vẫn rình rập theo dõi ông để báo thù.

Trên gò đất cao mọc đầy cỏ may và cói, vừa ngửi thấy hơi người con mãnh thú gầm lên một tiếng lao xuống bằng tất cả sức mạnh của nó. Y Prea Bouk, người con của Mẹ núi dầy dạng kinh nghiệm sống ở rừng, vội ngồi thụp xuống, hươi mũi giáo sắt nhọn lên chống đỡ. Chụp hụt con mồi hổ dữ vội quay ngoắc lại, rùn thấp mình xuống, cặp mắt ánh lên lạnh buốt, đuôi ngoặc nguẫy chuẩn bị tấn công. Đứng trước nỗi gian nguy một mất một còn, Y Bouk bình tĩnh xoạc chân đứng tấn, cầm chắc cây giáo ở thế thủ, trừng mắt nhìn con vật như thách thức, sẵn sàng ác chiến. Thời gian nặng nề trôi qua trong thế vờn nhau giữa hổ và người. Chợt Y Bouk nhận thấy thế đất dưới chân mình lồi lõm, đầy cỏ rậm dễ gây bất lợi nên ông cẩn thận lùi từng bước xuống khoảng đất trống gần vực sông. Y Bouk càng lùi con mãnh thú càng nhe răng gầm gừ, giương cặp mắt sáng quắc, trườn tới từng bước trong tư thế sắp nhảy lên vồ.

Cuối cùng con hùm lại gầm lên, đập đuôi lao vút tới, bóng cọp ba mống ụp xuống đầu Y Bouk như cơn lốc. Hít một hơi thật sâu, với thân hình vạm vỡ vị tù trưởng dùng hết sức lực thét lên thật to, lách mình tránh cú tát dữ tợn của con thú xong nhanh như chớp ông sấn tới thọc mũi giáo vào ngực cọp.

Bị đâm trúng ngực, con vật rúm mình giẫy giụa rống lên, lủi vào bụi rậm, nằm im. Khi bị một đòn bất ngờ hổ thường quay đầu bỏ chạy, nhưng con mãnh thú ba chân này, ngược lại bị trúng thương càng làm cho nó trở nên dữ tợn hơn.

Mắt vẫn không rời đối thủ, cọp nằm im thở dốc một hồi lâu lại vùng dậy. Bước ra khỏi bụi rậm con thú từ từ tiến về phía Y Bouk, khi cách đối thủ chừng bảy thước, nhanh như chớp nó hực một tiếng đập đuôi phóng vụt tới tấn công. Y Bouk bình tĩnh xuống tấn, hươi mũi giáo lên.

Nhưng bằng một cú tát mãnh liệt kèm theo tiếng gầm vang dội cả đại ngàn, cọp rằn ba mống đã đánh bạt ngọn giáo cùng lúc lia móng vuốt sắt bén ngang bắp tay Y Bouk rách toạt một đường dài, máu tuôn xối xả. Thừa lúc Y Bouk loạng choạng thối lui, con vật hăng máu đập đuôi phóng lên, ụp xuống đối thủ. Nhưng với lòng dũng cảm phi thường, vị tù trưởng nhanh nhẹn đổi thế quỳ, tay ghì chặc cán giáo xuống đất, chỉa mũi giáo lên. Chỉ chờ có thế, khi cọp ập xuống thì bị mũi giáo cắm sâu vào giữa ngực. Rống lên một tiếng rùng rợn man dại, con ác thú đổ ụp cả thân hình to lớn nặng nề xuống người Y Bouk.

Chiều về, mặt trời gác núi đổ màu nắng ảm đạm xuống dòng sông Ea Hleo. Dòng sông vẫn không ngừng nghỉ, ngày đêm vẫn gầm gào chảy xuyên qua các rặng núi, qua các rừng cây xanh thẳm đại ngàn.

Từ những bản xa, thấp thoáng những nếp nhà sàn rải rác bám vào lưng chừng núi. Xa hơn nữa, vượt qua mấy ngọn đèo là tới buôn Dam Rông, ở đó trong căn nhà lạnh lẽo của tù trưởng Y kkea Bouk, Y Juk ngồi lặng lẽ, một mình.

Uyên Ương Gãy Cánh

Năm đó, tôi và Nhược Thủy ăn Giao Thừa tại nhà vợ chồng cô em vợ vui đến độ say khướt hồi nào tôi không hay. Khi tiếng pháo Giao Thừa đua nhau nổ giòn khắp các đường phố Sài Gòn, tôi giựt mình, ngơ ngác nhìn quanh mới hay mình đang ngồi trước sân nhà Nhược Thủy và ngạc nhiên bắt gặp mình đang... khóc nức nở trong vòng tay người yêu. Tiếng khóc say rượu lúc đó, anh ơi – nghe sao mà tỉ tê, thê thiết. Tiếng khóc vật vã, kể lể sự tình chẳng hề giống ai trên cái cõi đời ô trrược này. Rõ ràng là tiếng khóc sụt sùi dụi đầu vào ngực Nhược Thủy nên âm thanh như bị... gói kín trong chiếc áo màu hoàng kim người yêu tôi hay mặc. Rồi, chắc vì gió, tôi lại mơ màng chìm vào cơn say.

Cho tới một lúc nào đó, đột nhiên tôi cảm thấy hụt hẫng, mất thăng bằng, mở mắt ra mới hay Nhược Thủy đã bỏ vô trong nhà từ lúc nào. Khi tiếng khóc mất điểm tựa, không còn ai dỗ dành, an ủi tôi đâm ra chới với, tủi thân và hoàn toàn tỉnh rượu. Lúc đó trời đã quá khuya. Nhịp sống Sài Gòn hầu như lắng xuống. Chỉ còn lại thoáng gió lành lạnh trên nhánh cây xoài mọc trong sân nhà. Khi say tôi hoàn toàn không ý thức được mình đã kể lể, than khóc những gì, nhưng chắc khuya quá Nhược Thủy sợ mấy đứa em trong nhà hoặc hàng xóm nghe thấy nàng đâm ra ê chề, ngán ngẫm bỏ vô nhà cũng phải.

Nửa đêm nửa hôm ngồi một mình giữa đất trời hiu quạnh tôi không còn chỗ dung thân, cũng không còn ai chấp chứa, cùng đường bèn trèo lên cây vú sữa... ngủ qua đêm. Nói là ngủ chớ tài nào chợp mắt nổi. Phần vì lạ chỗ không quen, phần vì lạnh, bị muỗi chích, phần vì sợ công an nên tôi nằm trằn trọc cho đến sáng. (Nói rồi Hoài tằng hắng sửa giọng, mắt lim dim đọc).

Ai biết đời tôi có ngày này
Người ở thành lại ngủ trên cây
Nửa đêm xuân xiếc về ngang hỏi
Hết chỗ rồi sao ông ngủ đây?

Tờ mờ sáng mùng một Tết vừa nghe có tiếng người đi ngoài đường, tôi vội vàng tuột xuống tìm đôi dép nhưng không thấy nghĩ là trộm đã chôm mất, bèn đi chân không ra quán cốc đầu đường uống cà phê. Cũng may, hôm qua Nhược Thủy đã cẩn thận dúi vào tay tôi vài đồng bạc lẻ cười nói ra đường lỡ đụng bánh tráng của người ta còn có tiền mà đền. Quán mới lên đèn, hơi sương còn ướt ghế. Khách thưa thớt vài ba người. Đầu năm đầu tháng gặp phải phường khố rách áo ôm như tôi, chị chủ quán đã tỏ ra thiếu thiện cảm ngay. Đã vậy tôi còn ngồi đồng cả tiếng đồng hồ nhâm nhi mỗi ly cà phê xây chừng nhỏ xíu khiến chị đâm ra nghi ngờ, kề tai người giúp việc xì xầm điều gì đó mà cả hai đều mắt lộ hung quang. Để tránh khỏi gặp phải lôi thôi tôi đứng dậy bỏ đi, lếch thếch băng qua đường nhắm xe sinh tố lộ thiên đi tới. Ngồi trên ghế đẩu, lưng dựa tường tôi vừa uống sinh tố vừa... "sầu thế sự ".

Chưa bao giờ một cựu sĩ quan Quân Lực Việt Nam Cộng Hòa, một tù binh vượt ngục trở thành một kẻ vô gia cư, vô nghề nghiệp rơi vào thảm cảnh như vầy. Nhiều khi tôi nghĩ thà ra đầu thú may ra còn có nhà (tù) để ở, có cơm (tù) để ăn hơn là sống trong tình cảnh bấp bênh, chẳng biết đâu là ngày mai.

Đang nghĩ quẩn đột nhiên tôi gần như không tin vào mắt mình khi thấy Nhược Thủy từ đàng xa đạp xe chạy tới ngang qua chỗ tôi ngồi với nét mặt đầy vẻ bồn chồn, lo lắng. Tôi thoáng ngạc nhiên và thắc mắc mới sáng sớm mà Nhược Thủy lại đi đâu? Nhưng khi nhìn thấy đôi dép sapo cũ mèm, đứt quai, há miệng, mòn đế của tôi nằm chỏng chơ trong bọt-ba-ga trước cổ xe đạp tôi vụt chạy theo hớt hải gọi tên nàng. Nghe tiếng gọi, Nhược Thủy ngoái đầu nhìn lại, nhận ra tôi nàng mừng ứa nước mắt.

Nhược Thủy kể lại tối hôm qua sau khi vô nhà khoảng nửa tiếng sau nàng đã lén lút ôm mền ra cho tôi đắp nhưng không thấy tôi đâu ngoài đôi dép nằm chỏng chơ trên nền gạch nên nghĩ là tôi đã bị Công An bắt dẫn đi rồi. Suốt đêm lòng nóng như lửa đốt người yêu tôi mong trời mau sáng để xách xe chạy đi tìm tôi. Anh thấy không, tình yêu của hai chúng tôi keo sơn, gắn bó đến chừng nào. Tôi chủ quan, dù rằng tôi có trở thành một tên thất cơ lỡ vận, khố rách áo ôm hay trôi sông lạc chợ nàng vẫn không màng, vẫn bán vàng nuôi tôi và yêu tôi tha thiết.

Tôi xin kể tiếp. Vâng, sau khi chúng tôi gặp lại nhau, Nhược Thủy có một quyết định táo bạo là sẽ đưa tôi lên căn gác nhà nàng ẩn trú! Để chắc ăn, trước đó nàng đã dụ cho tiền mấy đứa em đi xi-nê rồi chờ đêm xuống ra dấu cho tôi bò vô nhà, rón rén leo lên căn gác, lén lút sống quên ngày tháng như một tên tội đồ thầm lặng nhất, một thứ Ann Frank thời đại, một ông vua không ngai, cho tới một ngày... Vâng, cho tới cái ngày... Không phải. Phải nói là cho tới nửa đêm về sáng chúng tôi đang say giấc điệp thì giựt mình thức dậy vì nghe có tiếng đập cửa và tiếng người kêu ơi ới ở dưới nhà. Lúc đầu chúng tôi tưởng Công An tới xét "hộ khẩu" nhưng nghe kỹ thì Nhược Thủy chợt ngóc đầu dậy khẽ nói là má Nhược Thủy trên Đà Lạt xuống. Thỉnh thoảng ba bốn tháng bà vẫn xuống cung cấp tiền bạc cho con cái và ngủ trên căn gác này.

Thế là, trong khi Nhược Thủy chạy xuống mở cửa, tôi ba chân bốn cẳng quơ vội đôi dép thổ tả vọt ra phía sau leo tường tuột xuống hẻm chuồn nhanh ra đường cái. Đã vậy, anh biết không. Đúng là nghèo lại mắc cái eo. Vừa chạy ra đầu ngõ hẻm tôi đụng ngay một gã trung niên tự xưng là Tổ trưởng la ai đó đứng lại. Hoảng quá tôi quăng cả dép, cắm đầu chạy thục mạng. Đêm đó tôi lũi đại vô chợ Thái Bình góc đường Phạm Ngũ Lão - Cống Quỳnh núp vào một xó tối vuốt ngực thở gấp vừa thương cho thân phận cay đắng của mình vừa thầm rủa tên Tổ trưởng chết bầm. Xin lỗi anh.

Ở đời mấy ai học được chữ ngờ. Dĩ nhiên cùng quẫn như tôi cũng không ngoại lệ. Thực vậy, tôi không ngờ lần bỏ chạy đó lại là lần cuối cùng tôi... chạy ra khỏi cuộc đời Nhược Thủy. (Tới đây Người Thơ lang bạt lại tằng hắng, mắt lim dim, da diết đọc)

Nước đi ba tháng không về
Ngày nào anh cũng giận thề quên em

Nỗi đời lây lất chồng lên
Đầu anh niềm nhớ không tên hành hoài
Nước đi suốt chín năm dài
Đêm nào anh cũng nằm nhai mối sầu
Nhiều phen trằn trọc canh thâu
Nhai nhằm miếng nhớ làm đau điếng hồn
Nước đi ra biển xa nguồn
Hai mươi năm lẻ tiếng buồn anh mang.

Đọc xong, Người Thơ phong sương, đau khổ gật gù lặp lại: *Nước đi ba tháng không về.* Vâng, Nước là Thủy, anh cũng hiểu rồi. Vâng, người yêu tôi đã đi vượt biên ngay sáng hôm sau tại Bà Rịa, như người nhà nàng cho biết. Đó là một sự chọn lựa khôn ngoan. Có điều, tôi vẫn chủ quan cho rằng Nhược Thủy không bao giờ bỏ tôi mà đi đành đi đoạn như vậy, nếu không bị áp lực của gia đình. Nhưng mà chuyến đi đó... Chuyến đi định mệnh, anh hiểu không? Từ đó tới nay đã ngót bốn mươi năm rồi, không một ai, kể cả gia đình Nhược Thủy biết được tông tích chiếc ghe, trên đó có người tôi yêu đã vượt tới bến bờ nào.

Thưa anh, nay dù đã tới cái tuổi thất thập cổ lai hi, tôi vẫn còn độc thân và vẫn coi mối tình của tôi và Nhược Thủy là mối tình lớn nhất trong đời này.

Người Tôi Yêu

... Người yêu của tôi cũng có cái tật khá là dễ thương. Anh thích đứng yên lặng vòng tay ôm tôi từ phía sau lưng, rất lâu. Hôn tóc tôi anh nói thơm mùi lúa. Hôn gáy tôi anh nói thơm mùi sữa...

* * *

Cũng như hầu hết mấy cô bạn sinh viên thời hoa mộng từng ấp ủ trong lòng một khối tình lãng mạn, tôi cũng không ngoại lệ. Nhưng khác với đám bạn hồn nhiên, tươi thắm cùng người yêu cặp kè đi dạo phố, đi ăn kem hay đi ciné thì chiều chiều tôi tất tả dạp xe đi tìm người tôi yêu.

Có nhiều bậc thang trong xã hội, từ thượng lưu tới hạ đẳng, người yêu của tôi ở hạng thấp nhất. Ngày ngày anh ngồi thu lu ở ngã tư đường hành nghề vá xe đạp. Nhưng anh không phải là người khéo tay nên thường bị khách hàng càm ràm. Đã vậy, ngồi sát bên anh thỉnh thoảng còn có một cô tiểu thơ đài các má đỏ môi hồng như tôi khiến khách qua đường cảm thấy nghi ngại, họa hoằn lắm mới có một cô em học trò rụt rè ghé vào nhờ bơm bánh xe.

Anh xoay qua nghề bán thuốc lá lẻ trên các vỉa hè đông người qua kẻ lại. Nhưng anh cũng không có khiếu mua bán nên vốn liếng gom từ nghề vá xe đạp lần hồi không cánh mà bay. Thấy anh ngượng nghịu mặt mày tiu nghỉu tôi càng thương anh, khuyến khích anh đừng nản chí. Không phải ai bước vào thương trường cũng thành công hết đâu. Cuối cùng anh kiếm chác bằng cách bán sách trong chợ sách Đặng Thị Nhu. Hạp với nghề "bán chữ nghĩa" thỉnh thoảng anh có đồng ra đồng vào.

Ban ngày ngồi trong câu lạc bộ trường Đại học ăn trưa nghĩ tới anh mà nghe xót xa trong dạ. Hầu như cả Sài Gòn đều ăn cơm trưa, chỉ có mình anh uống nước máy trong khu Dân Sinh dằn bụng. Lần đầu tiên thấy anh lom khom bụm hai tay nghiêng đầu hứng nước máy uống trừ cơm mà nước mắt tôi ràn rụa.

Chiều nào bán được ba mớ sách cũ có chút tiền anh mua bánh mì thịt ăn qua bữa hoặc mua mì quốc doanh mang tới nhà người quen mượn bếp nấu ăn rồi lang thang đi tìm chỗ ngủ. Sài Gòn trời đất thênh thang nhưng tôi không biết ban đêm anh ngủ ở đâu, tôi không mường tượng ra nổi. Hỏi thì anh ơ hờ nói chỗ nào an toàn chỗ đó ngủ được.

Có lần trời chạng vạng tối, lòng xốn xang lo lắng cho anh, tôi đạp xe chạy ù vô chợ Thái Bình gần nhà khẽ hú gọi tên anh cầu may. Chợ Thái Bình đối diện với rạp hát Thanh Bình ngay ngã tư Cống Quỳnh – Phạm Ngũ Lão là nơi anh nói anh thường ngủ qua đêm.

Đang nằm ẩn mình dưới sạp bán trái cây, rau cải, nghe tiếng tôi gọi anh trồi đầu ra nói nhỏ "anh đây nè" rồi lồm cồm đứng lên ngại ngùng nhìn tôi. Lần đầu tiên chứng kiến trước mắt cảnh đau lòng này tôi buông xe đạp ào tới ôm lấy anh òa lên khóc nức nở. Sợ người nghe thấy anh vội bịt miệng tôi bằng đôi môi khô héo của mình.

Thương anh ngủ bờ ngủ bụi tôi nẩy ý định mướn phòng cho anh thì đúng lúc… hoàng thiên ngó xuống. Người bạn cân ve chai cũng là bạn thời quân ngũ vừa nhường lại căn phòng cho anh trong một con hẻm nhỏ ở đường Cao Bá Nhạ với một giá rẻ gần như cho không. Căn nhà bằng gỗ hai tầng ngăn làm nhiều phòng cho thuê. Phòng nào cũng vuông vức, thoáng đảng, riêng phòng anh nằm khuất ở sau cùng, có hình chữ L hoa. Nửa vách dưới ngăn bằng ván, phía trên là phên thưa. Cũng nhờ vậy vô tình căn phòng trở thành nơi ẩn náu lý tưởng cho những người vô gia cư. Nửa đêm nửa hôm nếu bị Công An xét nhà, anh cứ việc cuộn mùng mền rúc vô trong góc là không ai nhìn thấy.

Phòng trống trơn, không bàn ghế, không giường chõng, không gì hết, ngoài mùng mền cũ rích và chiếc chiếu rách của người bạn ve chai để lại. Tôi mang đến thay cho anh tấm nệm mớp mỏng và chiếc gối màu nâu non. Anh thích màu này, anh nói nó gần với màu đất, màu hương khói chùa chiền.

Tôi biết rất rõ tình cảnh của nhiều gia đình nghèo xơ. Nhưng mà có nghèo xơ nghèo xác cách mấy so ra cũng nghèo khít như người tôi yêu là cùng. Người yêu của tôi nghèo đến không có cơm ăn áo mặc, không có nhà để ở, nhưng bù lại tâm hồn anh là cả một trời văn chương phong phú. Anh là người đa tài nhưng trời lại đày anh vướng phải căn bệnh đãng trí. Càng về sau anh càng đãng trí nặng. Anh viết văn, làm thơ, soạn nhạc kịch vì tôi, cho tôi, anh rất vui. Vậy mà tuần trước tuần sau nghe tôi ngân nga, xuýt xoa khen hoài anh cau mày, con mắt trồng lơ, lắc đầu nói không nhớ, nói không phải của anh. Thật ra có cái anh quên hẳn, có cái anh mang máng nhớ, nhưng may phước cho tôi, anh nhớ nhất là lần anh tí toáy vẽ chân dung tôi. Lúc đưa tôi coi bức phác họa cả hai đều ôm bụng cười đến chảy nước mắt. Trời cho tôi vốn đẹp như một đóa hải đường anh lại vẽ tôi thành cô bé lọ lem.

Người yêu của tôi cũng có cái tật khá là dễ thương. Anh thích đứng yên lặng vòng tay ôm tôi từ phía sau lưng, rất lâu. Hôn tóc tôi anh nói thơm mùi lúa. Hôn gáy tôi anh nói thơm mùi sữa. Trên đời này, ngoài cha mẹ anh chị em tôi, không có ai yêu thương tôi bằng anh, cho tới chết.

Cuộc đời anh có thể nói là một bi kịch dài. Anh mồ côi từ thuở chào đời, bù lại đầu óc rất thông minh. Tốt nghiệp ban Triết tại Đại học Văn Khoa Sài Gòn. Thời binh lửa trùng trùng anh xung phong vào lính. Nhưng lúc ra trường anh lại được biệt phái dạy Triết tại một trường trung học mãi tận trên cao nguyên Gia Lai xa mù. Biến cố tháng tư 1975, trên đường di tản về gần tới Sài Gòn anh bị bắt đi tù. Hai năm sau được thả nhưng lại đày đi kinh tế mới ở miệt vùng núi rừng Bình Phước. Cày sâu cuốc bẫm một thời gian anh theo nhiều người bỏ kinh tế mới về thành phố sống lang thang như phường trôi sông lạc chợ. Tôi gặp anh ở bến xe Xa Cảng Miền Tây khởi đầu một mối lương duyên tiền định.

Mùa hè tôi về Trà Ôn, Cần Thơ thăm ngoại. Mới sáng sớm Xa Cảng Miền Tây ở quận Bình Tân đã ồn như cái chợ. Vừa bước xuống xe taxi, tôi bị một tên cướp bất thần nhào tới giựt mất cái xắc tay. Tôi la lên cầu cứu nhưng ai cũng đứng trơ mắt ra ngó. Chỉ có anh rượt theo thộp cổ tên bất lương giành lại được xắc tay cho tôi. Tôi run rẩy bước lên xe đò, lí nhí cám ơn anh. Trên đường đi tôi bức rức không ngừng nghĩ tới anh, không biết có còn gặp lại anh không. Tôi có cảm tưởng như đã từng gặp anh ở đâu đó mà nghĩ mãi không ra.

Ấy vậy mà đời có những cái bất ngờ đến không thể ngờ được. Nó như một mối duyên vô hình ràng buộc con người lại với nhau từ muôn kiếp trước. Rằm tháng bảy năm nào chùa Vĩnh Nghiêm cũng tổ chức lễ Vu Lan rất lớn, đông đảo khách thập phương đến viếng. Tôi và mấy cô bạn rủ nhau lên chùa cúng Phật. Đang dâng hương khấn vái trời đất tình cờ liếc xuống tôi thấy anh đang lui cui quét lá dưới chân tháp Quán Thế Âm. Tách khỏi đám bạn tôi hồi hộp bước tới khẽ chào anh. Dĩ nhiên anh không nhận ra tôi, anh nhìn tôi bằng cặp mắt hết sức bình thản chào đáp lễ. Trên đời này có hàng tỷ tỷ đàn ông con trai đều nghiêng mình chiêm ngưỡng trước vẻ đẹp trời ban cho tôi, trừ anh. Tôi ấm ức đâm ra tự ái nhưng vẫn giữ ý tứ nhắc lại chuyện không may xẩy ra cho tôi ở Xa Cảng Miền Tây tháng vừa rồi, may nhờ có anh ra tay cứu giúp. Nói xong tôi nhỏ nhẹ cám ơn anh lần nữa. Vậy mà trời ơi, anh vẫn không nhớ ra (sau này tôi mới biết anh mắc bệnh đãng trí). Nghĩ tôi nhận lầm người, anh xin phép lui về phía hậu liêu.

Từ đó, chủ nhật nào tôi cũng lên chùa tìm anh. Lần nào gặp anh tôi cũng vui, không gặp thì buồn. Hỏi sư tâm đăng (chuyên phụ trách hương đèn trên chánh điện) mới biết thỉnh thoảng anh mới đến chùa làm công quả Phật sự.

Nhưng những lần gặp nhau ở chùa, ở những nơi công cộng dần dà anh cũng tự nhiên hơn, gần gũi với tôi hơn, thích lắng nghe tôi nói chuyện nhiều hơn. Nhưng mà lạ quá. Anh không hề để tâm tới tình cảm của tôi kín đáo dành cho anh mà cũng không tỏ ra vồn vập trước sắc đẹp của tôi như nhiều người khác. Điều này làm tôi buồn nhưng tôi càng nể phục nhân cách của anh hơn. Anh sống rất khép kín, tánh tình điềm đạm, thường chìm trong suy tư và luôn luôn tôn trọng tôi, coi tôi như một người bạn tốt. Đứng trước một người lịch lãm như vậy, trời không bắt, tôi cũng đem lòng yêu quí anh. Thật ra tôi yêu anh từ lâu lắm nhưng lại không nhận ra cái ngày anh nói yêu tôi.

Thời gian lầm lũi trôi qua. Ông trời thương anh và tôi vẫn vui vẻ gặp nhau, bình thản sống qua ngày. Lúc tốt nghiệp đại học tôi mau mắn tìm được việc làm đúng như ý, anh mừng cho tôi. Ban ngày tôi ở sở làm. Chiều về tôiđạp xe thẳng tới căn gác trọ tìm anh. Có lần trên đường tới gác trọ tôi giựt mình sợ hãi khi nhìn thấy con đường trước mặt như đang dẫn tôi đi vào cõi chia lìa. Lúc gặp được anh tôi mừng ứa nước mắt. Tôi ôm lấy anh, chia sẻ hạnh phúc với anh mà không hiểu tại sao lúc nào lòng cũng nơm nớp sợ mất anh.

Vậy mà ông trời lại không muốn cho chúng tôi được hạnh phúc lâu bền. Người tôi yêu bị ngất xỉu lúc đang uống nước máy ở chợ Cô Giang, Cô Bắc, gần trường trung học Bồ Đề. Bác sĩ nhà thương thí chẩn đoán anh bị ung thư màng óc thời kỳ cuối. Nhìn anh nằm hôn mê trên giường bệnh mà lòng tôi đau thắt. Dù vậy, hàng ngày tôi vẫn đi làm, vẫn giữ nét điềm tĩnh, tôi không khóc. Tan sở lần nào tôi cũng chạy vô thăm anh, dù anh không còn biết gì. Được một tuần thì anh trút hơi thở cuối cùng trong vòng tay tôi. Đến lúc đó tôi mới để mình bật ra tiếng khóc. Tiếng khóc thương tâm đẩy nước mắt của tôi trào ra không cách nào ngăn lại được.

Người tôi yêu mất vào đầu mùa mưa đến nay cũng ngót ba mươi năm rồi. Hiện nay tôi đã có gia đình, cùng chồng và hai con bôn ba nơi xứ người. Những lúc che dù đi trong mưa, mưa lạnh thường gợi tôi nhớ tới anh. Lúc đó, lệ trời hay nước mắt của tôi lăn trên má tôi cũng không hay biết gì.

Người ta nói chỉ có thời gian mới trị lành mọi vết thương, kể cả vết thương lòng. Tôi không nghĩ như vậy.

Mẹ Tôi

Dưới thời Pháp thuộc, Mẹ tôi là một võ sĩ Bình Định. Tuy mang danh nghĩa võ sĩ nhưng Mẹ tôi không hề ra mặt tranh đua với đời mà chỉ âm thầm dùng võ nghệ để trổ tài... đánh Tây, nhất là đánh bọn Việt gian.

Ban ngày Mẹ tôi bán hàng rong quanh phố chợ Quy Nhơn, sở thích bông đùa với khách hàng nam cũng như nữ nhằm tránh tai mắt mật thám Pháp,nhưng ban đêm bà biến thành khách dạ hành chuyên ra đường phục kích đánh Tây và Việt gian.

Tôn chỉ của bà là đánh chớ không giết. Mẹ tôi không chủ trương giết người, bà chỉ đánh cho đã tay, đánh bất thần, chớp nhoáng theo lối du kích rồi nhanh nhẹn biến mất trong đêm tối. Cách ra đòn của Mẹ tôi phải công nhận hết sức lợi hại: không đánh chết người, chỉ đánh chớp mắt cho nạn nhân bất tỉnh nhân sự là xong. Đứng trước cảnh đất nước lầm than, dân tình khốn khó, có thể nói Mẹ tôi là hiện thân của một nữ hiệp sĩ Don Quixote thời đại, một Tế Điên tân thời chuyên bài Tây, diệt gian bằng quyền cước.

Thật ra, khi Pháp chiếm Việt Nam lần thứ nhất, các phong trào khởi nghĩa chống Pháp đều là những nghĩa quân giỏi võ từng gây nhiều thiệt hại cho quân viễn chinh nên các hệ phái võ thuật Việt Nam bị Pháp cấm lưu hành triệt để. Năm xưa, vì cứu hai mẹ con xóm lục dưới chânnúi Bà Hỏa bị ba tên lính Lê Dương gạch mặt cưỡng hiếp giữa thanh thiên bạch nhật, ông cố ngoại tôi đã ra tay hạ một lúc ba tên vô lại chỉ bằng cú đá liên hoàn đá tạt ngang cổ họng địch thủ. Vì hành động hiệp nghĩa này ông đã bị nhà nước Pháp xộ khám rồi bêu đầu ông giữa chợ Thị Nại, Quy Nhơn nhằm răn đe quần chúng.

Khi Pháp chiếm Việt Nam lần thứ hai thì tới đời Cha Mẹ tôi, ba năm sau mới có tôi. Lúc biết được nỗi oan khuất năm xưa của ông cố ngoại, Mẹ tôi đã âm thầm ôm mối thù đó suốt những năm dài cho tới khi bà đủ sức cùng Cha tôi đi hành hiệp trượng nghĩa: đánh Tây. Thật ra Cha tôi chẳng biết gì về võ nghệ, ông chỉ xin đi theo núp xa xa trong bóng tối để thị sát tình hình mà thôi. Ban đầu Mẹ nhất quyết không cho đi, nhưng khi nghe ông nói đi theo làm "chứng nhân thời đại cho gia phả họ Phan" khiến bà phì cười, gật đầu ưng ý.

Mỗi lần "lâm trận" về, nhìn cử chỉ của song thân tôi giơ một ngón tay lên toát miệng cười nói *"un vers le bas"* hoặc giơ hai ngón *"deux bas"* là tôi hiểu một hoặc hai tên ác ôn bị đánh hạ.

Có điều ở đời có những cái không ai ngờ trước được. Thỉnh thoảng Cha tôi hay theo các ngư phủ làng chài Nhơn Hải ra khơi săn bắt rắn biển để phụ thêm thu nhập gia đình, chẳng may bị con đẹn cắn chết. Mặc dù Cha tôi đã dùng dao rạch vết cắn, nặn máu độc ra nhưng ông vẫn không qua khỏi trên đường trở về đất liền.

Từ đó, ban ngày Mẹ tôi đi bán hàng rong thấy cảnh đời chướng tai gai mắt, đêm về bà lại giả dạng nam nhân khoác áo dạ hành đơn thân độc mã đi trừ gian diệt ác. Cả thành phố Quy Nhơn thời đó không ai có thể ngờ quái khách bịt mặt xuất thần nhập quỷ lại là một người phụ nữ hiền hòa, vui tính bán hàng rong. Tiếng tăm đồn khắp đến nỗi nhà nước Phú-lang-sa dán cáo thị tầm nã "thủ phạm vô hình" nhưng cứ như mò kim đáy biển.

Thầy dạy võ của Mẹ tôi không ai khác ngoài ông ngoại tôi. Nhưng nghĩ mà tội nghiệp cho giòng họ Phan. Tới đời ngoại thì tuyệt tự, không có con nối dõi, ngoài Mẹ tôi. Võ gia truyền không thể để thất truyền nên vừa tròn 6 tuổi, Mẹ đã được ông ngoại truyền dạy tuyệt kỹ võ công cũng như các loại vũ khí đi kèm với phái võ Bình Định lừng danh thiên hạ.

Theo gia phả, họ Phan bên ngoại chúng tôi thuộc giòng dõi nghĩa quân Tây Sơn. Ông cố, ông sơ, tằng tổ chúng tôi là Phan Văn Giót, thời trẻ theo phò Tây Sơn tam kiệt chống Nguyễn Phúc Ánh, lập nhiều chiến công được Tiết Chế Nguyễn Lữ phong chức Phó soái, chuyên huấn luyện võ nghệ cho các nghĩa quân. Khi Tây Sơn đem quân vào Nam truy lùng Nguyễn Phúc Ánh lúc rút về Quy Nhơn, Nguyễn Nhạc đã để lại một binh đoàn nghĩa quân trong đó có Phó soái Phan Văn Giót tiếp tục cuộc truy sát quân nhà Nguyễn.

Năm 1802, Tây Sơn sụp đổ, Nguyễn Ánh lên ngôi hoàng đế lấy niên hiệu Gia Long, ông bắt đầu một cuộc trả thù anh em nhà Tây Sơn vô cùng khốc liệt.Thời gian này, nghĩa quân trong Nam cũng tan rã mỗi người một hướng, ngoại

ngoại tổ tôi đành buông đao, cởi áo huyền ra tận đảo Hòn Heo ẩn cư. Thời đó, Hòn Heo là một hải đảo hoang sơ nằm trong quần đảo Bà Lụa, thuộc Rạch Cây Giá (Kiên Giang), nơi có lần dong thuyền truy kích Nguyễn Ánh ngoại tổ tôi đã đi qua.

Mai danh ẩn tích ngoài Hòn Heo trường kỳ một thời gian lâu sau ông mới lập gia đình, rồi lần hồi theo biến thiên của trời đất mà sanh ra con giòng cháu giống mang họ Phan. Theo gia phả không thấy nói con cháu sau này tản lạc về đâu, nhưng tới đời ông ngoại tôi là Phan Văn Hùm (trùng tên với nhà cách mạng Phan Văn Hùm (1902-1946), ông đưa gia đình (bà ngoại và Mẹ tôi) vượt biển qui hồi cố hương Quy Nhơn, chọn Cù Lao Xanh làm nghề đánh cá và dạy võ nghệ cho Mẹ tôi. Mãi về sau Mẹ có gia đình sinh ra tôi không bao lâu thì ông bà ngoại mất, bà theo Chatrở vô Quy Nhơnlàm ăn sinh sống.Khi Cha tôi tử vì nghiệp, Mẹ tôi mới đi bán hàng rong.

Năm 1954, Pháp thất thủ ở Điện Biên Phủ, trả lại tự do độc lập cho nước nhà thì tôi cũng vừa lãnh hội tất cả võ học gia truyền của giòng họ Phan. Tuy nhiên thay vì tiếp tục phát huy truyền thống võ nghệ hoặc nghe lời Mẹ đi lấy chồng, tôi lại vào chùa xuống tóc đi tu. Tây rút về nước đã lâu không còn ai để đánh, Mẹ tôi đi làm việc thiện, vào chùa làm công quả, vô nhà thờ làm công tác phụng sự, tới các cô nhi viện phụ dạy trẻ em biết yêu nước thương nòi, học hỏi cái hay cái đẹp của văn hóa dân tộc Việt.

Thời gian cứ thế trôi đi. Con người cũng trôi theo tuổi tác. Cái thời trừ gian diệt bạo cũng đã lùi sâu trong quá khứ.

Bây giờ Mẹ tôi đã già rồi. Già lắm. Ăn uống phải có người đút. Đi đứng phải có người dìu. Thương Mẹ, không nỡ đưa bà vô viện dưỡng lão, tôi phải xin Sư bà Trụ trì Chùa ở huyện Bồng Sơn cho tôi về nhà chăm sóc Mẹ.

Con Gái Của Sói Già

- Già Sói! Dậy già. Dậy. Có người tìm ông thầy kìa.

Lay mấy già Sói vẫn ngủ say như chết. Hôm nay sinh nhật thứ 77 của giả mà. Tư Mâu lắc đầu trở ra phòng khách nói như phân trần với cô gái đến xin gặp ông Sói:

- Ông Tấn (*) hôm nay không khỏe, ngủ rồi cô. Phiền cô để lại tên và số điện thoại, tôi…

Cô gái ý tứ đứng dậy, nói nhỏ:

- Dạ, không sao. Cám ơn chú. Nhờ chú nói lại với bác Tấn ý định lúc nảy cháu thưa với chú. Chiều mai cháu sẽ trở lại. Dạ, chào chú.

Cô gái đi rồi, Tư Mâu vẫn đứng ì ra đó. Sống và chiến đấu nhiều năm ngoài mặt trận, ngay cả ở hậu cứ, Tư Mâu chẳng bao giờ thấy thiếu tá Sói dính dáng gì tới bồ bịch hay vợ con. Lúc nào ông cũng một mình. Vậy mà sau ba bốn chục năm dâu bể khơi khơi ở đâu ra một cô tiểu thơ đài các xinh đẹp này?

Chiều hôm sau già Sói chờ hoài không thấy cô gái tới. Hôm sau, hôm sau nữa, thêm ba bốn ngày cũng không thấy tăm hơi khiến cả Tư Mâu cũng phải sốt ruột.

Chuẩn úy Lý Tư Mâu từng là thuộc cấp của thiếu tá Lê Sói chiến đấu trên các mặt trận miền Trung. Đời chiến binh vào sinh ra tử, súng đạn tuy không có mắt song cả hai thầy trò đều không chết, cho tới một ngày. Chiến dịch xuân hè tháng 3-1975, trong trận đánh tại cầu An Lỗ trên quốc lộ 1 ở phía bắc Huế, hai ông được coi là mất tích. Bốn năm sau, sau ngày Sài Gòn sụp đổ, Tư Mâu lù lù trở về từ trại "cải tạo" ngoài Việt Bắc trước thiếu tá Sói bốn năm. Quê thiếu tá Sói ở Vỹ Dạ, bên kia Đập Đá là nhà của Tư Mâu.

Sau tám năm đi tù về, vừa đặt chân trở lại quê nhà, cảm giác kỳ lạ là lâu rồi ông Sói mới được hít thở không khí tự do. Ngót mười lăm năm lao mình trong hòn tên mũi đạn thêm tám năm tù đày ông không bao giờ ngờ mình còn có ngày sống sót trở về.

Ngồi tựa cửa ngó ra hàng cau xanh mướt, ông Sói trầm ngâm ôn lại một thời đã qua. Thời thơ ấu, trường học, bạn bè, thầy cô… bỗng trở nên xa xôi quá, mơ hồ như không còn có thật. Mãi năm 1960, ông mới thực sự bước vào đời. Tốt nghiệp trường Bộ Binh Trừ Bị Thủ Đức, sau một tuần về trình diện Quân Đoàn I, chuẩn úy Lê Sói tò te lên đường ra mặt trận chiến đấu cho tới ngày bị bắt tại An Lỗ.

Mười lăm năm binh nghiệp, tám năm tù đày thêm sáu tháng bị "quản chế" tại địa phương, lao đao trong thời bao cấp, ông Sói từ tay trắng đến trắng tay. Cha mẹ không còn, ngoài người chị tu tại gia. Nhìn nắng chiều uể oải bám trên những hàng cau đứng gió ông Sói nén tiếng thở dài.

Thời gian cứ thế lặng lẽ lướt qua như bèo giạt mây trôi.

Mây trôi đời già Sói từ thôn Vỹ giạt xuống tận cùng đất mũi Cà Mau sống đời "hạ bạc", không bao lâu lại giạt lên Sài Gòn theo vợ chồng Tư Mâu làm lại cuộc đời. Ngày xưa, ngót sáu mươi năm trước thiếu tá Sói là sếp của chuẩn úy Mâu. Ngày nay đổi đời, Tư Mâu lại là thầy của già Sói lụi hụi học nghề mánh mung ve chai. Từ đó, hai thầy trò, ngày đi cân ve chai, tối về vợ chồng Tư Mâu lui cui sổ sách thì già Sói tẩn mẩn... làm thơ. Ngày ve chai, tối bút nghiên, già Sói như bị... trời hành. Hết viết văn, làm thơ, soạn nhạc, vẽ vời lại sanh chuyện võ nghệ. Thỉnh thoảng, ngoài tiền nhuận bút ba đồng ba cọc, dạy võ cho các cậu ấm cô chiêu con nhà giàu già Sói cũng thêm được đồng ra đồng vào. Có lẽ vì vậy tên tuổi ông trên báo chí cũng như trên các trang mạng giúp cô gái dễ bề tìm ra ông.

Bây giờ ngồi trước mặt ông Sói là cô gái tuần trước đã tới đây xin gặp ông nhưng không gặp. Cô áy náy xin lỗi nói lần đầu tiên ở Pháp về không quen khí hậu, giờ giấc lại thay đổi nên cô bị sặc sừ cả tuần lễ. Dịu dàng, đôn hậu, thêm chút rụt rè qua giọng Huế lơ lớ cô nhỏ nhẹ xưng con, mở đầu buổi gặp gỡ tự nhiên và thân tình. Cô nói cô tên Ngọc Nhãn, sinh ra và lớn lên ở Pháp. Bác biết không, hồi nhỏ tới giờ nhà chỉ có hai mẹ con, mẹ luôn nói chuyện với con bằng tiếng Việt, ru con ngủ bằng những câu ca Huế ngọt ngào, dễ thương lắm bác.

Mở đầu câu chuyện thân tình của cô gái lạ mặt khiến ông Sói cảm thấy tò mò và thích thú.

Bác biết không, lên trung học mẹ khuyến khích con theo học một "cua" (course) ngôn ngữ và văn hóa Việt Nam tại Viện Việt Pháp. Kết quả con đậu hạng ưu đó bác, cô cười. Rồi sau khi tốt nghiệp khoa Báo chí Đại học Sorbornne, Paris con được ông chủ báo Le Monde thu nhận. Nhân tờ nhật báo này muốn thực hiện một số đặc biệt về văn hóa xã hội các nước Đông Dương nên họ phái con về Việt Nam làm phóng sự. Người đầu tiên con muốn gặp là bác đó bác.

Ông Sói mỉm cười gật đầu, ôn tồn nói: "Tôi có nghe chú Mâu nói lại ý định của cháu tôi ngạc nhiên lắm, không biết làm sao cháu biết tôi và tại sao lại chọn tôi. Tuy nhiên, nếu giúp được cho cháu bất cứ việc gì trong khả năng tôi rất sẵn lòng."

Vừa nói ông Sói vừa chìa tay ra. Cái bắt tay siết chặt của ông khiến cô gái nở nụ cười thật duyên dáng và tự tin hơn. Ngay từ lần đầu tiên gặp cô, già Sói đã cảm thấy có một cái gì thật gần gũi, thân tình, một cái gì như sợi dây vô hình kéo ông lại gần cô. Nhìn vẻ chững chạc, trầm tĩnh và tự nhiên của cô gái, nhất là với dáng vẻ thanh lịch trong chiếc áo đầm màu hoàng kim, trông cô thật dịu dàng, khả ái. Đặc biệt, trên gương mặt thanh tú điểm một đôi mắt đen tuyền, to, dài và thông minh, nhưng dù kín đáo giấu sau cặp kính cận gọng bạch kim đôi mắt ấy thỉnh thoảng vẫn ánh lên nỗi buồn vời vợi.

Tò mò đâm ra thích thú trước cô gái lịch lãm, ông Sói bình thản nhìn cô bằng ánh mắt dịu dàng, ấm áp, kiên nhẫn ngồi nghe cô lan man kể lể chuyện đời lung khởi nhưmây khói. Cô cười thật hồn nhiên nói về mình cũng một cách "làm phóng sự", như cô cho biết.

Dạ, một công hai việc, tiện thể mẹ con nhờ con về truy lùng tung tích bác luôn.

Nghe câu "truy lùng tung tích" thật tự nhiên của cô gái làm ông Sói phải bật cười. Đây là lần đầu tiên trong đời già Sói đối diện với một cô gái xinh đẹp, vừa dịu dàng vừa dí dõm, luôn bọc lộ phong cách độc đáo rất Tây của mình khiến ông cảm thấy thú vị khi chuyện trò. Lúc này ông Sói mới từ tốn, lịch sự lên tiếng hỏi thăm về mẹ của cô? Cô nói:

Dạ, mẹ con tên Ngọc Thủy, cũng luống tuổi rồi bác. Nhà không có đàn ông, lui cui chỉ có hai mẹ con. Khi con vừa đủ tuổi lớn khôn mẹ mới thủ thỉ cho con biết ba con ở Việt Nam. Mẹ nói thời buổi chiến tranh ba mẹ ít khi gặp nhau. Lần cuối cùng mẹ tiễn ba con ở ngã ba Sình không bao lâu thì được tin ba mất tích trong một trận đánh ở Huế. Nghe tới đây ông Sói ngờ ngợ tới trường hợp của mình song ông nghĩ trong thời chiến nhiều chuyện trùng hợp vẫn thường hay xẩy ra.

Mẹ hơ hải chạy vô đơn vị của ba con hỏi thăm vẫn không có tin tức gì cho đến khi Sài Gòn thất thủ mẹ mới quyết định tìm đường vượt biên. Ở trại ty nạn được ba tháng qua tới Pháp đi khám bác sĩ mẹ mới biết mẹ... có bầu với ba con. Từ đó mẹ liên tục biên thư về Vỹ Dạ hy vọng người nhà của ba con trả lời nhưng thư đi mà không có thư về. Mãi cho tới sau này tên tuổi của ba con đột nhiên xuất hiện trên báo chí cũng như trên các trang mạng, mẹ mới biết ba con còn sống.

Bác biết không, khi hai người "nối lại nhịp cầu" mẹ vẫn không nói gì về con với ba con. Đúng lúc con về Việt Nam làm phóng sự mẹ mới nói con về lần này rán tìm gặp bác Sói thì sẽ gặp được ba con.

Tuy là một người trải đời nhưng càng nghe cô gái nhỏ nhẹ tâm tình ông Sói càng bồn chồn khôn tả. Làm sao ông biết được ba của cô là ai. Từ ngày liên lạc lại được với Ngọc Thủy ông Sói chỉ biết Thủy ở nước ngoài đã có gia đình nhưng không nói gì về mặt con cái. Nay qua tự sự của cô gái ông mới biết Ngọc Nhãn là con của Thủy. Già Sói khẽ thở dài mơ màng nhớ lại thời ở ngã ba Sình,quê của Ngọc Thủy, nơi gặp gỡ giữa hai dòng sông:

Đò từ Đông Ba đò qua Vỹ Dạ
Đò từ Vỹ Dạ thẳng ngã ba Sình

Đang lan man nhớ về quá khứ xa xưa, ông Lê Sói bỗng chết điếng trong lòng khi nghe cô gái hồn nhiên cười nói: *"Dạ, ba con trùng tên với bác, cũng nghệ sĩ như bác đó bác. Bút hiệu của ba con là*

Ngọc Tấn (*)

…

(*) bút hiệu của ông Lê Sói.

Vũng Mộng

Tôi tên Khả, Chử Đồng Khả, chít chắt ngàn đời của tằng tổ Chử Đồng Tử -Tiên Dung, thời vua Hùng. Năm nay tôi ba mươi tuổi. Khổng Tử nói "tam thập nhi lập", nghĩa là tuổi ba mươi là tuổi tự lập được thân. Quá đúng. Tuy nhiên năm mười bảy tôi đã "bẻ gẫy sừng trâu" rồi, không đợi... Khổng Tử nhắc. Có điều tôi không biết từ ngàn xưa tằng tổ tôi may mắn tới đâu, còn đời nay ông trời đã mất công sinh ra tôi lại tiện tay kèm theo một chuỗi thất bại trường kỳ.

Từ khi tôi, như con diều đứt dây rớt xuống cuộc đời, vừa mới tự lập thân chưa chi sòng đời thua trắng cả hai tay. Từ đó hễ tôi đụng tới thứ gí là thất bại thứ đó. Riết rồi tôi không thèm chơi với đời xấu xa này nữa mà tự chui đầu vào mộng, an trú trong vũng mộng. Và kỳ lạ thay, ngược với ngoài đời thua lỗ tuột quần, ở trong vũng mộng tôi luôn luôn thành công. Sự thành công rực rỡ trở thành một chuỗi long lanh, nó khiến tôi lúc nào cũng hí ha hí hửng đeo nó tòn teng trên đầu trên cổ như thằng khùng.

Sau đây là những chuỗi mộng tự tay tôi kết lại từ "vũng mộng của K.".

Truyện thứ nhất

Hồi mới nứt mắt tôi không may yêu nhầm một cô gái đã có bồ. Bồ của cổ là một tay đại xì thẩu: nhà lầu, xe hơi, cơ ngơi nào kể xiết. Có điều cha nội này già khằn, lùn tẹt, mắt hí, mũi khoằm, răng vẩu, môi thâm, tai gió, tóc rễ tre, râu chết nước, bụng phệ, đít teo, chân đi chữ bát, ham ăn hốt uống và hay ợ v.v... Tóm lại, những gì xấu xí nhất, xấu nết nhất, cha nội này ôm trọn. Vậy mà trời bắt cô gái yêu thằng chả mới ngặt.

Đời ngứa mắt, rỗi hơi so sánh: Cổ thon thả bao nhiêu thằng chả mập ú bấy nhiêu. Cổ viên mãn trọn vẹn làm sao thằng chả ô dề cục mịch làm vậy. Cổ yêu kiều quí phái, chả thổ tả bần tiện. Cổ thài lài, chả cứt trâu. Đi ngoài đường cứ như là đôi đũa lệch. Cứ như là Trương Chi My Nương thời hiện đại.

Đời xàm tiếu: Chắc kiếp trước cổ mắc nợ thằng chả nên kiếp này cổ nai lưng ra trả. Nhưng mà trả đâu không thấy chỉ thấy bàn tay năm ngón mưa sa của cổ cà cạt visa, mastercard mệt nghỉ.

Nói dóc chết: cái hồi lần đầu thấy cổ đi chợ một mình, đẹp tận mạng khiến tôi mê tít thò lò, lò dò theo sau. Con cái nhà ai mà cứ như trăng mới nhú, măng mới mọc, chẳng biết hoa đã có chủ hay chưa. Mà cần chi biết cà! Vậy mới có chuyện.

Thằng bồ cổ y hệt con xí nga lệt bệt, nước da nhờn nhợt thấy ghê, ấy vậy mà mèn đéc ơi, võ nghệ ngút trời thiên đó trời ạ! Tôi cao thước tám, giả thước mốt năm phân. Chỉ một chiêu xà quyền Thiếu Lâm Tự, giả thò tay bóp bi tôi là tôi nằm dài trên mặt đất ôm hạ bộ rên hừ hừ. Giả đánh ghen toàn thắng. Dĩ nhiên, tôi toàn thua.

Hòn bi trái của tôi sưng tấy, hon bi phải bị vạ lây, hai hòn teo héo, đau nguyên tuần. Mặc! Quân tử trả thù… một tuần chưa muộn. Nai nịt gọn gàng tôi lặc lìa lặc lẹo lết vào lối mộng. Vừa lọt vào vũng mông, lập tức hòn một hòn hai của tôi hồi sinh tươi rói. Và tôi vươn vai biến thành siêu nhân. Có lúc tôi hóa thân thành Superman ngửa tay xoay ngược thời gian chơi, lúc thì làm Spiderman diệt lũ thât đức; có khi nghịch ngợm tôi hóa thành… Wonder Woman để lấy cảm giác lạ nhung rồi mắc cỡ sao đó tôi vội vàng hô biến thành một trong những anh hùng Lương Sơn Bạc: nhà sư phá giới Lỗ Trí Thâm uống rượu, ăn thịt chó, võ nghệ tinh thâm, quần hùng bạt vía.

Chỉ chờ có vậy, tôi xách cổ thằng cha võ sư xấu xí ra dợt te tua như cái mền rách. Dợt trên khô xong đem xuống sông nhấn nước.Tôi "nấu' thằng chả nhừ tử từ sáng tới trưa từ trưa tới chiều, đã đời ống điếu. Người đẹp năn nỉ i ôi cách mấy tôi cũng hổng tha. Chơi thẳng tay. Cuối cùng thấy người đẹp tóc rối bò lê bò càng, khóc bù lu bù loa tôi mới ngừng tay tha cho… tình địch. Như một hiệp khách khiêm cung tôi đạo mạo cúi xuống nâng nàng dậy thì trời đất quỷ thần ơii! Lần đầu tiên trong đời trai tơ tôi chạm vào người con gái. Nàng mềm như bông, một trời hương hoa thơm ngát Võ mỵ nương. Hihi.

Truyện thứ hai

Lúc mất nước, tôi chẵn chòi hai mươi tuổi. Từ một tay súng rằn ri oai hùng ngoài mặt trận tôi bị bắt tại trận, tống vào tù trên cao nguyên lộng gió. Ở đây, tù chính trị nhốt chung với tù hình sự. Sau nhiều đợt chuyển trại không biết sao tôi vẫn ở lại và lại được "trên" đề bạt làm Tổng thư ký chuyên về hồ sơ lý lịch tù phạm.

Một hôm đói bụng tôi xuống bếp lục cơm nguội thì được một cô gái bán hương tên Hai trực ca chị nuôi cho tôi một miếng cơm cháy vàng rụm. Không những vậy cô còn niềm nở tháo chiếc còng đồng đeo tay ra tặng tôi. Tôi đã có sẵn một chiếc còng Đê đeo ở cổ tay lâu rồi, nay thêm cái nữa nghe leng keng cổ toét miệng cười nói để làm kỷ niệm. Không biết cô Hai này có tình ý gì với tôi hay không mà từ đó tôi mê cổ hết biết. Trai hai mươi yêu như chưa yêu lần nào. Nói yêu là nói cho vui chớ sức mấy mà dám đụng, dù một cọng lông. Tụi cảnh vệ tóm được nó biệt giam thì bỏ mẹ cuộc đời. Thành ra tôi chỉ yêu thầm trộm nhớ cô Hai đỡ ghiền, vậy thôi.

Trên mặt đất này, nhà tù nào mà không có ma, hay xẩy ra nhiều hiện tượng lạ. Một đêm trăng lờ mờ, sao nhấp nháy, gió hiu hiu, đứng bên hàng rào kẽm gai gần cầu tiêu tập thể tôi bạo gan nắm lấy tay cô Hai, bàn tay trải đời chai sạn. Đúng lúc đó trời xui đất khiến cái còng dồng cô Hai tặng tôi tự nhiên gẫy làm đôi như ma làm, một nửa rớt xuống đất, nửa kia tòn teng trên cổ tay. Nhìn thấy điềm quái gở này, cô Hai sợ quá rụt tay lại, chạy biến về lán trại, bỏ tôi đứng chết trân tại chỗ.

Sáng hôm sau tôi tiếp nhận một anh tù hình sự can tội hiếp dâm chị dâu. Anh chàng này to con lớn xác như vị thần Hercules trong thần thoại Hy Lạp, lại đẹp trai như Alain Delon, tài tử Pháp. Chàng làm nghề hớt tóc, ráy tai. Thảy vô khu tù hình sự ngày trước ngày sau chàng rù quến sao đó khiến cô Hai phủi đít bồm bộp bỏ tôi chạy theo chàng hớt tóc. Trai hai mươi tôi nằm nghe lòng mình đau như bò đá.

Mấy tháng sau các bạn tù hình sự mừng anh hớt tóc và chị Hai được thả về với gia đình. Nhìn hai anh chị hí hửng dắt nhau ra khỏi đời tôi mà lòng tôi đang teo lại càng héo. Giống như Người Dất (the hulk) bị tổn thương, dòng máu oai hùng lẫm liệt của chàng lính trẻ ngoài mặt trận năm xưa lại sục sôi trong vũng mộng của tôi.

Đứng trước lối mộng tôi vươn vai thở hít khí trời tự do lòng tràn cảm khái. Hiên ngang ra khỏi trại tù, ngang qua một dòng sông mới biết mấy năm nay trong người tôi thiếu nước. Vục mặt xuống sông tôi ực một bụng nước dầy lăng quăng và mùi lá mục cảm thấy người khỏe hẳn ra. Theo kế hoạch đã vạch sẵn trong đầu tôi quá giang Tôn hành giả đằng vân qua Tây Ban Nha tìm người bạn cũ, chàng hiệp sĩ Don Quixote, mượn tạm con ngựa đã về già đang sinh tật lười biếng. Nhà văn Miguel de Cervantes hỏi tôi mượn ngựa để mần chi, tôi khẳng khái nói để đi tìm cô Hai bán hương cũng là bạn tù năm xưa của tôi ở Việt Nam.

Nghe nói sau mãn hạn tù anh chàng hớt tóc điển trai đã mau chóng phụ tình cô Hai chạy theo hình bóng khác, bỏ cô Hai cu ky trôi nổi giữa dòng đời xấu xa ti tiện này. Cervantes và Don Quixote nghe vậy rung râu cả cười, hai ngài đều gật đầu phán "OK Coral". Riêng con ngựa già đang uể oải ngủ gục nghe tôi nói đi tìm gái lập tức hỉnh mũi, rung bờm, ngoáy đít chồm lên hí lộng vang trời. Phóng lên lưng con ngựa già vừa biến thành Bạch long câu, tôi đét mông nó phi nước đại về lại quê nhà.

Vó câu vừa chạm mặt đất hữu tình tôi đã thấy cô Hai đang lang thang một mình trên con đường thiên lý. Nhác thấy tôi phi ngựa ào tới cô hết hồn chạy vắt giò lên cổ. Tôi nào tha. Giục ngựa tới sát bên tấm thân giang hồ tôi khòm người xuống nhấc bổng cô Hai lên lưng ngựa. Cô Hai lảng trong tiếng ngựa phi dường xa.

Ha ha…

Thiên Luân Kiếp

Nhà Trần (1225-1400)

Ngàn năm trước, sau khi Trần Nhân Tông (Trần Khâm) truyền ngôi cho thái tử Trần Thuyên - tức vua Trần Anh Tông – Nhân Tông lên làm Thái Thượng Hoàng. Một năm sau Thượng Hoàng lên ngọn Tử Tiêu núi Yên Tử tu hành, lấy pháp hiệu Điều Ngự Giác Hoàng, lập ra Thiền Phái Trúc Lâm, một dòng thiền Phật giáo mang đậm bản sắc văn hóa Việt.

Thời gian này tại chùa Hoa Yên (Yên Tử), Giác Hoàng mở các buổi thuyết pháp cho tăng chúng, thu nhận nhiều đệ tử. Về sau trong số đệ tử của Điều Ngự trở thành những bậc thức giả, như sư tổ Pháp Loa, tôn giả Huyền Quang, thiền sư Bảo Sái, sư thầy Lam Câu, đại đức Thiên Tường, thị giả Phu Lâu, sư huynh Phổ Xám…, đặc biệt có một vệ sĩ của Điều Ngự, từng là quân túc vệ tên Lô Sát, người dân tộc dũng mãnh hơn người, xuất hiện từ sau Hội nghị Bình Than năm 1282 chống quân Nguyên, cũng xuống tóc quy y.

Tuy xuất gia tu Phật nhưng Điều Ngự Giác Hoàng vẫn tham gia triều chánh, cùng vua Trần Anh Tông đánh đuổi quân Ai Lao ra khỏi đất nước, mở rộng bờ cõi về phương Nam. Với tinh thần nhập thế, Điều Ngự không chỉ an cư trên Yên Tử mà Ngài còn xuống núi vân du khắp nơi từ thôn quê đến thành thị hoằng hóa cho dân chúng tu dưỡng đức hạnh theo giáo pháp Thập thiện, là mười điều thiện được thể hiện qua thân, khẩu và ý của Đức Thế Tôn.

Năm 1308, Điều Ngự Giác Hoàng Trần Nhân Tông viên tịch trên đỉnh Ngọa Vân (Yên Tử), để lại cho đời một phần lịch sử của Thiền Phái Trúc Lâm Yên Tử bao gồm một chuỗi lý thuyết lẫn hành động gắn liền đạo với đời, cũng như xây dựng hàng trăm công trình lớn nhỏ mang biểu tượng Phật giáo Việt Nam ở khắp nơi, nhất là ở núi rừng Yên Tử.

Núi Yên Tử nằm giữa hai tỉnh Bắc Giang và Quảng Ninh. Núi cao ngàn trượng quanh năm mây trắng vờn quanh phía sau trùng trùng điệp điệp những ngọn núi nhấp nhô như rồng chầu hổ phục.

Ngàn năm trước đường quanh co lên đỉnh núi Yên Tử dài khoảng 6000 mét vô cùng gian nan hiểm trở, đầy rắn rít, thú dữ, ngày nay trở thành khu bảo tồn di tích lịch sử văn hóa - phải kể từ cuối đời nhà Lý tới đời nhà Trần - bao gồm chùa chiền, đền đài, tháp miếu và nhiều công trình khác, như chùa Cả (Vân Yên), chùa Suối Tắm, chùa Cầm Thực, chùa Giải Oan, chùa Quỳnh Lâm, chùa Bảo Sái, Chùa Một Mái, chùa Lân, lăng Tự Phúc, bảo tháp Tư Thiên, am Thiên Kiến, am Mộc Cảo, am Ngọa Vân v.v…

Nhà Hồ (1400-1407)

Hai trăm năm sau, năm 1400 Hồ Quý Ly tiếm ngôi nhà Trần lập nên nhà Hồ, đổi quốc hiệu Đại Việt thành Đại Ngu, chấm dứt thời kỳ trị vì 175 năm của nhà Trần với 13 vị hoàng đế.

Vào thời kỳ này, dưới chân núi Yên Tử có gia đình ông Quơn Thích sống đơn độc bên hồ Khe Ché cách xóm Đền Sình không xa. Ông Thích là một thầy thuốc nghèo nhưng tốt bụng thường chữa bệnh miễn phí cho những người cùng khổ. Nghèo nhưng ông bà Quơn Thích ăn ở hiền lành, sống tự tại với triết lý nhà Phật. Tuy nhiên từ khi bà vợ sanh muộn một mụn con, không may cậu mắc phải bệnh tâm thần, ông Thích biến tánh hẳn. Có lúc ông hoạt kê, xốc vác, lúc lại như người thần bí, mở miệng ra là có vần có điệu như ca. Mỗi lần ông Quơn Thích nhập đồng là bà vợ hãi hồn sảng vía, còn cậu con trai thì vừa nhảy nhót vừa vỗ tay reo mừng.

Có lần ông thì thào tiết lộ kiếp trước ông theo vua Duệ Tông đi chinh chiến, cùng vua tử trận ở Chiêm Thành. Lần khác ông vỗ ngực nói ông chính là quân túc vệ Lô Sát theo vua Trần Nhân Tông lên Yên Tử xuất gia, lúc xuống núi đi du tăng không may ông bị quân Nguyên sát hại.

Lô Sát là võ sư thượng thặng, một con người vạm vỡ, mặt vuông chữ điền. Nhưng là đệ tử nhà Phật, sư Vô Ngại (tức Lô Sát) không thể đại khai sát giới như một thời chinh chiến. Khi đả thương hơn 10 tên giặc, sư chợt ngộ ra quả báo của Đệ nhất Thần thông Đại Mục Kiền Liên do nghiệp ác đã tạo ra trong tiền kiếp, sư Vô Ngại đành xuôi tay nhắm mắt chịu kiếp nạn.

Hai trăm năm sau lúc tái sanh dưới triều nhà Hồ, ông Quơn Thích (tiền thân là đại đức Vô Ngại) nhận thấy cáccải cách và thủ đoạn của Hồ Quý Ly khiến dân tình xa lánh, riêng ông thoái thác chức quan ngự y, chỉ xin về quê làm người thầy thuốc nghèo miễn là được sống hạnh phúc cùng vợ con. Đại vương Hồ Quý Ly dù tiếc nhân tài cũng cho ông toại nguyện nhưng tuồng đời lại không như ý.

Ăn hiền ở lành như ông Quơn Thích rốt cuộc lại nhận lãnh một quả bất hạnh khôn cùng: con bệnh, vợ trúng gió chết ở ngoài đồng, nhà cửa bị mưa bão đánh sập. Phẫn chí ông Quơn Thích bỏ xứ khật khùng dắt con đi lang thang rồi lần mò lên núi Yên Tử.

Từ đó không ai biết tung tích bố con ông sống chết ra sao. Người đời sau nói có thể ông Quơn Thích lên Yên Tử tìm kiếm lại tiền thân của mình.

Thời kỳ tái sanh (1214-1877)

Nói một cách đơn giản: Con người sinh ra, chết đi rồi tái sanh gọi là luân hồi. Ông Quơn Thích do nghiệp báo từ đời trước đã liên tục đầu thai vào nhiều đời sau:

- Năm 1414 vào thời hậu Trần, trong trận chiến chống quân Minh, cấm vệ quân Giác Mật tử trận tại Sái Già.

- Năm 1598, chiến binh Samurai tiến đánh Triều Tiên, anh phu xe Kim Hyun bị súng hỏa mai bắn chết.

- Năm 1609, y sư Quơn Thích đầu thai thành một chiếc lá.

- Năm 1871, Simon de Isabelle sinh ra và lớn lên tại Dijon, miền Nam nước Pháp.

Cấm Vệ Giác Mật

Theo sách Đại Việt Sử Ký Toàn Thư:

Sau khi nhà Hồ bị quân Minh xâm lăng và tiêu diệt, đổi nước Đại Ngu thành Giao Chỉ, lập phủ, huyện, đặt quan lại, cha con Hồ Quý Ly, Hồ Nguyên Trừng và Hồ Hán Thương đều bị bắt đưa về Kim Lăng nước Tàu, sau chết ở đó. Trong thời kỳ này, người con thứ của Trần Nghệ Tông là Trần Ngỗi lập ra nhà Hậu Trần, xưng là Giản Định Hoàng Đế.

Trong suốt 7 năm chống lại quân đội nhà Minh, tuy chiến thắng lúc đầu nhưng nhà Hậu Trần dần dà yếu thế. Năm 1409, quân Minh bắt được Giản Định đế Trần Ngỗi sai giải về Kim Lăng và bị sát hại. Tới năm 1414 nhà Hậu Trần hoàn toàn thất bại, toàn thể vua tôi Trùng Quang Đế, Nguyễn Biểu, Đặng Tất, Đặng Dung, Nguyễn Súy, Nguyễn Cảnh Dị… tuy bị bắt nhưng vì xã tắc đều tuẫn tiết quyết không đầu hàng giặc Minh". (ngưng trích).

Tuy nhiên, trong suốt 7 năm chiến đấu chống quân Minh có một nghĩa sĩ mà không sử sách nào nhắc đến. Đó là cấm vệ Giác Mật đi tiên phong trong một trận đánh tại Sái Già vào cuối năm 1414 đã bị tướng nhà Minh phi ngựa lao tới dùng thương giết chết. Thương là một loại giáo cán dài có lưỡi nhọn được phổ biến rộng rãi trên chiến trường Trung Hoa thời cổ. Nương theo đà ngựa phóng tới mũi thương đâm quá mạnh đã xuyên qua ngực Giác Mật cắm thẳng xuống đất khiến ông chết đứng.

Người phu xe Kim Hyun

Trong suốt hai cuộc chiến tranh xâm lược Triều Tiên của Nhật Bổn diễn ra từ năm 1592 đến 1598, anh phu xe Kim Hyun, cư dân thủ đô Seoul đều có mặt. Ban ngày anh cùng nhóm dân quân yêu nước chống lại quân xâm lược, nhưng ban đêm anh phu xe và các nhà sư bịt mặt có võ nghệ bí mật phân công đi hành thích lính Nhật. Thành công hay thất bại, Kim Hyun đều may mắn chạy thoát khỏi tầm đạn của quân thù.

Nhưng đến cuối năm 1598, lúc đột nhập vào một doanh trại Nhật ở ngoại thành Seoul, Kim Hyun bị lọt giữa vòng vây của chiến binh Samurai, vừa mới bổ sung quân số. Thay vì bắt giết gian tế, truyền thống võ sĩ đạo của Samurai cho phép Kim Hyun đánh tay đôi một mất một còn với một chiến binh Samurai đồng trang lứa với anh nhưng dầy dạn chiến trường hơn anh.

Hồi mới bước vào thế giới võ thuật, Kim Hyun rất khâm phục tinh thần và truyền thống võ sĩ đạo bất khuất của chiến binh thị vệ Samurai, nay đương đầu với một địch thủ từ nhỏ đã thấm nhuần tư tưởng Thần Đạo và hành động võ sĩ đạo khiến Kim Hyun phải hết sức đề cao cảnh giác.

Điều kỳ lạ là thay vì sử dụng kiếm sắt thì thủ lãnh Samurai muốn hai đối thủ dùng kiếm gỗ để sát phạt nhau. Kim Hyun cũng biết rõ kiếm gỗ của Nhật Bổn là một dạng côn làm bằng gỗ sồi có sức công phá mãnh liệt, hồi nhỏ Kim Hyun cũng từng luyện qua. Sư phụ thường khuyến khích các môn sinh: Can đảm và bình tĩnh là một đức tính cần có để chiếm thế thượng phong. Trận đấu sanh tử tuy Kim Hyun bị dính đòn nhiều hơn, nhưng ở phút cuối khi Kim Hyun đánh ngã địch thủ, anh đã nhanh nhẹn lướt tới cắm mũi kiếm ngay ức địch thủ buộc y nằm im. Kết quả anh phu xe thắng, được thả ra về.

Tuy nhiên, lúc người chiến binh bại trận mổ bụng tự sát theo truyền thống hara-kiri của võ sĩ đạo, bất ngờ một tên lính Nhật từng chiến đấu trong cả hai cuộc xâm lược cầm súng hỏa mai rượt theo bắn Kim Hyun chết ngay trước cổng trại.

Sau này sử sách Triều Tiên ghi nhận người phu xe tên Kim Hyun chết năm 1598, trước một năm Nhật Bổn đàm phán hòa bình với Triều Tiên năm 1599.

Phận Lá

Đề Thám tên thật Hoàng Hoa Thám là một anh hùng kháng Pháp, lừng danh trong thế kỷ 19 tại vùng rừng núi Yên Thế, Bắc Giang. Trong suốt gần 30 năm chiến đấu, Đề Thám, một Hùm Xám Yên Thế từng gây những tổn thất nặng nề và nhiều phen điêu đứng cho quân viễn chinh Pháp.

Theo nhiều tài liệu lịch sử, Đề Thám bị giặc giết hại tại Hố Lầy thuộc Bắc Giang. Thủ cấp của ông và hai thủ hạ thân tín bị bêu giữa chợ Nhã Nam để thị uy dân chúng. Thế nhưng, nhiều truyền thuyết cho rằng Hoàng Hoa Thám chỉ là chết giả để tránh sự truy lùng của thực dân Pháp. Cho tới nay, vẫn chưa có kết luận nào về cái chết của Hùm Thiêng Yên Thế.

Riêng tôi (người kể) cho rằng Đề Thám là người đa mưu, túc trí, dũng cảm vô song, không dễ dàng bị bêu đầu giữa chợ như thế. Tuy nhiên, nếu nói Đề Thám giả chết để tránh giặc Pháp truy lùng thì cho đến ngày nay, hơn 100 năm qua, dĩ nhiên Đề Thám đã chết, nhưng vùi thây ở đâu trong núi rừng Yên Thế?

Tám trăm năm trước, ông Quơn Thích chết âm thầm, lặng lẽ như chiếc lá trên núi rừng Yên Tử, Quảng Ninh. 400 năm sau, Hùm Thiêng Yên Thế cũng chết âm thầm, lặng lẽ như chiếc lá giữa rừng sâu núi thẳm Yên Thế, Bắc Giang.

Phải chăng cả hai ông đều có chung một phận lá, chiếc lá âm thầm, lặng lẽ rơi giữa núi rừng Việt Bắc?

Nữ phóng viên nhật báo Le Figaro

Hồi Tây mới chiếm Bắc kỳ, hầu hết những vùng nông thôn hẻo lánh vẫn chưa kịp bình định trong đó núi rừng Yên Tử vẫn nằm ngoài tầm mắt của thực dân.

Nhà nghiên cứu sử Đông Dương kiêm phóng viên chiến trường Simon de Isabelle là người nữ đầy nam tính, ưa phiêu lưu mạo hiểm và là một cao thủ tứ đẳng huyền đai Jiu jitsu, đã sớm đặt chân tới xứ Bắc Kỳ.

Khi theo học ngành Báo Chí tại trường Đại học Lille, miền Bắc nước Pháp, cô sinh viên Simon de Isabelle tình cờ đọc được một sử liệu An Nam nói về vua Trần Nhân Tông từ bỏ ngai vàng lên núi Yên Tử tìm Phật, khiến cô cảm thấy kính phục vị vua này vô cùng.

Vì thế, khi người Pháp xâm chiếm thuộc địa, tờ nhật báo Le Figaro Pháp có lịch sử lâu đời đã mau chóng cử cô Simon de Isabelle, phóng viên chiến trường dầy kinh nghiệm sang Việt Nam tìm hiểu tình hình thuộc địa, cũng như các vấn đề xã hội, những địa danh có nhiều di tích lịch sử. Cái thích nhất, đối với cô, là được hòa mình vào những phong cảnh thiên nhiên của vùng nhiệt đới, được đi khắp đó đây. Cô đã từng vào sinh ra tử ở các mặt trận Hoa Kỳ và Châu Âu, nên vừa nhận được chỉ thị, cô Simon de Isabelle đầy nhiệt huyết, bay ngay sang Đông Dương, lặn lội ra xứ Bắc Kỳ.

Vừa tới thành Hà Nội (còn gọi là Đàng Ngoài), Isabelle đến nhà thờ Truyền Giáo chào Đức Giám Mục Brian, trình bày mục đích của mình và tìm hiểu thêm về địa danh Yên Thế trước khi đi sâu vào đường lối của đế chế thuộc địa.

Sáng hôm sau, Isabelle từ giã giới hội Truyền giáo, cô cụ bị hành trang cùng người xà ích của giám mục Brian đánh cỗ xe ngựa vượt một quãng đường dài 130km tới Yên Tử. Thời đó, đường đi khó nên xe ngựa vừa tới đền Trình, Quảng Ninh thì trời chạng vạng tối. Họ lưu lại một đêm đến sáng hôm sau đi tiếp khoảng 7km thì tới chân núi Yên Tử. Khi người xà ích quay về Hà Thành, còn lại một mình giữa núi rừng trùng điệp chìm khuất trong mây mù, Isabelle nhận thấy rõ ràng đây là một chốn hoang vu từ lâu không có bóng người.

Nhắm mắt lại, Isabelle cảm nhận được vẻ u tịch, man dại của rừng rú làm cô khá xao xuyến, đến khi nghe tiếng gió thoảng trong cây cô mới trở về thực tại. Lấy lại bình tĩnh, đầy tự tin, cô buộc tóc, nai nịt gọn gàng, xốc lại túi hành trang trên lưng, tay cầm con dao bầu phạt chướng ngại vật khởi đầu cuộc vượt núi.

Thưa Quý độc giả.

Có lẽ suốt đời cô Simon de Isabelle không bao giờ quên được cái ngày một mình cô vượt núi lên đỉnh Yên Tử đi tìm Phật hoàng cũng là đề tài mới lạ để cô trình luận án thạc sĩ. Căn cứ theo bài viết của cô Simon de Isabelle ghi trong cuốn sổ tay "YEN TU, MAI 19, 1900" (tức YÊN TỬ, ngày 19 tháng NĂM 1900), tôi mạn phép lượt thuật như sau:

Sau khoảng nửa ngày lặn lội trèo đèo vượt dốc, băng qua nhiều con suối vất vả lắm Isabelle mới tình cờ tìm được lối mòn của vua tôi ngày trước. Cứ thế, trên đường lên núi vượt qua hàng ngàn bậc đá, len lỏi theo lối mòn bạt ngàn cỏ cây, bồ hòn, ngót rừng, rừng trúc, rừng thông, đại thụ, Isabelle thường bắt gặp những đền đài hoang tàn, đổ nát, những am miếu ruỗng mục vương vãi bên vách núi.

Đứng trước những biến thiên của lịch sử, những di tích của các triều đại, Isabelle đều dừng lại quan sát, tìm hiểu, cẩn thận ghi chép, tỉ mỉ vẽ lại những quang cảnh, những cổ vật tế khí đã hư hỏng, biến dạng. Khi lên tới đầu dốc sừng sững những cây tùng già, Esabelle nhìn thấy một ngôi chùa nhỏ nằm chênh vênh trên vách núi, một mái nhô ra đã ủ dột, mục nát vì rêu phong. Isabelle biết mình đang đứng trước vẻ đẹp của chùa Một Mái dù điêu tàn nhưng ẩn chứa một giá trị lịch sử gắn liền với tư tưởng Phật giáo khởi nguồn từ Thiền phái Trúc Lâm Yên Tử của Phật hoàng Trần Nhân Tông.

Trời đang ngả về chiều. Sương mù như sữa giăng khắp núi. Cỏ lau bạc đầu cong mình trước những cơn gió từ biển đông thốc vào. Isabelle định tọa độ xong cô bước vội trên những gộp đá hoang sơ lên tới dốc đá thì trời vừa sụp tối. Đứng dựa lưng vào gốc xích tùng Isabelle nhìn thấy một thảo am lập bằng gỗ và trúc dựng sát vách núi, phía dưới có một đầm nước lớn. Am cỏ đã hoàn toàn hư hại theo thời gian. Isabelle biết đây là am Bảo Sái do Thiền sư Bảo Sái dựng lên hơn 700 năm trước để thiền tọa.

Ăn vội miếng lương khô, hớp miếng nước rồi để phòng bất trắc, Isabelle đu mình trèo lên chảng ba cây tùng vạn niên cách mặt đất chừng năm thước, ôm túi hành trang ngồi ngủ qua đêm. Lúc đó cô mới để ý trời sáng trăng.

Ánh trăng lạnh lẽo xuyên qua cành lá chảy xuống đọng từng vũng lốm đốm trên nền đất thâm nâu làm cô bồn chồn khó ngủ. Ngồi nghe tiếng cú rúc, tiếng côn trùng nỉ non và ngắm ánh trăng ràn rụa chảy xuống đầm nước một hồi cô ngủ thiếp đi lúc nào không hay.

Chừng nửa khuya, đang chập chờn trong giấc ngủ, Isabelle bỗng cảm thấy bàn chân mình tê buốt như có một vật gì đang ngậm lấy. Cô dần dần tỉnh giấc mở mắt khòm đầu nhìn xuống. Trong ánh sáng trăng Isabelle thấy rõ ràng một con mãng xà khổng lồ dưới đất trườn lên nuốt gần trọn bắp chân mình.

Thét lên một tiếng Isabelle giãy giụa, phóng xuống đất lôi luôn cả con ác xà xuống theo. Dĩ nhiên con trăn dài hơn 6 thước không những không nhả mồi nó còn cuộn mình quyết xiết chết nạn nhân.

Là một cao thủ võ lâm, Isabelle từng hạ nhiều đối thủ trên võ đài, nhưng đây là lần đầu tiên cô đụng phải một sát thủ ngoại hạng, một quái thú thầm lặng đang nuốt dần tới đầu gối cô.

Lúc phóng xuống đất, túi hành trang của Isabelle văng ra xa, cây chủy thủ cô thường đeo bên mình cũng vuột mất. Nhưng may thay, trong cơn thập tử nhất sanh, Isabelle vớ được một hòn đá khá lớn, có đầu nhọn; cứ thế cô nghiến răng giáng tới tấp xuống đầu con trăn.

Bị thương, con vật vùng mình quẫy mạnh, chót đuôi ngo ngoe cất cao rồi bất thần quất mạnh vào mặt Isabelle cắt thành một lằn dài trên trán cô phun máu. Đúng lúc đó Isabelle cảm thấy một luồng lãnh khí từ trong núi thổi thốc vào mặt khiến cô choáng váng. Tuy biến sắc, mồ hôi và máu toát ra như tắm, nhưng Isabelle vẫn bình tĩnh tiếp tục đập hòn đá xuống đầu con trăn.

Cuối cùng, tuy đầu con quái thú bị đập nát, thân mình to lớn của con xà tinh quấn quanh mình Isabelle dù nới lỏng nhưng vẫn còn ngọ nguậy. Cũng nhờ thế Isabelle mới nhìn thấy cán dao chủy thủ ló ra phía dưới gần cổ con trăn. Lập tức Isabelle chồm tới chợp con dao nhanh nhẹn đâm nhiều nhát vào đầu con trăn rồi rọc miệng nó. Lúc Isabelle rút chân ra khỏi miệng tử thần thì ống quần đã rách tưa, ống quyển nhầy nhụa những máu và nhớt dãi trắng hếu, tanh tưởi cũng là lúc cô ngắc ngứ rã rời. Đúng lúc đó, bình minh uể oải tia nắng ra chấp chới khắp núi rừng.

Câu chuyện về cuộc chiến sanh tử giữa con xà tinh và Isabelle đã trở thành câu chuyện kỳ lạ của núi rừng Yên Tử.

Sau cái vụ bị trăn nuốt, Isabelle tuy thoát chết nhưng chân của cô đã bị nhiễm trùng. Dù đã rắc thuốc sát trùng, cẩn thận băng bó vết thương xong Isabelle vẫn quyết tâm vượt núi. Kết quả chân cô sưng tấy. Thay vì tiếp tục cuộc hành trình chinh phục đỉnh núi Yên Tử, cô Isabelle buộc phải xuống núi tìm cách chữa trị vết thương.

Thưa Quý độc giả

Hiện nay trong văn khố quốc gia Pháp quốc, ngoài việclưu trữ số lượng tài liệu đồ sộ về thuộc địa ở Đông Dương và Phi Châu, còn có cuốn sổ tay của cô Simon de Isabelle.

Trong cuốn sổ tay này, không biết do sương mù khí núiYên Tử hay vì nước mắt của cô mà một vài trang chữ đã bị hủy hoại, nhất là những trang viết ở cuối cuốn sổ đã bị hủy hoại, nhất là những trang viết ở cuối cuốn sổ đã bị ai xé mất.

Cho đến ngày nay, sau hơn 100 năm trôi qua, người đời vẫn không ai biết số phận của cô Isabelle sống chết ra sao, kể từ khi cô mang vết thương xuống núi. Vì sao cuốn sổ tay được ai mang về Pháp; vì sao nó không thuộc quyền sở hữu của tờ nhật báo Le Figaro mà lại nằm trong Cơ Quan Lưu Trữ Tài Liệu của Bộ Quốc Phòng Pháp.

Tìm đọc những trang dữ liệu của tờ Le Figaro liệt kê tên tuổi của hàng trăm hàng ngàn các phóng viên chiến trường vì công vụ đã hy sinh, tôi (*) thấy có tên của cô Simon de Isabelle với hình bìa cuốn sổ tay đề tựa:

"Tôi, 800 năm trước lang thang theo gót luân hồi".

(*) Tôi ở đây là người kể ra câu chuyện kỳ lạ này, người viết chỉ sắp xếp câu cú cho hợp với cách viết của mình mà thôi.

Thử đi vào *Giấc Mơ Con Sáo* của Phan Ni Tấn

Nguyễn Vy Khanh

Giấc Mơ Con Sáo là tuyển tập 50 truyện ngắn mới nhất của Phan Ni Tấn, đến với độc giả như những truyện thật ngắn - rốt cùng là những cái cớ để ông thả hồn về một thời quá vãng, từ thời niên thiếu, học sinh, sinh viên, thời an bình rồi chinh chiến, tù đày và sống xa quê hương ngoài đất nước. Thế giới "êm đềm" có, mà giới côn đồ, "anh chị" cũng có, có chuyện đường rừng mà cũng có chuyện lưu lạc nơi (nhiều) xứ người lạ lẫm. Chiến tranh, chia ly và đau buồn thì như màn sương len lõi trong nhiều câu chuyện và cuộc đời nhiều nhân vật.

Những biến cố đáng nhớ hoặc còn nhớ, những người bạn, những trò chơi tuổi nhỏ, những câu chuyện thật cótruyền tụng cũng có, xảy ra nơi những vùng cao thị trấn Bản Thuột, buôn Cô Thôn, Kontum, Bình Định, Huế, Sài-Gòn,... những nghề kiếm sống sau ngày 30-4-1975 có cựu tù phải hành nghề "đạp xích lô" hay buôn lậu đưa người vượt biên, ... ra đến Calgary, New York, Toronto, v.v.

Với những nhân vật tên dân giả và tượng hình: Út Mót, Út Nhỏ, Na, Phan Văn Tôi, Mười Đẹt, Bốn Nẫu, Ba Dơi, Năm Báo, Hai Hồ, Già Sói, Công Chột, Cả Khuôn, A Phòn, Tư E, Chế Phòn, Đèo Văn Rơi, Quách Beo, Y Krea Bouk, … hoặc gốc gác: Nguyễn Rạch Gầm, Chử Đồng Khả, … Người đủ gốc: Việt, Thượng, Ê Đê, Hoa, Mông Cổ, Ghana, … Có lính, có nhà sư, thầy giáo, thợ săn, người tù "cải tạo", có "người yêu của lính", vợ lính, vợ tù, có cả ma và thú vật, v.v.

Võ thuật được Phan Ni Tấn chiếu cố trong các truyện, từ những nhân vật đương thời với ông cũng như những huyền truyện, như võ sư Mười Đẹt, "Mẹ tôi", Danh Khạp "du côn hữu dụng", như linh mục Đồng Huyền Phổ "*Dưới thời Pháp thuộc, linh mục Huyền Phổ vẫn lịch thiệp, hòa nhã trong sứ mạng truyền giáo. Nhưng ban đêm Cha Phổ thoát xác, biến hình, đội lốt "người áo đen" trở thành một nhân vật kỳ bí, xuất quỷ nhập thần, thường ra tay trừng trị những hung thần ác sát khiến cho các quan thầy Pháp và bọn tay sai Việt gian kể cả cán bộ Việt Minh nhiều phen thất kinh hồn vía (…) Thay trời hành đạo là cách hành xử của vị linh mục đối với lũ súc sinh đồi bại*" (Huyền Phổ Đại Huynh).

Tác giả ghi lại nhiều giấc mơ, của nhiều nhân vật hoặc của một nhân vật nào đó trong một hoặc nhiều truyện. Có những giấc mơ mà nhân vật Hồ Đắc Khuôn "nằm mơ thấy mình truồng như nhộng mò xuống biển Đông lội về nước": "*… Lúc lội ào ào trên sóng biển bạc đầu tôi mới thực sự ngạc nhiên, ở ngần này tuổi mà mình vẫn còn mạnh tảng* *thần, ôn nì." Cả Khuôn hào hứng nói như thơ: "Mạnh như con trâu đang tắm dưới ao, nhanh như con cá thu ngàn quẫy đuôi dưới nước (ông Khuôn thích ăn cá thu). Lội một mạch vượt qua bao loài cá đua chớp mắt tôi đã về tới quê nhà. Lúc trồi lên mặt nước, đất mẹ đầu tiên tôi chạm không phải là sông Hương núi Ngự mà là bến đò Thủ Thiêm và câu ca dao vẫn còn kẹt giữa mạn đò:*

Bắp non mà nướng lửa lò
Đố ai ve được con đò Thủ Thiêm.

Trong mơ Cả Khuôn cũng thấy mình biết đói bụng, tiện tay ông vớt trái bắp nướng lửa lò lên ăn ngon lành. Vừa ăn sồm sộp soàm soạp ông vừa nghĩ tới "con đò Thủ Thiêm" năm xửa năm xưa với thân mình uyển chuyển, eo hông mượt mà, sức khỏe dẻo dai, tiếng hò lồng lộng, chèo đò ngang đưa khách qua lại trên sông Sài Gòn (...) Cứ thế, Hồ Đắc Khuôn mơ thấy mình lúc bay như chim, lúc trườn như con thòi lòi, lúc lội lúc bơi đủ kiểu đủ cách cho đến khi sơ ý vấp phải gốc cây mắm ở Đất Mũi ông mới giựt mình thức dậy" (Giấc Mơ Kỳ Cục).

Hay nhân vật Hồ Nhượng sau 1975 phải đạp xích lô kiếm sống, đã có những giấc mơ khi đẹp kiểu mộng mị "*một giấc mộng mà anh coi như là một chuyện hoang đường; khốn nỗi vừa trở mình Hồ Nhượng chợt nghe con sáo hót, trong tiếng hót lanh lảnh mọc ra một bàn tay kéo anh rơi ngược vào mộng mị. Vừa lồm cồm đứng dậy Hồ Nhượng nín thở hầu như không tin vào mắt mình khi nhìn thấy cô gái trẻ xinh xắn trong màu áo hoàng kim, tay che dù đỏ lại chập chờn hiện ra thành một linh hồn trong suốt đang chập choạng trôi về hướng mình. Định thần nhìn kỹ Hồ Nhượng lại thấy chiếc linh hồn nhỏ kia dần dần hiện hình thành người tình năm xưa đang thổi hạnh phúc trong lòng bàn tay lướt thướt như những giọt mưa. Hồ Nhượng cảm nhận được hương mê của hạnh phúc lúc thì nhấn anh chìm sâu xuống đáy sâu lúc lại nâng anh lên chơi vơi với một hồn ma trần truồng có thân hình đẹp đẽ, có đôi tay thật dài quấn siết lấy anh trên căn gác nhỏ âm u, lạnh lẽo, không đèn...*" (Xích Lô)

Khi khác "*ngủ vùi trong những giấc mơ kỳ lạ, ghê ghê có phần quái gở, suốt ba đêm liền. Đêm đầu tiên Hồ Nhượng thấy mình tung tăng bơi ngược về quá khứ. Càng bơi Hồ Nhượng càng biến dần thành anh trai làng Bản Thủy khỏe mạnh, dẻo dai. Lúc đứng sừng sững trên đầu nguồn sông Mã, anh cau mặt lóng tai nghe tiếng gầm ghì không bao giờ dứt dưới đáy sông mà hồi nhỏ anh vẫn thường nghe.*" (Dưới Khe Yêu Cức)

Bên cạnh là những giấc mơ trong chuyện dã sử hoặc các nhân vật, di tích lịch sử, được Phan Ni Tấn viết kể lại trong số có chuyện liên quan đến những người ông đã gặp hoặc biết đến. Hoặc có truyện thì "*Chuyện xẩy ra lâu rồi, nay tôi mạn phép viết ra đây để tưởng nhớ - dù muộn - những linh hồn đã khuất, đã trở về với cát bụi, với núi rừng hoang lạnh âm u*" (Tình Rừng).

Giấc Mơ Con Sáo cho thấy ở Phan Ni Tấn một tình yêu quê hương gốc rễ và tình người chân thành mà nhà văn vẫn ân cần đi tìm lý lịch và chân dung của chính mình và người thân, bạn bè còn mất như một cái cớ và đã đụng chạm với mọi đa đoan, góc cạnh của đời sống và kiếp người. 50 truyện ngắn khác nhau nhưng như góp phần làm nên một tổng thể ký ức của một người hoặc nhiều người, những mảnh ký ức riêng lẻ mà cũng có thể góp thành ký ức chung.

Phan Ni Tấn như tung hoành trong một thế giới có thật hay đã từng như vậy nhưng đã được sáng tạo, hình dung ra theo một cách thế và làm văn riêng. Luân hồi, chuyện xưa, chuyện đường rừng hay đường phố, tất cả gộp chung thành những giấc mơ văn chương của một thời làm văn học nơi xứ người.

www.ingramcontent.com/pod-product-compliance
Lightning Source LLC
LaVergne TN
LVHW090226051026
849517LV00001B/203